INSIGHT PUBLICA®

Kozhikode, Kerala, India 673011
www.insightpublica.com
e-mail: insightpublica@gmail.com
Asanum Mathetharathwavum
(Malayalam)
M.N. Vijayan
First Insight Publica Edition: December 2020

ISBN 978-93-90404-26-1
Published by
InsightinPublica Printers & Publishers Pvt. Ltd.

എം.എൻ.
വിജയൻ

ആശാനും മതേതരത്വവും

INSIGHT PUBLICA

എം.എൻ.
വിജയൻ

കൊടുങ്ങല്ലൂരിനടുത്ത് ലോകമലേശ്വരത്ത് പതിയാശ്ശേരിൽ നാരായണമേനോന്റെയും മൂളിയിൽ കൊച്ചമ്മുഅമ്മയുടെയും മകനായി 1930 ജൂൺ 8-ന് ജനിച്ചു. പതിനെട്ടരയാളം എൽ.പി.സ്കൂളിലും കൊടുങ്ങല്ലൂർ ബോയ്സ് ഹൈസ്കൂളിലും എറണാകുളം മഹാരാജാസ് കോളേജിലും എറണാകുളം ഗവ. ലോ കോളേജിലും പഠിച്ചു. 1951-ൽ മദിരാശി സർവ്വകലാശാലയിൽ നിന്ന് പ്രൈവറ്റായി മലയാളം എം.എ. പാസ്സായി.

എം.എൻ.വിജയന്റെ രാഷ്ട്രീയബന്ധം സ്കൂൾ വിദ്യാഭ്യാസ കാലം മുതൽ ആരംഭിക്കുന്നുണ്ട്. കൊടുങ്ങല്ലൂർ ബോയ്സ് ഹൈസ്കൂളിലായിരുന്നപ്പോൾ വിദ്യാർത്ഥി കോൺഗ്രസിന്റെ സജീവപ്രവർത്തകനായിരുന്നു. മഹാരാജാസ് കോളേജ് വിദ്യാർത്ഥിയായിരിക്കെ സ്വാതന്ത്ര്യസമരത്തിലും ഉത്തരവാദഭരണത്തിനായുള്ള പ്രക്ഷോഭത്തിലും പങ്കെടുത്തു. 1947 ആഗസ്റ്റ്-14 ന് കോളേജിൽ ദേശീയപതാക ഉയർത്താൻ തീരുമാനിച്ച വിദ്യാർത്ഥികളുടെ മുൻനിരയിൽ എം.എൻ.വിജയനും ഉണ്ടായിരുന്നു.

ആനാപ്പുഴയിലെ കെ.പി.കറുപ്പൻ സ്മാരക വായനശാലയുടെ ഭാഗമായ ഗ്രന്ഥാലയത്തിലെ മതഗ്രന്ഥങ്ങളും ആധ്യാത്മിക ഗ്രന്ഥങ്ങളും ചെറുപ്രായത്തിൽതന്നെ വായിച്ച് സന്ന്യാസത്തിൽ താല്പര്യം തോന്നിയതു കാരണം സ്കൂൾ പരീക്ഷ കഴിഞ്ഞപ്പോൾ നേരത്തെ കത്തുവഴി പരിചയമുണ്ടായിരുന്ന ആഗമാനന്ദ സ്വാമികളെ കാണാനായി കാലടിയിലേക്കു പോയി. കാലടി ശ്രീകൃഷ്ണാശ്രമത്തിൽ ഏതാനുംനാൾ കഴിഞ്ഞ ശേഷം തിരികെവന്നു.

1946-ൽ യുക്തിവാദിയും മിശ്രവിവാഹസംഘം സ്ഥാപകനും പത്രപ്രവർത്തകനുമായ ചൊവ്വര പരമേശ്വരനുമായി പരിചയപ്പെട്ടു. ചൊവ്വരയുടെ പൊതുപ്രവർത്തനങ്ങളിലെല്ലാം അടുത്ത സഹചാരിയായിരുന്നു എം.എൻ.വിജയൻ. *കേരളപത്രിക*യുടെ പത്രാധിപരായിരുന്ന എബ്രഹാം മാടമാക്കലും ഇക്കാലത്ത് വലിയൊരു സ്വാധീനമായിരുന്നു. പതിനഞ്ചാം വയസ്സിൽ *കൊച്ചിൻ ടൈംസിൽ* പ്രസിദ്ധീകരിച്ച 'ആധ്യാത്മിക വിപ്ലവ'മായിരുന്നു എം.എൻ.വിജയന്റെ ആദ്യലേഖനം. *കേരളപത്രിക*, *തിലകം*, *സാഹിത്യപരിഷത്ത് മാസിക* എന്നീ പ്രസിദ്ധീകരണങ്ങളിലാണ് തുടർന്ന് എഴുതിയത്. 1948-'49 ൽ സിഗ്മണ്ട് ഫ്രോയ്ഡിനെക്കുറിച്ചുള്ള എട്ട് ലേഖനങ്ങൾ പ്രസിദ്ധപ്പെടുത്തി.

1952-ൽ മദിരാശി *ന്യൂ കോളേജി*ലെ മലയാളം അധ്യാപകനായാണ് എം.എൻ.വിജയൻ ഔദ്യോഗിക ജീവിതം ആരംഭിച്ചത്. 1959-ൽ തിരുവനന്തപുരം യൂണിവേഴ്സിറ്റി കോളേജിൽ അധ്യാപകനായി നിയമനം ലഭിച്ചതോടെ കേരളത്തിലേക്ക് തിരിച്ചുവന്നു. യൂണിവേഴ്സിറ്റി

കോളജിലെ ജോലി ഒരു മാസം കഴിഞ്ഞപ്പോൾ നഷ്ടപ്പെട്ടു. 1960 ഫെബ്രുവരിയിൽ തലശ്ശേരി ഗവ.ബ്രണ്ണൻ കോളേജിൽ നിയമിതനായി. 1985-ൽ അധ്യാപകവൃത്തിയിൽ നിന്നു വിരമിക്കുന്നതുവരെ അവിടെത്തന്നെ തുടർന്നു.

1957 ജൂൺ 9-ന് വിവാഹം. ഭാര്യ: ശാരദ. മക്കൾ: വി.എസ്.അനിൽ കുമാർ, ഡോ. വി.എസ്. സുജാത, വി.എസ്. സുനീത. മരുമക്കൾ: രത്നമ്മ ടി., ഡോ. പി.വി. ബാലചന്ദ്രൻ, സി. രാജഗോപാലൻ. പേരക്കുട്ടികൾ: അപർണ, അശ്വതി, സിദ്ധാർത്ഥ്, സുകൃതി, പ്രകൃതി.

കേരള സാഹിത്യ സമിതിയുടെ പ്രധാന സംഘാടകരിൽ ഒരാളായിരുന്ന എം.എൻ. വിജയൻ പിന്നീട് നേതൃത്വപദവി ഏറ്റെടുത്തു പ്രവർത്തിക്കുന്നത് പുരോഗമന കലാ സാഹിത്യ സംഘത്തിലാണ്. 1987 ജനുവരി 4-ന് കോട്ടയത്തുവെച്ച നടന്ന സമ്മേളനത്തിൽ പുരോഗമന കലാ സാഹിത്യ സംഘത്തിന്റെ വൈസ് പ്രസിഡണ്ടായി. 1992 ഏപ്രിൽ 21-ന് പെരുമ്പാവൂർ സമ്മേളനത്തിൽ വെച്ച് പുരോഗമന കലാ സാഹിത്യ സംഘത്തിന്റെ പ്രസിഡണ്ടായി. 1994 ജൂണിൽ *ദേശാഭിമാനി വാരിക*യുടെ പത്രാധിപരായി. 2000-ൽ *പാഠം മാസിക*യുടെകൂടി പത്രാധിപരായി. 2000 ജൂൺ 1-ന് പുരോഗമന കലാ സാഹിത്യ സംഘത്തിന്റെ പ്രസിഡണ്ട് സ്ഥാനം രാജിവെച്ചു. 2005 ഫെബ്രുവരി 23-ന് *ദേശാഭിമാനി വാരിക*യുടെ പത്രാധിപസ്ഥാനവും രാജിവെച്ചു.

അധ്യാപകൻ, നിരൂപകൻ, പ്രഭാഷകൻ, പത്രപ്രവർത്തകൻ എന്നീ നിലകളിൽ ദശാബ്ദങ്ങൾ പ്രൊഫ. എം.എൻ. വിജയൻ മലയാള സാംസ്കാരികരംഗത്ത് നിറഞ്ഞുനിന്നു. കേരളത്തിൽ അങ്ങോളമിങ്ങോളം ആയിരക്കണക്കിന് വേദികളിൽ വിവിധ വിഷയങ്ങളെക്കുറിച്ച് അദ്ദേഹം പ്രഭാഷണങ്ങൾ നടത്തിയിരുന്നു. 1945-ൽ ഉത്തരവാദപ്രക്ഷോഭത്തിന്റെ ഭാഗമായി കൊടുങ്ങല്ലൂർ കാവ് മൈതാനത്ത് തുടർച്ചയായി ചെയ്തവയാണ് ആദ്യ പ്രസംഗങ്ങൾ.

കൃതികൾ: *ചിതയിലെ വെളിച്ചം* (പൂർണ്ണ പബ്ലിക്കേഷൻസ് കോഴിക്കോട്, 1981) *ഫാഷിസത്തിന്റെ മനഃശാസ്ത്രം* (സമീക്ഷ, കുളപ്പുറം, 1986) *എം.എൻ. വിജയൻ പ്രഭാഷണങ്ങൾ* (സഹൃദയ സംഘം, കോഴിക്കോട്, 1986) *കവിതയും മനഃശാസ്ത്രവും* (മാതൃഭൂമി, കോഴിക്കോട്, 1987) *ശീർഷാസനം* (അകം സമിതി, തലശ്ശേരി, 1989) *അടയുന്ന വാതിൽ തുറക്കുന്ന വാതിൽ* (മൾബറി, കോഴിക്കോട്, 1990) *വർണ്ണങ്ങളുടെ സംഗീതം* (പെൻ ബുക്സ്, വടകര, 1987) *എം.എൻ. വിജയൻ പ്രബന്ധങ്ങൾ പ്രഭാഷണങ്ങൾ സ്മൃതിചിത്രങ്ങൾ* (ബോധി പബ്ലിഷേഴ്സ്, കോഴിക്കോട്, 1993) *കാഴ്ചപ്പാട്* (ചിന്ത പബ്ലിഷേഴ്സ്, തിരുവനന്തപുരം,1992) *മരുഭൂമികൾ പൂക്കുമ്പോൾ* (കലാക്ഷേത്രം,

കാസർകോട്, 1993) *വാക്കും മനസ്സും* (കലാക്ഷേത്രം, കാസർകോട്, 1994) *കലയിലെ സ്വാതന്ത്ര്യം* (പുരോഗമന കലാ സാഹിത്യ സംഘം, കണ്ണൂർ, 1994) *നൂതന ലോകങ്ങൾ* (കറന്റ് ബുക്സ്, തൃശ്ശൂർ, 1994) *പുതിയ വർത്തമാനങ്ങൾ* (ഇംപ്രിന്റ്, കൊല്ലം, 1995) *സംസ്കാരവും സ്വാതന്ത്ര്യവും* (ചിന്ത പബ്ലിഷേഴ്സ്, തിരുവനന്തപുരം, 1996) *അടയാളങ്ങൾ* (ചിന്ത പബ്ലിഷേഴ്സ്, തിരുവനന്തപുരം, 1997) *മനുഷ്യർ പാർക്കുന്ന ലോകങ്ങൾ* (പ്രവാസി ദോഹ, 1997) *കലയും ജീവിതവും* (ചിന്ത പബ്ലിഷേഴ്സ്, തിരുവനന്തപുരം, 1998) *കവിതയുടെ ലോകപദം* (സമീക്ഷ, കുളപ്പുറം, 2000) *അധിനിവേശത്തിന്റെ വഴികൾ* (ലെഫ്റ്റ് വ്യൂസ്, കോഴിക്കോട്, 2000) *പ്രതിരോധങ്ങൾ* (ചിന്ത പബ്ലിഷേഴ്സ്, തിരുവനന്തപുരം, 2001) *ഭയവും അഭയവും* (ചിന്ത പബ്ലിഷേഴ്സ്, തിരുവനന്തപുരം, 2002) *ഫാസിസം സിദ്ധാന്തം, പ്രയോഗം, പ്രതിരോധം* (ചിന്ത പബ്ലിഷേഴ്സ്, തിരുവനന്തപുരം, 2003) *പ്രകൃതിപാഠങ്ങൾ* (സമയം പബ്ലിക്കേഷൻസ്, കണ്ണൂർ, 2003) *വിയോജിക്കാനുള്ള സ്വാതന്ത്ര്യം* (ലെഫ്റ്റ് വ്യൂസ്, കോഴിക്കോട്, 2005) *ചുമരിൽ ചിത്രമെഴുതുമ്പോൾ* (ഗ്രീൻ ബുക്സ്, 2003) *കാലിഡോസ്കോപ്* (നിശാഗന്ധി പബ്ലിക്കേഷൻസ്, തൃശ്ശൂർ, 2006) *ഒളിച്ചുകടത്തിയ ആയുധങ്ങൾ* (കൈരളി ബുക്സ്, കണ്ണൂർ, 2006) *എഴുത്തും പ്രത്യയശാസ്ത്രവും* (നിശാഗന്ധി പബ്ലിക്കേഷൻസ്, ഇരിങ്ങാലക്കുട, 2007) *സ്വാതന്ത്ര്യത്തിന്റെ അർത്ഥം* (നിശാഗന്ധി പബ്ലിക്കേഷൻസ്, ഇരിങ്ങാലക്കുട, 2007)

ഇവയ്ക്ക് പുറമേ *സംഭാഷണങ്ങൾ* (മാങ്ങാട് രത്നാകരൻ, കറന്റ് ബുക്സ് തൃശ്ശൂർ, 2001) *അധികാരം അനുരാഗം ആത്മരഹസ്യങ്ങൾ* (എഡി. താഹമാടായി, ചിന്ത പബ്ലിഷേഴ്സ്, തിരുവനന്തപുരം, 2002) *കലാപത്തിന്റെ ഉത്തരങ്ങൾ* (എം.എസ്. ബനേഷ്, ഫാബിയൻ ബുക്സ്, നൂറനാട്, 2004) എന്നീ അഭിമുഖ സമാഹാരങ്ങളും.

എം.എൻ.വിജയൻ എഡിറ്റ് ചെയ്ത കൃതികൾ: *നമ്മുടെ സാഹിത്യം നമ്മുടെ സമൂഹം* (കേരള സാഹിത്യ അക്കാദമി, തൃശ്ശൂർ, 2000) *കേസരിയുടെ സാഹിത്യവിമർശനങ്ങൾ* (എസ്.പി.സി.എസ്, കോട്ടയം, 1984) *നവീന ചിത്രകല* (കേസരി ബാലകൃഷ്ണപ്പിള്ള, കേരള ലളിതകലാ അക്കാദമി, തൃശ്ശൂർ, 1990) *എം.ആർ.ബി, ജീവിതം, കൃതികൾ, ദർശനം* (കറന്റ് ബുക്സ്, തൃശ്ശൂർ, 2004) *കേസരിയുടെ ലോകങ്ങൾ* (അകം സമിതി, തലശ്ശേരി 1989), *കഥയുടെ നൂറ്റാണ്ട്-* രണ്ട് വാല്യം, *കവിതയുടെ നൂറ്റാണ്ട്*-രണ്ട് വാല്യം (എസ്.പി.സി.എസ്, കോട്ടയം, 2000-2001)

2007 ഒക്ടോബർ 3-ന് അന്തരിച്ചു.

ഉള്ളടക്കം

ആശാനും മതേതരത്വവും

ജീവിതം എന്ന് നാം പറയാൻ ശ്രമിക്കുന്ന കാര്യം ഒരു സമഗ്രാനുഭവമാണ് എന്നും ഒരു ചെറിയ സംഭവം പോലും വലിയ ചരിത്രത്തിന്റെ ഭാഗമാണ് എന്നുമുള്ള ബോധം ഇന്ന് നമുക്കുണ്ട്.

"പാവനശീലയാൾ പിന്നെ
ദന്തധാവനം ചെയ്തു നീരാടും"

എന്ന് കുമാരനാശാൻ തന്റെ നായികയെ പല്ലുതേയ്പ്പിക്കുന്നതെന്തിനാണെന്ന് ഇനി നമുക്ക് മനസ്സിലാവാതിരിക്കില്ല. ഇത് കാഴ്ചയുടെ വിപുലനമാണ്. ഈ വിപുലനം ഒരു നൂറ്റാണ്ടുകാലം കേരളത്തിൽ നടന്നുവന്നിരുന്നതാണ്. ഇപ്പോഴും നവോത്ഥാനം എന്നു പറയുന്ന, പല മുഖങ്ങളുള്ള ചരിത്ര വസ്തുതയുടെ നീണ്ട കാലഘട്ടത്തിൽ കൂടിയാണ് നാം നടന്നുവന്നത്. അതുകൊണ്ട് സതി നിർത്തലാക്കിയ വർഷവും ചാന്നാർ ലഹള നടന്ന വർഷവും ഒന്നാണെന്നുകൂടി ഓർക്കേണ്ടിയിരിക്കുന്നു. അതു മാത്രമല്ല ചാന്നാർ ലഹളയുടെ അവസാനത്തിൽ ഉണ്ടായ ഒത്തുതീർപ്പിൽ പറഞ്ഞത്, ചാന്നാർ സമുദായത്തിൽ നിന്ന് മതം മാറിയിട്ടുള്ള അഹിന്ദുക്കൾക്ക്, മേൽവസ്ത്രം ധരിക്കാം എന്നും ഇപ്പോഴും ചാന്നാർമാരായി ഹിന്ദുക്കളായി തുടരുന്ന ആളുകൾക്ക് വസ്ത്രം ധരിക്കാൻ പാടില്ല എന്നും ആയിരുന്നു. വൈക്കം സത്യഗ്രഹത്തിന്റെ ഒത്തുതീർപ്പും അങ്ങനെ തന്നെ ആയിരുന്നു. അഹിന്ദുക്കൾക്ക് നടക്കാവുന്ന സ്ഥലത്തു കൂടി അവർണ്ണർക്കും നടക്കാം എന്നതാണ്, സവർണ്ണർക്ക് നടക്കാവുന്ന സ്ഥലത്തുകൂടി എല്ലാവർക്കും നടക്കാം എന്നതായിരുന്നില്ല വൈക്കം സത്യഗ്രഹത്തിന്റെ ഒത്തുതീർപ്പ്. മതങ്ങൾ എന്നത് ജീവിതത്തിന്റെ മറ്റൊരു വിന്യാസരീതിയാണെന്നും മതങ്ങളുടെ ക്രമത്തിൽ നാം എവിടെ നിൽക്കണം എന്നുമുള്ള ഒരു വലിയ രാഷ്ട്രീയപ്രശ്നം 1850നും 1940നുമിടയ്ക്ക് ഇന്ത്യയിൽ ഉണ്ടായിരുന്ന

എന്നുകാണാം. അതുകൊണ്ട് കുമാരനാശാൻ പലപ്പോഴും, മതത്തിൽ കൂടിയല്ലാതെ ഇന്ത്യാക്കാർക്ക് വിമോചനമില്ല എന്ന വിവേകാനന്ദന്റെ വാക്കുകൾ ഉദ്ധരിക്കുന്നുണ്ട്. ഇന്ത്യയിൽ രാഷ്ട്രീയം പോലും മതത്തിൽ കൂടിയേ അവതരിപ്പിക്കാൻ കഴിയൂ എന്നുള്ളത് വിവേകാനന്ദൻ വിളിച്ചു പറഞ്ഞ ഒരുപഴയ ആശയമാണ്. (ഇത് എങ്ങനേയും ഉപയോഗിക്കാം) ആശാൻ അത് ഉദ്ധരിക്കുകയും മതപരിവർത്തനരസവാദത്തിൽ അത് ഉപയോഗിക്കുകയും ചെയ്യുന്നു. മതപരിവർത്തനരസവാദം എന്നു പറയുന്നതിനെ മതത്തിന്റെ ആൽക്കമി എന്ന അർത്ഥത്തിലാണ് ആശാൻ ഉപയോഗിക്കുന്നത്.

ചെമ്പ് പൊന്നാക്കുന്നതുപോലെ പരിവർത്തനം കൊണ്ട് ഒരു അവർണ്ണനെ ഒരു അഹിന്ദുവാക്കിയിട്ട് വിമോചിപ്പിക്കാം എന്നുള്ള ആശയത്തിനെയാണ് രസവാദം എന്നു പറയുന്നത്. ഇത്തരത്തിലുള്ള സംഗതികൾക്ക് ആശാൻ എതിരായിരുന്നു എന്നും ബുദ്ധമതത്തിലേക്ക് പരിവർത്തനം ചെയ്യണം എന്നുള്ള മിതവാദി കൃഷ്ണൻ വക്കീലിന്റെ ആശയത്തോട് പരസ്യമായി എതിർത്തിരുന്നു എന്നുള്ളതും എല്ലാവർക്കും അറിയാവുന്ന കാര്യമാണ്. മിതവാദി കൃഷ്ണൻ കേരളത്തിലേക്ക് ആധുനികതകൊണ്ടുവരാൻ ശ്രമിച്ച ഒരാളായിരുന്നു. അദ്ദേഹം ആദ്യത്തെ കോൺക്രീറ്റ് കെട്ടിടങ്ങളും അവയിൽ ബാങ്കുകളും ഏർപ്പെടുത്തുകയും ചെയ്തു. പരന്ന മേൽക്കൂരയോടുകൂടിയ കെട്ടിടങ്ങൾ, വാസ്തുവിദ്യ എന്നു പറയുന്നത് ഒരു രാഷ്ട്രീയപ്രവർത്തനമാണ്. അതിനിടയിൽ വെറുതെയിരുന്നാൽ പണം വർദ്ധിക്കും എന്ന ആശയം പണം വാങ്ങി വിനിമയം ചെയ്യുക എന്നുള്ള ആശയം വിനിമയത്തെപ്പറ്റിയുള്ള പുതിയ വ്യാപാരതന്ത്രത്തിന്റെ ആശയമാണ്. അതു പ്രചരിപ്പിക്കുന്നതിനോടൊപ്പം മിതവാദി പത്രം നടത്തുകയും അതിൽ 'വീണപൂവ്' പ്രസിദ്ധീകരിക്കുകയും ചെയ്തു. ഇതെല്ലാംകൂടി ഉൾപ്പെടുന്നതാവുന്ന സമഗ്രത. അതുകൊണ്ട് വസ്ത്രം ധരിക്കുക എന്നുള്ളത്, പ്രത്യേക തരത്തിൽപ്പെടുന്ന വീടുകളിൽ താമസിക്കുക എന്നുള്ളത്, മതങ്ങൾ സ്വീകരിക്കുകയോ നിരാകരിക്കുകയോ ചെയ്യുക എന്നുള്ളത് ഇവിടുത്തെ വിമോചന പ്രസ്ഥാനത്തിന്റെ പല മുഖങ്ങളിൽപ്പെട്ടതായിരുന്നു എന്നു നാം അറിയുന്നു.

തീയ്യരെ മുഴുവൻ ക്രിസ്തുമതത്തിലേക്ക് ചേർക്കാം എന്നും അങ്ങനെ ഇവിടത്തെ പ്രശ്നങ്ങൾ പരിഹരിക്കാം എന്നുമുള്ളത് ആശാൻ 'മതപരിവർത്തന രസവാദ'ത്തിൽ ചർച്ച ചെയ്യുന്ന ഒരു സാധ്യതയാണ്. അത് അദ്ദേഹം നിരാകരിക്കുകയും ചെയ്യുന്നുണ്ട്. അതിന് അദ്ദേഹം സരളമായ ഉത്തരം നൽകുന്നുണ്ട്. ഒരുപുലയൻ ക്രിസ്തുമതം സ്വീകരിച്ചാൽ അയാൾ പുലയക്രിസ്ത്യാനിയായി തീരുകയും, ഒരു പുലയൻ ഇസ്ലാംമതം

സ്വീകരിച്ചാൽ അയാൾ മുസ്ലീം പുലയനായിത്തീരുകയും ചെയ്യും. ജാതി മതത്തേക്കാൾ എത്രയോ ആഴത്തിൽ ഇന്ത്യയിൽ വേരൂന്നിയിട്ടുള്ളതാണെന്ന് ആശാൻ തിരിച്ചറിഞ്ഞിരുന്നു. അതുകൊണ്ട് മതപരിവർത്തനം ഒരു പോംവഴി അല്ല എന്ന് ആശാൻ എസ്.എൻ.ഡി.പി.യോഗത്തിന്റെ അംഗമെന്ന നിലയിൽ (പ്രയോഗം എന്റെയല്ല) വാദിച്ചു പോന്നിരുന്നു. ആര്യമതത്തിന്റെ ഒരു വിഭാഗമായ, ഒരു വിമോചന മാർഗ്ഗമായ ബുദ്ധമതത്തിൽ അദ്ദേഹം അത്യധികം താൽപ്പര്യം കാണിച്ചിരുന്നു എന്നും ലോകത്തിൽ ചിന്താശീലരായ ആളുകൾ എപ്പോഴും സ്വീകരിക്കുക ബുദ്ധമതമാണെന്നും സാമൂഹ്യബോധമുള്ളവർ സ്വീകരിക്കുക ഇസ്ലാം മതമാണെന്നും ആശാൻ പ്രസ്താവിച്ചിരുന്നു എന്നും ഓർക്കേണ്ടതുണ്ട്. അത് മനുഷ്യന്റെ അസ്തിത്വ പ്രശ്നങ്ങളെപ്പറ്റി ചിന്തിക്കുകയും ചിന്തിച്ച് കൊണ്ടേയിരിക്കുകയും ചെയ്യുന്ന ഒരു മതമാണെന്ന് ആശാൻ തിരിച്ചറിഞ്ഞിരുന്നു. ഈ രണ്ട് മതത്തിലേക്കും മാറിനിൽക്കുകയല്ല മറിച്ച് തന്റെ മതത്തിൽ നിന്നു കൊണ്ടുതന്നെ വിമോചനം നേടണം എന്നുള്ളത് ആശാന്റെ സമരമാർഗ്ഗമായിരുന്നു. അത് ശ്രീനാരായണന്റേയും എസ്.എൻ.ഡി.പി.യോഗത്തിന്റെയും സമരമാർഗ്ഗം കൂടിയായിരുന്നു. അതുകൊണ്ടാണ് രാമായണത്തിനെതിരായിട്ടുള്ള കീമായണ പ്രസ്ഥാനം ഉണ്ടാകുന്ന കാലത്ത് കുന്നത്ത് ജനാർദ്ദന മേനോൻ എന്നുള്ള കണ്ണൻ ജനാർദ്ദനനും പള്ളത്തുരാമൻ എന്ന കവിയും ചേർന്ന് കേരളത്തിൽ ദ്രാവിഡ കഴകത്തിന്റെ മാതൃകയിൽ കീമായണ പ്രസ്ഥാനം ആരംഭിക്കുന്നത്. ആ കാലത്ത് നമ്മുടെ ഒരു നിരൂപകൻ വിളിച്ചുപറഞ്ഞത് ആശാൻ രാമായണത്തെ വിമർശിക്കാൻ മറ്റൊരു രാമായണം എഴുതുമായിരുന്നു. ഒരിക്കലും കീമായണം എഴുതുമായിരുന്നില്ല എന്നാണ്. അതായത് രാമായണം ഒരിക്കൽ കൂടി വായിക്കുമ്പോൾ, സീത വായിക്കുമ്പോൾ, ശംബുകൻ വായിക്കുമ്പോൾ, രാമായണം ബാലി വായിക്കുമ്പോൾ മറ്റൊരു രാമായണമായിത്തീരുന്നു എന്നുള്ളതാണ് അതിന്റെ അർത്ഥം. അങ്ങനെയാണ് രാമായണം അംബേദ്ക്കർ വായിക്കുകയും ഇന്ത്യക്ക് ഒരു പുതിയ ഭരണഘടന ഉണ്ടാക്കണമെന്ന ആശയം ഉണ്ടായിത്തീരുകയും ചെയ്തത്. (ശംബൂകനെന്നുള്ള അംബേദ്കർ എന്നു വേണമെങ്കിൽ പറയാം.)

രാമായണം തന്നെ രാമായണത്തിന്റെ വിമർശനമായി തീരും എന്നതിന്റെ തെളിവ് 'ചിന്താവിഷ്ടയായ സീത'യാണ്. അദ്ദേഹത്തിന്റെ മതപരമായ വിമർശനത്തിന്റെ തെളിവാണ് ചിന്താവിഷ്ടയായ സീത. ആശാന് ഹിന്ദുമതത്തോട് ചോദിക്കാനുള്ള അല്ലെങ്കിൽ രാമധർമ്മത്തോട് ചോദിക്കാനുള്ള, മര്യാദരാമന്റെ ധർമ്മത്തോട് (മര്യാദരാമൻ

എന്നുള്ളത് ഇവിടത്തെ ഒരു പൊതുബോധം ആണല്ലോ) എന്തെല്ലാം ചോദിക്കാനുണ്ടായിരുന്നുവെന്നും, ആശാനുമാത്രമല്ല സ്ത്രീകൾക്കും അവർണ്ണർക്കും എന്തെല്ലാം ചോദിക്കാനുണ്ടായിരുന്നുവെന്നുള്ളതിന്റെ വിശദീകരണമാണ് 'ചിന്താവിഷ്ടയായ സീത'യിൽ ഉള്ളത്. ഇത് ആഴത്തിലുള്ള സാമൂഹ്യവിമർശനമാണ് എന്ന് ഇന്നും നാം മനസ്സിലാക്കുകയും അതിൽ സ്ത്രീ വിമോചനത്തിന്റെയും, അവർണ്ണ വിമോചനത്തിന്റെയും മനുഷ്യ വിമോചനത്തിന്റെയും പ്രഖ്യാപനങ്ങൾ അടങ്ങിയിരിക്കുന്നു എന്ന് തിരിച്ചറിയുകയും ചെയ്യുന്നു. ആശാന്റെ വലിയ വിശ്വാസങ്ങളിൽ ഒന്ന് ഒരു പ്രളയം, ഒരു വിലയം, ഒരുദുഃഖം, ഒരു ആപത്ത്, ഒരു പുതിയലോകത്തെ സൃഷ്ടിക്കും എന്നാണ്. ഒരു പ്രളയത്തിനുശേഷം ഉണ്ടായ ജനവർഗ്ഗമാണ് ഇപ്പോഴുള്ള നിയോലെത്തിക്ക് ജനവർഗ്ഗം എന്നാണ് സാമാന്യമായി ചരിത്രകാരന്മാർ വിശ്വസിച്ചിരിക്കുന്നത്. ഒരു പക്ഷേ അറേബ്യയിലെവിടെയോ ഉണ്ടായ ഒരു പ്രളയത്തിന് ശേഷം ലോകം മുഴുവൻ വ്യാപിച്ച ജനവർഗ്ഗങ്ങളിൽ നിന്ന് പുതിയ മനുഷ്യവർഗ്ഗങ്ങളുണ്ടായി എന്നത് ഒരു വിശ്വാസമാണ്. ഭൂമിയിൽ വെള്ളം വന്നു നിറയുമ്പോൾ അവിടെ താമസിക്കുന്ന ജനങ്ങൾ നാനാഭാഗങ്ങളിലേക്കു സഞ്ചരിക്കുകയും, സഞ്ചരിക്കുമ്പോൾ അവർ അവരുടെകൂടെ ഓർമ്മകളും ചെടികളും വിത്തുകളും കൊണ്ടുപോവുകയും ചെയ്യുന്നു. ഇവിടെ നിന്ന് പാലസ്തീനിലേക്ക് യഹൂദസുഹൃത്തുക്കൾ പോയപ്പോൾ കൊണ്ടുപോയത് ഇവിടുത്തെ വിത്തുവല്ലികളും അനുഭവങ്ങളും ഓർമ്മകളും ആയിരുന്നു. ഇങ്ങനെ ഓരോ സ്ഥലത്തും പോകുമ്പോൾ അവരുടെ വിത്തുകളുടെ വിത്തുകളും അനുഭവങ്ങളുടെ വിത്തുകളും പാകി മുളപ്പിക്കുകയും വളർത്തുകയും ചെയ്യുന്നു എന്നുള്ളത് ഇന്നത്തെ മനുഷ്യവർഗ്ഗത്തെക്കുറിച്ചുള്ള വിശാലമായ ഒരുകാഴ്ചപ്പാടാണ്. ഒരു വലിയ വെള്ളപ്പൊക്കം വന്ന് എക്കൽമണ്ണ് നിറയുമ്പോൾ, അങ്ങനെയാണ് സിന്ധു നദീതടത്തിൽ കൃഷി ചെയ്തിരുന്നത്, വെള്ളപ്പൊക്കത്തിൽ ചെളിയും മണ്ണും കൊണ്ട് തീരപ്രദേശങ്ങൾ നിറയുക, ജലം തിരിച്ച് പോകുമ്പോൾ വളക്കൂറുള്ള മണ്ണുണ്ടായിത്തീരുക, വളക്കൂറുള്ള മണ്ണിന് അയവുണ്ടായിത്തീരുക, അതുകൊണ്ട് ഉഴുതുമറിക്കാത്ത മണ്ണിൽ നടാം എന്നുള്ളത് ഹാരപ്പൻ സംസ്കാരത്തിന്റെ പ്രത്യേകതയായിരുന്നു എന്ന് ചരിത്രകാരന്മാർക്കറിയാം. ഫറോമിൻ അഥവാ ഉഴുതുമറിക്കുന്ന ഏർപ്പാട് കണ്ടു പിടിക്കുന്നതിന് മുമ്പ് ഇളകിയ മണ്ണിൽ കൃഷിചെയ്യാൻ പറ്റിയ ഏർപ്പാട് വെള്ളപ്പൊക്കങ്ങൾ ആയിരുന്നു. അങ്ങനെ വെള്ളപ്പൊക്കങ്ങൾ കഴിഞ്ഞാൽ അവിടെ വിത്തു വിതയ്ക്കുകയും, ഒരുപാട് വിളവ് ഉണ്ടാവുകയും, ആവശ്യത്തിലധികമുള്ള വിളവുകൾ ഒരു വാണിജ്യോൽപ്പന്നമാവുകയും,

അത് ഒരു വാണിജ്യകേന്ദ്രമായി തീരുകയും ചെയ്തിരുന്നു എന്ന് ഇന്ന് നമുക്ക് മനസ്സിലാവുന്നു. ഇത്തരത്തിലുള്ളൊരു പ്രളയസാധ്യതയിൽ വെള്ളംകൊണ്ട് മുങ്ങിപ്പോവുന്ന ഒരു ജനത തീർച്ചയായും പല ദിക്കിൽ പുനർജനിക്കുകയും, അങ്ങനെ ജനിക്കുമ്പോൾ അവരുടെ ഓർമ്മകളോ ടുകൂടി വീണ്ടും ജനിക്കുകയും പലദിക്കിൽ ജീവിക്കുന്ന ഭ്രാതാക്കളായി അവർ രൂപാന്തരപ്പെടുകയും ചെയ്യും എന്നുള്ള പഴയ ആശയത്തിന്റെ മറ്റൊരുരൂപം തന്നെയായിട്ടാണ് ആശാൻ 'കരുണയിൽ', വിശസനം സുഖികളെ വിജ്ഞരാക്കുന്നു' എന്നിങ്ങനെ പല ആവർത്തനങ്ങളിൽ കൂടി പറയുന്നത്. ദുഃഖമാണ്, മരണമാണ് പ്രളയമാണ് ഒരുപുതിയ ജീവിതത്തെ ഉണ്ടാക്കിത്തീർക്കുന്നത് എന്നാണ്. അങ്ങനെ ഒരു വലിയ പ്രളയത്തിൽ, ഒരു വിപത്തിൽ, ഒരു ലഹളയിൽ, മാപ്പിളലഹള എന്നൊക്കെപ്പറയുന്ന മലബാർകലാപം ഇവിടുത്തെ മനുഷ്യജീവിത ധാരകളെ കലക്കിമറിക്കും എന്ന് ആശാൻ കരുതിയിരുന്നു. ആശാന് കിട്ടിയിരുന്നത് ഇതിനെപ്പറ്റിയുള്ള ബ്രിട്ടീഷ് സിഗ്നലുകളാണ്. ഈ സിഗ്നലുകളെ വച്ച് മലബാർ കലാപത്തെക്കുറിച്ച് തന്റെ മനസ്സിൽ ഒരു രൂപമുണ്ടാക്കുകയും, എന്തുകൊണ്ടാണ് ഈ സംഭവം നടന്നതിന രുകിൽ താമസ്സിച്ചിരുന്ന വള്ളത്തോൾ അതിനെപ്പറ്റി ഒരു കവിത എഴു താത്തത് എന്ന് വിലപിക്കുകയും ചെയ്തിട്ടുണ്ട്. വള്ളത്തോൾ അപ്പോഴും മറുപടി ഒന്നും പറഞ്ഞിട്ടില്ല. ഇതിന്റെ അരുകിൽ താമസിച്ചിരുന്ന വള്ളത്തോൾ ഒന്നും മിണ്ടാതിരിക്കുന്നു. താൻ കവിത എഴുതുന്നു എന്ന് അദ്ദേഹം പറഞ്ഞതിന് കാരണം ആശാന് കിട്ടിയിരുന്നത് ബ്രിട്ടീഷ് മേൽക്കോയ്മയുടെ സിഗ്നലുകളായിരുന്നതിനാലാണ്. ചരിത്രം എന്നു ള്ളത് ഒരു ശൈലി ആണെന്നുള്ള ആശയം ഇപ്പോൾ എല്ലാപേരും വളരെ വൈമനസ്യത്തോടുകൂടി അംഗീകരിച്ചുകൊണ്ടിരിക്കുന്നു. വർഗ്ഗ ബോധത്തിൽനിന്നാണ് ചരിത്രമുണ്ടാകുന്നത് എന്നുള്ള പഴയ ആശയം ഇന്ന് വർഗ്ഗബോധമില്ലാത്തവർപോലും അംഗീകരിക്കുകയും എല്ലാച രിത്രവും versions ആണെന്ന ആശയം പ്രചരിപ്പിക്കുകയും ചെയ്യുന്നു. ഇതിൽ, ഈ ബ്രിട്ടീഷ് രീതിയിൽ, നേപ്പാളിൽ നിന്നും പട്ടാളക്കാരെ കൊണ്ടുവരികയും ഇവിടുത്തെ മുസ്ലീങ്ങളെ കൊല്ലണമെന്ന് പറഞ്ഞ് ഏൽപ്പിക്കുകയും ചെയ്തപ്പോൾ, ഹിന്ദുക്കളാണോ മുസ്ലീങ്ങളാണോ എന്നു തിരിച്ചറിയാൻ പട്ടാള മേധാവികൾ പറഞ്ഞുകൊടുത്ത വഴി കാത് പിടിച്ച് നോക്കിയിട്ട് കുത്തിയിട്ടുണ്ടെങ്കിൽ ഹിന്ദുവാണ്, കുത്തി യിട്ടില്ലെങ്കിൽ മുസ്ലീമാണ് എന്നാണ്. മലപ്പുറം ജില്ലയിലെ ഹരിജനങ്ങൾ കാതുകുത്താതവരായതുകൊണ്ട് അവിടത്തെ ഒരുപാട് ഹരിജനങ്ങളെ ഗൂർക്കാപട്ടാളം നാമാവശേഷമാക്കി. നാമം പോലും അവശേഷിക്കാത്ത

രീതിയിലാക്കി.ഹിന്ദുവല്ല, മുസ്ലീമല്ല, ഒന്നിലും പെടാത്തവരായ തങ്ങളെ ആരും കൊല്ലുകയില്ല എന്നു പറഞ്ഞുകൊണ്ടിരിക്കേത്തന്നെ കാതുകുത്തിയിട്ടില്ല എന്ന കാര്യം അവർ മറന്നുപോവുകയും കാതുകുത്താത്തവരെ വെടിവെച്ച് വീഴ്ത്തുകയുമാണ് ചെയ്യുന്നത്. അതുകൊണ്ട് ഇത്തരം ഒരു ലഹളയിൽ നിന്ന് ഒരു പുതിയ കേവലനായ സ്ത്രീയും ആദാമും ഹൗവ്വയും ഉണ്ടായിത്തീരുന്നതുപോലെ അവരിൽനിന്ന് ഒരു പുതിയ മനുഷ്യജനുസ് ഉണ്ടായിത്തീരുകയും ചെയ്യുന്നു. പക്ഷേ, അതിനുള്ള ഒരു പരിമിതി, അദ്ദേഹം ആ കൃതിയിൽ കണ്ടിട്ടുള്ള പുതിയ സമുദായം ഹൈന്ദവസമുദായമായിരുന്നു എന്നുള്ളതാണ്. അത് അതിന്റെ കൃത്യമായ ഒരു പരിമിതിയാണ്.

നമ്പൂതിരിയും ചെറുമനും തമ്മിൽ വിവാഹം ചെയ്താൽ ഉണ്ടായിത്തീരുന്നത് നമ്പൂതിരിയും ചെറുമനുമില്ലാത്ത ഒരു ഹൈന്ദവ സമുദായം ആയിരിക്കുമെന്നും ഇങ്ങനെയുള്ള ഒരു ഹൈന്ദവ സമുദായത്തിന്റെ നിർമ്മാണത്തെക്കാൾ വലുതായ ഒരു മനുഷ്യസമുദായത്തിന്റെ നിർമ്മാണമാണ് അദ്ദേഹം ചണ്ഡാലഭിക്ഷുകിയിൽ കണ്ടിട്ടുള്ളത് എന്നും ഉള്ളതുകൊണ്ട് ഒരു നിരൂപകനെങ്കിലും (കേസരി ബാലകൃഷ്ണപിള്ള) അദ്ദേഹത്തിന്റെ ഉത്തമമായ കൃതി ചണ്ഡാലഭിക്ഷുകിയാണെന്ന് ആശാൻ സ്മാരക ഗ്രന്ഥത്തിനായി എഴുതിയ പ്രബന്ധത്തിൽ പറയുന്നുണ്ട്. അതിൽ ഇങ്ങനെയൊരു വാക്യമുണ്ട്. 'ഇന്ത്യൻ യൂണിയൻ ഒരു ലൗകിക (Secular) State ആണെന്നുള്ള നെഹ്റുവിന്റെ സ്വപ്നം നടപ്പിൽ വരണമെങ്കിൽ ആശാൻ ദുരവസ്ഥയിലും, മറ്റൊരു ഗദ്യ മഹാകവിയായ ബഷീർ തന്റെ ഒരു കഥയിലും നിർദ്ദേശിച്ചിട്ടുള്ള, മാർഗ്ഗം സാർവ്വത്രികമാക്കുന്നതിന് ഇന്നുള്ള സകല പ്രതിബന്ധങ്ങളും യൂണിയൻ ഗവൺമെന്റ് തട്ടിത്തകർക്കേണ്ടതാകുന്നു എന്നതാണ് ആ വാക്യം. വാക്യത്തിന്റെ അർത്ഥം എന്തുതന്നെയായാലും അതിൽ അദ്ദേഹം ഒരുപാട് കാര്യങ്ങൾ സാധിക്കാൻ ശ്രമിക്കുന്നു. പിന്നെ Secular എന്ന വാക്കിന് ലൗകികം എന്നുള്ള വളരെ ലൗകികമായ പരിഭാഷ കൊടുക്കുന്നു. എന്നാൽ Secular എന്ന പദം മതത്തിൽനിന്ന് അതീതമായ, മതത്തെ പെരുമാറ്റരീതികളിൽ സ്വീകരിക്കാത്ത മാർഗ്ഗം വേണമെന്നുള്ള ഇന്ത്യൻ ഭരണഘടനാ നിർമ്മാണ കാലത്തെ ആശയത്തെ, ആശാൻ എങ്ങനെ കണ്ടിരുന്നു എന്നുള്ളതാണ് പ്രസക്തം. വിവേകാനന്ദൻ, ഡോ.പൽപ്പു, വിവേകാനന്ദനും പൽപ്പുവുമായുള്ള ബന്ധം, വിമോചനത്തിനുള്ള അവർണ്ണന്റെ മാർഗ്ഗമെന്താണ് എന്നതിനെപ്പറ്റിയുള്ള ചർച്ചകൾ, ഇതെല്ലാം നടന്നതിന്റെ ഒരു ഫലമായിട്ടാണ് ഇവിടത്തെ അവർണ്ണരുടെ വിമോചനം തീർച്ചയായും മതത്തിനകത്തുകൂടിയാണ്

ഉണ്ടായിത്തീരേണ്ടത് എന്ന ബോധം അവർണ്ണ സമുദായത്തിൽ ഉണ്ടായിത്തീരുന്നുണ്ട്. മറ്റേതെല്ലാം, ക്രിസ്ത്യാനിയാവുക, ബുദ്ധമതക്കാരാവുക തുടങ്ങിയവയെല്ലാം വളരെ ചെറിയ മോഹങ്ങളും താൽപ്പര്യങ്ങളുമായിരുന്നു. അതുകൊണ്ട് ഇതിനകത്ത് നിന്നുകൊണ്ടുതന്നെ ഇതിനെ തോൽപ്പിക്കുക എന്നുള്ള സമാന്തര സാങ്കേതികവിദ്യ ശ്രീനാരായണൻ സ്വീകരിക്കുകയും, അദ്ദേഹം സമാന്തരമായ ക്ഷേത്രങ്ങളും, സമാന്തരമായ താന്ത്രികവിദ്യകളും, സമാന്തരമായ സംസ്കൃതവിദ്യാഭ്യാസവും സ്വീകരിച്ചുകൊണ്ട്, മതത്തിനകത്തുനിന്നു കൊണ്ടുതന്നെ മറ്റൊരു മതത്തിന്റെ നിർമ്മാണം ആരംഭിക്കുകയും ഒരു സന്യാസിയുടെ മാർഗ്ഗത്തിൽ Confrontation ന്റെ മാർഗം തിരസ്കരിക്കുകയുമാണ് ചെയ്തിട്ടുള്ളതെന്ന് നവോത്ഥാന ചരിത്രത്തിൽ നമുക്കറിയാം. ആക്രമണത്തിന്റെ മാർഗ്ഗത്തിൽ അയ്യങ്കാളി സ്വീകരിച്ചത് മറ്റൊരു മാർഗ്ഗമായിരുന്നു. ആക്രമണത്തിന്റെ ഒരു മാർഗ്ഗം ശാരീരികാക്രമണമാണെന്നും, അതിനെ ഭയപ്പെടാത്ത ഒരുദാർശനിക ചിന്തയും ഇല്ല എന്നും അയ്യങ്കാളിക്ക് അറിയാമായിരുന്നു. അടിയിലും വലിയ ഒടിയില്ല എന്നതാണ് ആ ചെറിയ തന്ത്രം. സ്വന്തം തട്ടകത്തു നിന്നുകൊണ്ടുതന്നെ ഹിന്ദുമതത്തിലെ ആഢ്യത്വത്തെ നേരിടുക എന്നുള്ളതും, അതിനപ്പുറത്തേക്ക് മാറി നിന്നു കൊണ്ട് ബൗദ്ധമാർഗ്ഗത്തിൽക്കൂടി (മിതവാദിപത്രം) കേരളത്തിലെ മുഴുവൻ ബുദ്ധപ്രതിമകളുടെയും ചിത്രങ്ങളും അവശിഷ്ടങ്ങളും തേടിയെടുക്കുകയും പ്രസിദ്ധപ്പെടുത്തുകയും കേരളത്തിന് ബൗദ്ധമായ ഒരടിത്തറയുണ്ടെന്ന് ലോകത്തെ അറിയിക്കുകയും ചെയ്തത് മിതവാദി കൃഷ്ണൻ വക്കീലിന്റെ പത്രപ്രവർത്തനമായിരുന്നു. ഒരു പക്ഷേ, അർണോസ് പാതിരിയും അദ്ദേഹത്തെ അനുകരിച്ചിരുന്ന ആളുകളും ചെയ്തിരുന്ന മറ്റൊരുമാർഗ്ഗം ക്രിസ്തുമതത്തിലേക്ക് അല്ലെങ്കിൽ മറ്റൊരു മതത്തിലേക്ക് പരിവർത്തനം ചെയ്യുകയും അങ്ങനെ വിമോചനം നേടുകയും ചെയ്യുക എന്നുള്ളതാണ്. ഇതിന് പ്രായോഗികമായ ചില തടസ്സങ്ങളുണ്ട്. അത് ഗുണ്ടർട്ട് പറഞ്ഞിട്ടുണ്ട്. ഗുണ്ടർട്ടിന്റെ ഉപദേശങ്ങൾ കേൾക്കാൻ ധാരാളം തീയരു വരുമായിരുന്നു. കൂട്ടത്തിൽ ഒന്നുരണ്ട് നമ്പ്യാന്മാരും വരുമായിരുന്നു. തീയനെ മതപരിവർത്തനം ചെയ്യിക്കാൻ എളുപ്പമാണ്. പക്ഷേ, നമ്പ്യാർ പറഞ്ഞതുകേട്ടാൽ എല്ലാം സമ്മതിക്കും. എന്നാൽ മതപരിവർത്തനത്തിന്റെ കാര്യം വരുമ്പോൾ മിണ്ടാതെ വീട്ടിലേക്ക് പോകും എന്നാണ്. നായർ മതപരിവർത്തനം ചെയ്യില്ലെന്നും നമ്പ്യാർ ചെയ്യില്ലെന്നും ബ്രാഹ്മണനും മിക്കപ്പോഴും ചെയ്യില്ല എന്നുമുള്ള ഗുണ്ടർട്ടിന്റെ തിരിച്ചറിവ് മതപരിവർത്തനത്തിലെ സ്ഥാപിതതാൽപ്പര്യങ്ങളുടെ പിടിമുറുക്കം വളരെ വലുതാണ് എന്ന് സൂചിപ്പിക്കുന്നു. നഷ്ടപ്പെടാനുള്ളവർ മതം

മാറ്റം അംഗീകരിക്കില്ല. മാനിഫെസ്റ്റോയിലെ വാക്യമാണ്. Nothing to lose, but fetters ' അയിത്തമല്ലാതെ, ജാതിയല്ലാതെ മറ്റൊന്നും നഷ്ടപ്പെടാനില്ലാത്തതുകൊണ്ട് തീയൻ മതം മാറുകയും, മറ്റുള്ളവർ മാറാതിരിക്കുകയും ചെയ്യും എന്നുള്ള ബോധം ഗുണ്ടർട്ടിനുണ്ടായിരുന്നു. അതുകൊണ്ട് ഗുണ്ടർട്ട് സാമാന്യജനങ്ങളുടെ ഭാഷ പഠിക്കുകയും, സാമാന്യജനങ്ങൾക്ക് വ്യാകരണമുണ്ടാക്കുകയും, സാമാന്യജനങ്ങളെ മതംമാറ്റാൻ ശ്രമിക്കുകയും, ഇതിന്റെ ഫലമായി മലയാള ഭാഷയെ പ്രോത്സാഹിപ്പിക്കാനല്ല, മലയാള ഭാഷയിൽ ഒരു നാട്ടുഭാഷയുടെ നിഘണ്ടുവും, വ്യാകരണവും ഉണ്ടാവുകയും ചെയ്തു. സാധാരണക്കാരന്റെ ഭാഷ പിടിച്ചെടുക്കുകയും അതിൽക്കൂടി സാധാരണക്കാരനെയും, സാധാരണഫാരനെ മാത്രമേ മതപരിവർത്തനം ചെയ്യിക്കാൻ പറ്റൂ എന്നു മനസ്സിലാക്കിയതിന്റെ ഒരു ഫലം അവരുടെ ഭാഷയ്ക്ക് വ്യാകരണവും, നിഘണ്ടുവും എഴുതാൻ ഇടയായി എന്നുള്ളതാണ്. വിദ്യയിൽ കൂടിവന്ന ഈ മാറ്റം, അറിവിന്റെ വ്യാപനം തീർച്ചയായും ഇവിടത്തെ hierarchyയെ, ജീവിതവ്യവസ്ഥയെ തകരാറിലാക്കുന്നു എന്നു നാമറിയുന്നു. ഒരു വലിയ പ്രദർശനത്തിലൂടെയാണ് വ്യാവസായിക വിപ്ലവം ആരംഭിച്ചത് എന്നു പറയാറുണ്ട്. (ലണ്ടനിലെ പ്രദർശനം) ഇവിടുത്തെ രണ്ടു പ്രദർശനങ്ങളിൽ ഒന്നു നടന്നത് കണ്ണൂരിലാണ്. ഇതിന്റെ അർത്ഥം, ആ രേഖകളിൽ പറയുന്നത് ഈഴവർക്കും തീയർക്കും സ്വന്തമായി ചില തുണ്ടാക്കാൻ കഴിയും എന്നാളുകളെ ബോധ്യപ്പെടുത്താനുള്ള ശ്രമമാണ് അത് എന്നാണ്. ഞങ്ങളിവിടെയുണ്ട് എന്നു പറയാനുള്ള ശ്രമമാണ് ഒരു പ്രദർശനം എന്നു പറയുന്ന വ്യാവസായിക പ്രസ്ഥാനം. ഒരുപ്രദർശനം വ്യക്തിത്വത്തെ ഊന്നിപ്പറയുകയും ഞാനാണിത് ഉണ്ടാക്കിയത് എന്നു പറയുകയും, ഒരുപുസ്തകത്തിന്റെ പുറത്ത് ഗ്രന്ഥകർത്താവിന്റെ പേര് എഴുതുകയും, ഗ്രന്ഥകർത്താവിന് അതിന്റെ കോപ്പി റൈറ്റ് ഉണ്ടായിത്തീരുകയും ചെയ്യുന്നത് വ്യക്തിത്വബോധത്തിന്റെ ഫലമാണ്. അതുകൊണ്ട് തീയർ ഇവിടെ ഉണ്ടെന്നും അവർ ചിലത് ഉണ്ടാക്കുന്നുവെന്നും ഇതു നിങ്ങൾ കണ്ടുകൊള്ളുക എന്നും പറയാനുള്ള ഒരു ശ്രമമായിട്ടാണ്, കുപ്പിവളകൾ വിറ്റഴിയുവാനുള്ള ശ്രമമായിട്ടല്ല കേരളത്തിൽ പ്രദർശനങ്ങൾ ഉണ്ടായത്. ഇത് ലോക വ്യവസായ സംസ്കാരത്തിന്റെ മുഖം ആയിരുന്നു എന്നു നാം കാണുന്നു. അതുകൊണ്ട് വ്യാവസായികമായ പ്രവർത്തനങ്ങളിൽ കൂടി മുന്നേറുവാനും ഇവിടത്തെ സവർണ്ണരും മറ്റും ഉണ്ടാക്കിയിരുന്ന കേരളത്തിന് ബദലായി പുതിയ ചില സാധനങ്ങൾ നമുക്ക് ഉണ്ടാക്കാൻ കഴിയും എന്നു പ്രഖ്യാപിക്കുകയും ചെയ്യുന്ന, നമുക്ക് പുതിയഭാഷ ഉണ്ടെന്നും ഈ പുതിയ ഭാഷയിൽ നാം മറ്റുള്ളവരോടൊപ്പം

എഴുത്തും എന്നും പറയാൻ കഴിയുന്ന ഒരു ഭാഷയുടെ വിപ്ലവം ഇതെല്ലാം ഇവിടുത്തെ തീയസമുദായവും മറ്റ് സമുദായങ്ങളും ഉണ്ടാക്കി എടുക്കുന്നുണ്ട്. ഇത് ഒരു സമാന്തര ഭാഷയും ഒരു സമാന്തര നിർമ്മാണ സൃഷ്ടിരീതിയും, ഒരു സമാന്തര മതപ്രവർത്തനവുമാണ്.

ആശാൻ തന്റെ എല്ലാ കൃതികളിലും മതത്തെ ഒരു ഉപകരണമാക്കിത്തീർക്കാൻ ശ്രമിക്കുന്നുണ്ട്. മതംകൊണ്ടുണ്ടാകുന്ന അവശതകളെ മതം കൊണ്ടുതന്നെ നിർമ്മാർജ്ജനം ചെയ്യുക എന്ന രീതി ആശാന്റെ കവിതകളുടെ സാമാന്യമായ ഒരു രീതിയാണ്. അതുകൊണ്ട് അദ്ദേഹം ഭക്തനാവുകയും, സംസ്കൃതം പഠിക്കാൻ ബാംഗ്ലൂർക്ക് പോവുകയും, സംസ്കൃതത്തിന്റെ കൂടെ അവിടെ എടുത്തിരുന്ന ഇംഗ്ലീഷ് ക്ലാസ്സുകൾ കാതോർക്കുകയും നമ്മുടേതിൽനിന്ന് വ്യത്യസ്തമായ ഒരു ഭാവന ലോകത്തിനുണ്ടെന്ന് മനസ്സിലാക്കുകയും ചെയ്യുന്നു. ഭാഷാഭൂഷണത്തിലോ, വൃത്തമഞ്ജരിയിലോ രസഗംഗാധരത്തിലോ ധ്വന്യാലോകത്തിലോ, പറയുന്നതിൽനിന്നും വ്യത്യസ്തമായ ഒരു ഭാവന ലോകത്തിൽ ഉണ്ട് എന്നും, ഒന്നിലധികം ഭാവനകൾ ഉണ്ട് എന്നുമുള്ള ബോധം, നിങ്ങൾക്ക് സങ്കൽപത്തിന് വേറെ മാർഗ്ഗമുണ്ടെന്ന ബോധം, തീർച്ചയായും ആശാൻ ബാംഗ്ലൂരിൽ നിന്നുമറിഞ്ഞ ഇംഗ്ലീഷ് ഭാവനയിൽ നിന്നു (ഷെല്ലിയുടെയും കീറ്റ്സിന്റെയും)മാണ് ഉണ്ടാക്കി എടുത്തത്. ഇത് ഭാവനയുടെ പുതിയ സാധ്യതയെക്കുറിച്ചുള്ള ബോധമാണെന്ന് നാമറിയുന്നു. ഇത് മറ്റൊരു ജീവിതത്തെക്കുറിച്ചുള്ള സാധ്യതാബോധം കൂടിയാണ്. ഇതാണ് അദ്ദേഹം കവിതയിൽകൂടി കൊണ്ടുവരാൻ ശ്രമിച്ചതും. അതിലൊരു ബോധം, ഒരു റൊമാന്റിക് ബോധം ഒരുപാട് കാലം ജീവിക്കുന്നതിനേക്കാൾ നല്ലത് കുറച്ചുകാലം ജീവിക്കുകയാണ് എന്നുള്ള, ഒരു പക്ഷേ നമ്മുടെ പാരമ്പര്യവിരുദ്ധമായ ഒരാശയമാണ്. നളിനി പെട്ടെന്ന് മരിക്കുന്നത്, ആശാന്റെ കഥാപാത്രങ്ങൾ പെട്ടെന്ന് മരിക്കുന്നത്, മരിക്കുന്നതിൽ കൂടി ജീവിക്കുന്നത് ഒരു സവിശേഷമായ റൊമാന്റിക് അന്തരീക്ഷത്തിന്റെ ഫലമായിട്ടാണ് എന്ന് ഇന്നു നാം മനസ്സിലാക്കുന്നു. കാരണം പാരമ്പര്യത്തെ അംഗീകരിക്കുന്ന, പഴമയെ അംഗീകരിക്കുന്ന, താടിക്ക് എത്രനീളം വയ്ക്കുന്നുവോ അത്രയും അറിവ് കൂടും എന്നുള്ള ചൈനീസ് ആദർശത്തെ അംഗീകരിക്കുന്ന ഒരു ജനതയാണ് ഏഷ്യൻ ജനത എന്നതിനാലാണ്. അതുകൊണ്ട് നാം പ്രായാധിക്യമുള്ളവരെ ബഹുമാനിക്കുകയും, പ്രയാധിക്യമുള്ളവർക്ക് പൊന്നാട ചാർത്തുകയും, അവർ പറയുന്നത് അനുസരിക്കുന്നതായി നടിക്കണം എന്നു തീരുമാനിക്കുകയും ചെയ്യുന്നു. ഇതിന്റെ രഹസ്യമായ ഒരർത്ഥം ഒരാളെ പൊന്നാട ചാർത്തിക്കഴിയുമ്പോൾ അയാൾ ഇല്ലാതായിത്തീരും

എന്നുള്ള മധുരമായ മോഹം തന്നെയാണ്. ഇതൊരു പ്രതീകാത്മകവധമാണെന്നു പറയാം. പഴയ ആദിവാസികൾ ഉപയോഗിച്ചിരുന്ന ഒരു ആഫ്രിക്കൻ മാർഗ്ഗം പ്രായമായവരെ മാവിൻമേൽ കയറ്റുക എന്നുള്ളതായിരുന്നു. പെട്ടെന്ന് തിരിച്ചിറങ്ങിയാൽ അയാളെക്കൊണ്ടുള്ള ശല്യം ഇല്ലാതായിത്തീരുന്നു. ഇതൊരു പ്രതീകരീതിയാണ്. സാമൂതിരിപ്പാടിന്റെ ചാവേറിന്റേയും മാമാങ്കത്തിന്റേയും അർത്ഥവും അതാണ്. റിട്ടയർമെന്റിന്റെ അർത്ഥവും അതുതന്നെയാണ്. അമ്പത്തഞ്ച് വയസ്സിന്റെ തർക്കം യുവാക്കളും വൃദ്ധന്മാരും തമ്മിലുള്ള തർക്കമാണ്. ഇത്തരത്തിലുള്ള തർക്കങ്ങൾ നമ്മുടെ നാട്ടിൽ പ്രായമുള്ളവർക്ക് അനുകൂലമായി അംഗീകരിക്കുകയും, പ്രായാധിക്യം അറിവിന്റെ ആധിക്യമായി കരുതുകയും ചെയ്തിരുന്ന കാലത്താണ് സെനിലിറ്റി എന്ന ആശയം പ്രചരിക്കുകയും നാൽപ്പത്തഞ്ചോ അമ്പതോ വയസ്സു കഴിഞ്ഞാൽ മനുഷ്യൻ ഒന്നിനും കൊള്ളാത്ത, എന്നാൽ ഭക്ഷിക്കുക മാത്രം ചെയ്യുന്ന വസ്തുവായി മാറും എന്ന അറിവാണ് തീർച്ചയായും റൊമാന്റിക് പ്രസ്ഥാനത്തിന്റെ പ്രധാനപ്പെട്ട ഒരു കാര്യം. അതുകൊണ്ട് വേഗം മരിക്കുക എന്നുള്ളത് ഒരു റൊമാന്റിക് ആദർശമാണ്. ആശാൻ തന്റെ കഥാപാത്രത്തെ വേഗം മരിക്കാൻ പ്രേരിപ്പിക്കുന്നു. ഉച്ചയ്ക്ക് മരിക്കണം എന്നത് നളിനിയിലെ ഒരു മുദ്രാവാക്യമാണ്. 'നിഴലായും മദ്ധ്യ വയസ്സിലും' നിഴലൊന്നുമില്ലാതെ നട്ടുച്ചക്ക് മരിക്കുക എന്നുള്ള റൊമാന്റിക് ആശയം നളിനിയിലുണ്ട്. ഇതു തന്നെയാണ് മോഹിനിയിൽ ചങ്ങമ്പുഴ കൊണ്ടുവരുന്നത്. ഇതെന്താണ് എന്ന് പൂർണ്ണമായി മനസ്സിലാക്കാൻ ശ്രമിക്കാതെ കുട്ടികൃഷ്ണമാരാരും മറ്റും ഒരു വഴക്കിന് പുറപ്പെടുകയും ചെയ്യുന്നു.

"അത്യനർഘമാം ഈമുഹൂർത്തത്തിൽ
ഉത്തമേ നീ മരിക്കണം"

ഈ വിവാദത്തിന്റെ ഫലമായിട്ടാണ് പിന്നീട് ലീലാവിവാദം കുട്ടികൃഷ്ണമാരാർ അവതരിപ്പിക്കുന്നത്. എപ്പോൾ മരിക്കണം, എങ്ങനെ മരിക്കണം എന്നുള്ളതിനെപ്പറ്റി ഒരു റൊമാന്റിക് ആശയമുണ്ട്. മരിക്കുവാനുള്ള മാർഗ്ഗങ്ങളിൽ ഒന്ന് ഉറങ്ങിക്കിടക്കുന്ന ഭർത്താവിനെ കഴുത്ത് ഞെരിച്ചു കൊല്ലുക എന്നുള്ളതാണ് എന്ന് ലീലയ്ക്ക് തോന്നിയെങ്കിൽ അതിൽ എന്താണ് തെറ്റ് എന്ന് മാരാർക്ക് തോന്നാൻ കാരണം 'മോഹിനി'യുടെ ഉദാഹരണമാണ്. കാല്പനികമായ മരണത്തെക്കുറിച്ചുള്ള ജീവിതബോധം ആകെയുള്ള ജീവിത ബോധത്തെ മാറ്റിതീർക്കുന്നുണ്ട്. ഇത് ആശാനെ വേട്ടയാടുന്ന ഒരാശയമാണ്.

"പിരിയേണമരങ്ങിൽ നിന്നുടൻ
ശരിയായ് കളിതീർന്ന നട്ടുവൻ"

എന്നുള്ളത് മരണം വളരെ അവസരോചിതം ആയിരിക്കണം എന്നുള്ള ആശാന്റെ ബോധത്തെക്കുറിക്കുന്നു. മരണം ഒരു ഹോബി യായിത്തുടങ്ങിയ സമയങ്ങളിൽ മരണം ജീവിതത്തെക്കുറിച്ച് കൂടുതൽ ബോധമുണ്ടാക്കുന്ന ഒരു സാധനമായിത്തീരുന്നു. ഇങ്ങനെയാണ് സീത തന്റെ മരണത്തിന്റെ ബിന്ദുവിൽനിന്ന്, തന്റെ ജീവിതത്തെക്കാണുന്ന അവസ്ഥയിൽ എത്തിച്ചേരുന്നത്. ഇതെല്ലാം ഭാരതീയ മതബോധത്തെ ചോദ്യം ചെയ്യുന്ന ആശയങ്ങളാണ്. ബുദ്ധമതവും ഹിന്ദുമതവും അംഗീ കരിക്കുന്ന പുനർജന്മ സിദ്ധാന്തം മരണത്തെ കാണുന്നത് വേറൊരു തരത്തിലാണ്. മരിക്കുകയും ജനിക്കുകയും വീണ്ടും മരിക്കുകയും വീണ്ടും ജനിക്കുകയും ചെയ്യുന്ന, ആവർത്തിച്ചുകൊണ്ടിരിക്കുന്ന ഔഷധമാണ് ജീവിതം എന്നുള്ള ആശയം, ഒരു ധാരണ അഥവാ തെറ്റിദ്ധാരണ ഹൈന്ദവ ബുദ്ധമതങ്ങൾക്ക് മൗലികമായി നില നിൽക്കുന്നു.

"പുനരപി ജനനം
പുനരപി മരണം
പുനരപി ജനനീ
ജഠരേ ശയനം"

എന്നാണത്. ഈ ആശയം ഷിക്കോഗോ പ്രസംഗത്തിൽ ഭാരതത്തി ന്റെ പ്രത്യേകതയായി വിവേകാനന്ദൻ എടുത്തുപറയുകയും ചെയ്യുന്നുണ്ട്.

പുനർജന്മത്തിലുള്ള സംശയം ആശാന് വരുന്നത് എ.ആർ.രാജരാ ജവർമ്മ മരിക്കുമ്പോഴാണ്. ജനിക്കണമെന്നുണ്ട്, എന്നാൽ ജനിക്കി ല്ലെന്നുറപ്പുണ്ട്. അവന്റെ ആത്മാവ് അന്തരീക്ഷത്തിൽ അലഞ്ഞുനടക്കു മെന്നും എപ്പോഴെങ്കിലുമൊരിക്കൽ തിരിച്ചുവരുമെന്നും ഇങ്ങനെ തിരി ച്ചുവരുമ്പോൾ, അപ്പോൾ ശരീരം ഉണ്ടായിരിക്കണമെന്നും, അതുവരെ ശരീരം കേടുകൂടാതെ വയ്ക്കണമെന്നും, കേടുകൂടാതെ വയ്ക്കാൻ കുടലെല്ലാം പുറത്തുകൊണ്ട് വന്നിട്ട് ശുദ്ധീകരിച്ച് mummify ചെയ്യണമെന്നുമുള്ള ആശയം നിലനിന്നിരുന്ന ഈജിപ്റ്റിലാണ് മമ്മികളും പിരമിഡുകളുമു ണ്ടായത്. അതിനുവേണ്ടിയാണ് ടൂട്ടൻഹാമിനെ കുടലൊക്കെ വാർന്നെടു ത്തിട്ട് സ്റ്റഫ് ചെയ്ത് സൂക്ഷിച്ചിരുന്നത്. എപ്പോഴെങ്കിലും അദ്ദേഹത്തിന്റെ ആത്മാവ് അന്തരീക്ഷത്തിൽ നിന്നുവന്നിട്ട് എവിടെ എന്റെ ശരീരം എന്നു ചോദിച്ചാൽ അത് കൊടുക്കുന്നതിന് വേണ്ടിയാണ് സൂക്ഷിക്കു ന്നത്. രാജാവിന് മാത്രമേ ശരീരം ആവശ്യമുള്ളൂ എന്നുള്ളതുകൊണ്ട് ഈ രാജാവിന്റെ ശരീരം ഇപ്രകാരം സൂക്ഷിക്കുന്ന ഒരവസ്ഥ ഉണ്ടായി ത്തീരുകയും ലോകോത്തരമായ പിരമിഡുകൾ ഉണ്ടായിത്തീരുകയും ചെയ്യുന്നു. മരണത്തെക്കുറിച്ചുള്ള ബോധം നമ്മുടെ ജീവിതത്തെയാകെ ബാധിക്കുന്ന ഒന്നാണ്. അതുകൊണ്ടാണ് മരിച്ചയാളുകൾക്ക് ഹിന്ദുക്കൾ

സ്മാരകങ്ങളുണ്ടാക്കാത്തത്. (നമ്മുടെ ധാരണകളെല്ലാം തെറ്റാണ്) റീത്തർപ്പിക്കാൻ നാം പോകാറുണ്ട്. ആശാൻ അതിനെതിരെയായിരുന്നു.

“ഭാവിയായ്ക്കുറ്റു ചിതാശവങ്ങളിൽ
പൂവുപോൽ, അശുഭനശ്വരങ്ങളാൽ”

എന്നാണ് ആശാൻ പറഞ്ഞത്. ചിതാശവങ്ങളിൽ പേരെഴുതി പൂവയ്ക്കുക എന്നുള്ളതാണ് ഇന്ന് നമ്മുടെ രീതി. ഇക്കാലത്തിനിടയ്ക്ക് പൂക്കളെപ്പറ്റിയുള്ള നമ്മുടെ സങ്കൽപത്തിന് ഒരുപാട് മാറ്റം വന്നിട്ടുണ്ട്. ഇത് പൂവിന് വന്ന മാറ്റമല്ല. ജീവിതത്തിനാകെ വരുന്ന മാറ്റത്തിന്റെ ഒരു ഭാഗം മാത്രമാണ്. മരിച്ചാൽ ജനിക്കും എന്നു വിശ്വസിക്കുന്നവന്റെ ബോധമല്ല മരിച്ചാൽ ജനിക്കില്ല എന്നു വിശ്വസിക്കുന്നവന്റെ മരണത്തെക്കുറിച്ചുള്ള ബോധം. മരിച്ചാൽ ജനിക്കില്ല എന്നുള്ളതിനാൽ ഷാജഹാൻ ഒരു താജ്മഹൽ ഉണ്ടാക്കുകയും ഒരു ലോകാത്ഭുതം കൂടിയിരിക്കട്ടെ എന്നു വിചാരിക്കുകയും ചെയ്തു. ഇത്തരം വിശ്വാസങ്ങൾ, പ്രരോദനത്തിൽ ചർച്ച ചെയ്യുമ്പോൾ മറ്റൊരിടത്തും കാണാത്ത വിധത്തിലുള്ള ഒരു അജ്ഞേയതാവാദിയുടെ രൂപം ആശാൻ കൈക്കൊള്ളുന്നു. ദുഃഖത്തിന്റെ മുന്നിൽ നിൽക്കുമ്പോൾ നിങ്ങളുടെ വിശ്വാസങ്ങൾ അലിഞ്ഞുപോകുന്നു എന്നാണതിനർത്ഥം. ഞായറാഴ്ചയോ ശനിയാഴ്ചയോ വൈകുന്നേരം ഒരുഗീതാക്ലാസ്സിലിരുന്നിട്ട്

“ജാതസ്യ ഹിഃ ധ്രുവോ മൃത്യുർ
ധ്രുവം ജന്മ മൃതസ്യച”

എന്നു പറഞ്ഞത് പുലരുവോളം വ്യാഖ്യാനിക്കാനുള്ള സ്വാതന്ത്ര്യമുണ്ട്. പക്ഷേ, അച്ഛൻ ചത്തുകിടക്കുമ്പോൾ അതിന്റെ മുമ്പിലിരുന്ന് ജാതസ്യോ: ധ്രുവോ മൃത്യം അച്ഛൻ ചത്തുപോട്ടെ എന്നു പറയാൻ കഴിയില്ല. തന്റെ ഗുരുനാഥൻ മുമ്പിൽ മരിച്ചുകിടക്കുമ്പോൾ, ഇത് മരണമാണെന്നും, തിരിച്ചുവരവുണ്ടാകാത്ത മരണമാണെന്നും ബോധ്യപ്പെടുകയും, മരണത്തിൽ തിരിച്ച് വരവുണ്ടെന്നുള്ള ബോധം മറ്റൊരു തരത്തിൽ സഞ്ചരിച്ച് കൊണ്ടിരിക്കുകയും ചെയ്തിരുന്ന ആശാന്റെ മസ്തിഷ്കത്തിൽ ഇതിനെപ്പറ്റിയുള്ള ആലോചന വരുകയും എല്ലാ തത്ത്വചിന്തകളുമായും പ്രരോദനത്തിൽ അദ്ദേഹം കലമ്പുകയും ചെയ്യുന്നു. ചിന്താലോകത്തിലെ ഒരു കലമ്പലിന്റെ ഫലമാണ് ‘പ്രരോദനം.’ എവിടെയാണ് എത്തേണ്ടത് എന്നതിനെപ്പറ്റി ആശാന് അത്ര ഉറപ്പുണ്ടായിരുന്നില്ല. അതുകൊണ്ട് അദ്ദേഹം എല്ലാ സാധ്യതകളിലും സഞ്ചരിക്കുകയും, മതപരമായ ഒരു അഗ്നോസ്റ്റിക് കാഴ്ചപ്പാട്, മരണത്തിന് മുന്നിൽ മനുഷ്യർക്കുണ്ടാകുന്ന അങ്കലാപ്പ് അതിൽ ചിത്രീകരിക്കുകയും ചെയ്യുന്നു. ഒരു പക്ഷേ

പാശ്ചാത്യരുടെ സങ്കൽപങ്ങൾ, മരണാനന്തര ലോകത്തെക്കുറിച്ചും, മരണാനന്തര ജന്മമില്ലായ്മയെക്കുറിച്ചുമുള്ള സെമൈറ്റ് സിദ്ധാന്തങ്ങളും മരിച്ചതിനു ശേഷം ജനിക്കുമെന്നുള്ള ഏഷ്യൻ സിദ്ധാന്തങ്ങളുമൊക്കെ കലർന്നിട്ടുള്ള ഒരു ചിന്താകലാപം ആശാന്റെ പ്രരോദനത്തിലുണ്ട്. മരണം ജനനം ഇതിനിടയ്ക്കുള്ള സ്ഥലത്തെക്കുറിച്ച് തീരുമാനിക്കുന്ന ഒരേർപ്പാടാണ് മതം എന്നു പറയുന്നത്. ജാതകകർമ്മം മുതൽ ഉദക ക്രിയവരെയുള്ള കാര്യങ്ങളെ പിടിച്ചെടുക്കുകയും അടക്കിഭരിക്കുകയും ചെയ്യുന്ന ഒരു സാധനമായിത്തീരുന്നു മതം. ഇതുരണ്ടും മനുഷ്യന്റെ ദുർബല ബിന്ദുക്കളാണ്. മരിച്ചു കിടക്കുന്ന സമയത്ത് ഇങ്ങനെയാണ് ബലിയിടേണ്ടതെന്നു പറഞ്ഞാൽ ബലിയിടുക തന്നെ, പിന്നെ പരാതി പറയാം എന്നാണ് പറയുക. അത്തരത്തിൽ ഏത് യുക്തിവാദിയെക്കൊണ്ടും ആ സമയത്ത് ബലിയിടിയിക്കാം. രോഗം വന്നാൽ മതം മാറ്റാം എന്നുള്ളത് അതിലൊരു കാര്യമാണ്. അതുകൊണ്ടാണ് മതം മാറ്റാൻ ഒരു മാർഗ്ഗം രോഗിയെ പ്രാപിക്കുകയാണ് എന്നുവരുന്നത്. അപകടം, രോഗം ഇവയുള്ള സ്ഥലങ്ങളിൽ പോയി കാവലിരുന്നിട്ട് മതം മാറ്റുക എന്നുള്ളതാണ് ആതുര ശുശ്രൂഷയുടെ രാഷ്ട്രീയം. ബുദ്ധമതക്കാരാണ് ഇത് ആദ്യം ചെയ്തത്, പിന്നീട് മിഷണറിമാരും. ഇവർ ദീനന്മാർക്ക് മുന്നിൽ ദയാലുക്കളായി പ്രത്യക്ഷപ്പെടുന്നു. അതുകൊണ്ടാണ് വാഗ്ഭടൻ അഷ്ടാംഗഹൃദയമെഴുതി കേരളത്തിൽ പ്രചരിപ്പിച്ചത്. മാംസാംശങ്ങളില്ലാത്ത ഔഷധങ്ങൾ ഉപയോഗിച്ച് ചികിത്സിക്കുന്ന ആയുർവ്വേദ പദ്ധതി കേരളത്തിൽ പ്രചരിക്കാൻ ഇടവരികയും ശുശ്രുത ചരക സംഹിതകൾ ഇവിടെ നിന്ന് നിഷ്കാസനം ചെയ്യുകയും ചെയ്യുന്നത് ബുദ്ധജൈന വിശ്വാസിയായിരുന്ന വാഗ്ഭടന്റെ വരവോടുകൂടിയാണ് എന്ന്, ആയുർവ്വേദ ചരിത്രകാരന്മാർക്കറിയാം. ബുദ്ധമതക്കാർ ഇവിടെ മതപ്രചരണം നടത്തിക്കൊണ്ടിരുന്ന കാലത്ത് അവരുടെ ഒരു പാഠം (മനുഷ്യബോധത്തെക്കുറിച്ചുള്ള) ഇവിടെ പ്രചരിക്കുകയും, ജീവൻ കൊടുക്കാനല്ലാതെ എടുക്കാൻ അവകാശമില്ലെന്ന ആദർശം പ്രചരിപ്പിക്കുകയും, എല്ലാ പശുക്കൾക്കും കുടിക്കാനുള്ള കൽത്തൊട്ടികൾ വഴിയരുകിൽ സ്ഥാപിക്കുകയും ജീവകാരുണ്യ പ്രവർത്തകരായിത്തീരുകയും ചെയ്യുന്നു. മതം നമ്മുടെ ആകെക്കൂടിയുള്ള ജീവിതഘടനയെ സ്വാധീനിക്കുന്നു. നാരായണീയം ഉണ്ടാകാൻ കാരണം പോലും രോഗമായിരുന്നു.

വാട്ടർലിപ്മാൻ ലോകത്തിലെ ഏറ്റവും പ്രശസ്തനായ പത്രപ്രവർത്തകനായിരുന്നു. ഇദ്ദേഹത്തിന്റെ പത്രപ്രവർത്തനത്തിന്റെ അടിസ്ഥാനം ഏതൊരു ചെറിയ കാര്യത്തിലും ലോകചരിത്രമുണ്ട് എന്നു കാണാനുള്ള കഴിവായിരുന്നു. ഒരു അപകടം റോഡിലുണ്ടായാൽ ആ റോഡ്

ആക്സിഡന്റ് ഒരു ആക്സിഡന്റ് അല്ല എന്നും every accident is a historical event എന്ന് കാണാൻ കഴിയുമ്പോൾ മാത്രമേ ഒരാൾ ചരിത്രകാരനായി തീരുന്നുള്ളൂ എന്നും അദ്ദേഹത്തിനറിയാമായിരുന്നു. ഏറ്റവും ചെറിയ സംഭവത്തിൽപോലും രാഷ്ട്രീയ സമഗ്രസാന്നിദ്ധ്യം ഉണ്ട് എന്നറിയുന്ന ഒരാൾ പത്രപ്രവർത്തകനാവുമ്പോൾ പത്രം വേറൊന്നാകുന്നു. ഇന്ത്യയിലെ തെരുവുകളിൽ പല തെരുവുകളിലും ആപൽസാധ്യതയുള്ള ബോർഡുകൾ വയ്ക്കുന്നതിനരുകിൽ മതം പ്രചരിപ്പിക്കുവാനുള്ള ആളുകളെ നിയോഗിച്ചിട്ടുണ്ട് എന്നുള്ളത് ഒരു രഹസ്യവാർത്തയല്ല. അപകടം പറ്റുമ്പോൾ ഒരാൾ പാവമായിത്തീരുന്നു, പാവത്തിനെ വിശ്വസിപ്പിക്കാൻ, പ്രത്യായനം ചെയ്യിക്കാൻ എളുപ്പമാണ്. മനുഷ്യന്റെ വൈവശ്യങ്ങൾ മതപരിവർത്തനത്തിന് സഹായമായി തീരും എന്നുള്ള ധാരണയെ ധിക്കരിച്ചു എന്നുള്ളത് ശ്രീനാരായണന്റെ പ്രവർത്തനത്തിന്റെ, ആക്രമണത്തിന്റെ ഏറ്റവും പ്രധാനപ്പെട്ട ഗുണമാണ്.

"അഭിമാനിനിയാം സ്വകാന്തയിൽ
കൃപയാൽ ദേവ! ഭവാൻ ക്ഷമിക്കുക"

എന്നാണ് ആശാന്റെ സീത രാമനോട് പറയുന്നത്. തനിക്കൊരു ചെറിയ ദൗർബല്യമുണ്ട് സ്ത്രീകൾക്ക് പണ്ട് ഇല്ലാതിരുന്ന (1920 കാലഘട്ടത്തിൽ ബംഗാളിലും മറ്റും ഉണ്ടായതായ ഒന്നിനെ അഭിമാനം എന്നാണ് പറയുക) ഒന്ന് തനിക്കുണ്ട് എന്ന് സീത രാമനോട് പറയുന്നതായി ആശാൻ പറയുന്നു. ഇതിനെയാണ് അഭിമാനം, അഹങ്കാരം, വ്യക്തിത്വം എന്നുപറയുക. അഭിമാനനാശത്തിനെ മോക്ഷം എന്നു പറയാറുണ്ടെങ്കിലും മേലാളന്മാരുടെ മുമ്പിലുണ്ടാകുന്ന അഭിമാനനാശം മോക്ഷമല്ലെന്നും, അഭിമാനമാണ് നമുക്ക് ഉണ്ടാകേണ്ടത് എന്നും പറയാനുള്ള ചരിത്രസാന്നിദ്ധ്യത്തെപ്പറ്റിയുള്ള ബോധം ആശാന് ഉണ്ടായിതീരുകയും ചെയ്യുന്നു.

"പാരതന്ത്ര്യം മാനികൾക്ക്
മൃതിയേക്കാൾ ഭയാനകം"

എന്നു പറയുമ്പോൾ 'മാനി' എന്നത് വെറും യാദൃച്ഛികമായ വാക്കായിട്ടല്ല ആശാൻ ഉപയോഗിക്കുന്നത്.

ടാഗോർ ഇവിടെ വന്നപ്പോൾ ആശാൻ സംസ്കൃതശ്ലോകമെഴുതി സമർപ്പിക്കുകയും അദ്ദേഹത്തിന് കഴിക്കാനായി മധുരപലഹാരങ്ങൾക്കു വേണ്ടി തിരുവനന്തപുരത്തേക്ക് പോവുകയും ചെയ്തു. എന്നാൽ ശ്രീനാരായണഗുരു തെങ്ങിന്റെ മാർദ്ദവമുള്ള മണ്ട ചെത്തി തന്റെ കിടക്കയുടെ അരുകിൽ സൂക്ഷിക്കുകയും ചെയ്തുവെന്ന് ചരിത്രം പറയുന്നു. ഇതിനെയാണ് സ്വപ്രത്യയസ്ഥൈര്യം, ആത്മാഭിമാനം എന്നു

പറയുന്നത്. പുറത്തുണ്ടാക്കുന്ന ഒരു പലഹാരത്തിലല്ല മറിച്ച് ഞാൻ എന്റെ നാടിന്റെ സ്വത്വത്തിൽ എന്റെ തൊഴിലിന്റെ സ്വത്വത്തിൽ, അഭിമാനിക്കുന്നു എന്നു പറയാനുള്ള, പറയാതെ പറയാനുള്ള കരുത്ത് അദ്ദേഹം കാണിക്കുകയും ചെയ്തു. മറ്റാർക്കും കഴിയാത്ത വിധത്തിൽ ഒരു സന്ന്യാസിക്കുമാത്രം കഴിയുന്ന വിധത്തിൽ എല്ലാ ആത്മാഭിമാനങ്ങളും ഉപേക്ഷിച്ചിട്ട് ഞാനാണ് ആത്മാവ് എന്ന ബോധമുണ്ടായിത്തീർന്ന ഒരാൾക്കുമാത്രം ചെയ്യാൻ കഴിയുന്ന രീതിയിൽ അദ്ദേഹം ടാഗോറിനെ സ്വീകരിക്കുകയും അദ്ദേഹത്തിന് തിന്നാൻ ഇങ്ങനെയൊരു കളിപ്പാട്ടം കൊടുക്കുകയും തിന്നിട്ട് ഇത് നല്ല മധുരം എന്ന് ടാഗോറിനെക്കൊണ്ട് പറയിക്കുകയും ചെയ്തു. ഈ സ്വത്വബോധം തീർച്ചയായും കേരളചരിത്രത്തെ മാറ്റിത്തീർക്കുന്ന ഒരു പ്രവർത്തനത്തിന്റെ അടിസ്ഥാനമായിരുന്നുവെന്നും, അതുകൊണ്ട് ഞാൻ ഞാനായിരുന്നുകൊണ്ട്, എനിക്ക് വിധിക്കപ്പെട്ട ജാതിയിലിരുന്നുകൊണ്ട് മതത്തിലിരുന്ന് കൊണ്ട് ഇതിനെയൊക്കെ തകർക്കും എന്നുമുള്ള ബോധത്തിലേക്ക് ശ്രീനാരായണ പ്രസ്ഥാനം എത്തിച്ചേരുന്നു. ഒരു ആഭ്യന്തര സ്ഫോടനംകൊണ്ട് എല്ലാ ചങ്ങലകളേയും പൊട്ടിക്കാം എന്ന ശ്രീനാരായണ ബോധത്തിന്റെ ഒരംശം ആശാനിലുമുണ്ടായിരുന്നു. അതുകൊണ്ട് സീതയെക്കൊണ്ട് തന്റെ മതത്തെത്തന്നെ വിമർശിക്കുകയും രാമനെ തെരഞ്ഞെടുത്തത്, രാമൻ ഇവിടെയല്ല ഉത്തരേന്ത്യയിലെ മതത്തിന്റെ പര്യായമായതുകൊണ്ടും, രാമനെ ചുറ്റിയാണ് എല്ലാ പ്രവർത്തനങ്ങളും നടക്കുന്നത് എന്നതുകൊണ്ടുമാണ്. രാമന്റെ ചര്യ ഒരു ജീവിതമാർഗ്ഗമാണ് എന്നു കരുതുകയും, രാമനെ അനുസരിക്കുക എന്നുള്ളത് ആദർശമനുഷ്യന്റെ ആദർശമാണ് എന്നുകരുതുകയും ചെയ്യുന്ന ഒരു സമുദായത്തിൽ രാമനെ പിളർക്കുകയും രാമന്റെ ചര്യകൾ അത്ര മര്യാദ ഉള്ളതായിരുന്നോ എന്നു ചോദിക്കുകയും ചെയ്യുമ്പോൾ ഇത് വളരെ സൂക്ഷ്മമായ ആഭ്യന്തര കലാപത്തിന്റെ അടയാളമായിത്തീരുകയും ചെയ്യുന്നു. മതത്തെ സംബന്ധിച്ച് ആശാന് പിന്നീട് കിട്ടിയ ബോധം ഇതായിരുന്നു. അതിനകത്തുനിന്നു തന്നെ സംസ്കൃതം കൊണ്ടു തോൽപ്പിക്കുക, തന്ത്രം കൊണ്ടു തോൽപ്പിക്കുകയാണ് ആശാന്റെ രീതി. ആശാന് ബംഗാളിലെ സഹജീയ പ്രസ്ഥാനവുമായി ബന്ധമുണ്ടോ എന്നു സംശയം തോന്നുന്ന ചില അംശങ്ങൾ അദ്ദേഹത്തിന്റെ കൃതികളിലുണ്ട്. സഹജീയം എന്നുള്ളത് ശരീരാരാധനയെ സൂചിപ്പിക്കുന്നു. അത് താന്ത്രികമതമാണ്. ഒരു മതത്തെ അതിനെത്തന്നെ തോൽപ്പിക്കാനുള്ള ഉപകരണമാക്കുക എന്ന ആശയം ആശാനിലൂടെ രൂപപ്പെട്ടുകയും ചെയ്യുന്നു.സ്ത്രീകൾക്ക് വസ്ത്രം ധരിച്ച് ക്ഷേത്രത്തിൽ പോകാം പുരുഷന് അങ്ങനെ പോയ്ക്കൂടാ

എന്നുള്ള ആദർശം എവിടെനിന്നുണ്ടായി എന്നു ചോദിക്കാൻ ഒരു കഥയെഴുത്തുകാരൻ മാത്രമേ ഉണ്ടായിട്ടുള്ളൂ. ഇത് വസ്ത്രത്തിന്റെ രാഷ്ട്രീയമാണ്.

വസ്ത്രം ധരിക്കുക എന്നുള്ളത് നാണം മറയ്ക്കുക എന്നുള്ളതിനു വേണ്ടിയല്ല പത്രാസു കാണിക്കുന്നതിന് വേണ്ടിയാണ്. അതുകൊണ്ടാണ് വസ്ത്രം മാറ്റുക എന്നുള്ളതിന് വിനയം കാണിക്കുക എന്നർത്ഥമുണ്ടാകുന്നത്. വസ്ത്രം നഗ്നത മറയ്ക്കാനുള്ളതാണ് എന്നുള്ളത് പിന്നീട് വന്ന ഒരു തെറ്റിദ്ധാരണയാണ്. ഒരാദിവാസി ധരിക്കുന്നത് കക്കകളും കൊമ്പുകളും തുവലുകളും മറ്റുമാണ്. കാരണം ഇവയെയൊക്കെ താൻ വകവരുത്തിയിട്ടുണ്ട്, തിന്നിട്ടുണ്ട് എന്നു കാണിക്കാനാണ് ഇപ്രകാരം ചെയ്യുന്നത്. നമ്മുടെ ഗുരുതരമായ objection കൊണ്ടാണ് നഗ്നതയെപ്പറ്റി പ്രബന്ധങ്ങളും പ്രസംഗങ്ങളും പി.എച്ച്.ഡി.കളുമൊക്കെ ഉണ്ടാകുന്നത്. എല്ലാം നഗ്നതയ്ക്കുവേണ്ടിയാണ് എന്നുള്ളത് തെറ്റായ ഒരു ധാരണയാണ്. 'ഒരു ഭഗവത്ഗീതയും കുറേ മുലകളും' എന്ന പുസ്തകത്തിൽ ബഷീർ അതൊരു വിഷയമാക്കുന്നുണ്ട്. അത് ശരീരം കാണാനുള്ള മോഹം കൊണ്ടാണെന്ന് 1960ൽ ഒരാൾ പറയുന്നത് ശരീരം കാണാൻ 1960ൽ അയാൾക്ക് മോഹമുള്ളതുകൊണ്ടാണ്. 1900ന് മുമ്പ് ഇത്തരം മോഹങ്ങൾ ആർക്കുമുണ്ടായിരുന്നില്ല, എല്ലാ ശരീരങ്ങളും എല്ലാവരും എപ്പോഴും കണ്ടുകൊണ്ടിരിക്കും. വസ്ത്രമെന്നത് ആഭിജാത്യത്തിന്റെ ഒരു അടയാളമായതുകൊണ്ട്, വിനയം കാണിക്കാൻ വസ്ത്രം നീക്കുക എന്നുള്ളത് വസ്ത്രത്തിന്റെ രാഷ്ട്രീയത്തിൽപ്പെട്ട ഒന്നാണ്.

ഇരിപ്പിടത്തിനും ഇതുപോലെ രാഷ്ട്രീയമുണ്ട്. അയ്യങ്കാളി പടയുണ്ടാകുന്നതിനും ഏതാണ്ടൊരു അറുപത് വർഷം മുമ്പ് കേസരി ബാലകൃഷ്ണപിള്ള എഴുതിയ ഒരു മുഖപ്രസംഗത്തിൽ (1930) പറയുന്നുണ്ട്. തന്റെ മുമ്പിലിരിക്കുന്ന കസാല ചൂണ്ടിക്കാണിച്ചിട്ട് ബ്രിട്ടീഷ് പ്രധാനമന്ത്രി ഒരിക്കൽ പറഞ്ഞത്, ഇത് ഇവിടത്തെ തൊഴിലാളി നേതാവ് ഇരുന്നിരുന്ന കസാലയാണ് ഇതിലിരിക്കാൻ നിങ്ങൾക്ക് അർഹതയുണ്ടോ എന്ന് ഒരു പ്രഭുവിനോട് ചോദിക്കുകയുണ്ടായി. തിരുവിതാംകൂർ രാജാവിന് തന്റെ മുമ്പിലിരിക്കുന്ന കസാല ചൂണ്ടിക്കാണിച്ചിട്ട് അയ്യങ്കാളി ഇരുന്ന കസാലയാണിത്. ഇതിലിരിക്കാൻ അർഹതയുണ്ടോ എന്ന് ഒരു സവർണ്ണനോട് ചോദിക്കാൻ തിരുവിതാംകൂർ രാജാവിന് ധൈര്യമുണ്ടോ എന്നു ചോദിക്കുന്നുണ്ട്. കസാല ആർക്കിരിക്കാനുള്ളതാണ് എന്നു ചോദിക്കുമ്പോൾ എല്ലാ കസാലകളേയും ചോദ്യം ചെയ്യുകയും ഇരിപ്പിടത്തിന്റെ രാഷ്ട്രീയം നമ്മുടെ മുന്നിലേക്ക് കൊണ്ടുവരികയും ചെയ്യുന്നു. മതത്തിന്റെ വിന്യാസക്രമങ്ങളും ഇങ്ങനെയാണ്.

ഗുരുവായൂർ സത്യഗ്രഹത്തിന്റെയുമൊക്കെ ഒടുവിൽ വരുന്ന ഒത്തുതീർപ്പ് നായർക്ക് മണിയടിച്ച് തൊഴാൻ അവകാശമില്ല, അതുവരെയുള്ള സ്ഥലത്തുപോയി ആരാധന നടത്താം എന്നുള്ളതാണ്. ദേവഭൂമിയിലേക്ക് പ്രവേശിക്കാനുള്ള അവകാശം ദീർഘകാലത്തെ പ്രവർത്തനങ്ങൾ കൊണ്ട് ഉണ്ടാക്കിയെടുത്തതാണ്. ഇത്തരത്തിലുള്ള ഒരു സമുദായ ക്രമത്തിൽ നിന്നതുകൊണ്ടാണ് ആശാൻ ഒരേ രീതി സ്വീകരിക്കാതിരുന്നത്, കവിതയിലും ജീവിതത്തിലും ആശാന്റെ മനസ്സിൽ സന്യാസ പ്രശ്നം പ്രബലമായിരുന്നു. മനുഷ്യന്റെ ഏറ്റവും ആദർശാത്മകമായ രൂപം സന്യാസമാണെന്നും, സന്യാസി തന്റെ ഏകാന്തമായ ജീവിതത്തിൽ കൂടി മോക്ഷം നേടുന്നു എന്നുമുള്ള വ്യക്തി വിമോചന ബോധവും തമ്മിലുള്ള ഒരു മത്സരം ഇവിടുത്തെ ഇന്ത്യൻ ദേശീയതയുടെ തുടക്കത്തിലെ പ്രധാനപ്പെട്ട ഒരു പ്രശ്നമായിരുന്നു. അതുകൊണ്ടാണ് വിവേകാനന്ദൻ പതിനാറുപേരുമായി ഹിമാലയത്തിൽനിന്നും താഴേക്ക് ഇറങ്ങുകയും നാട്ടുനീളെ നടക്കുകയും ചെയ്തത്. ഇവർ രാമകൃഷ്ണ മിഷൻ ഉണ്ടാക്കുകയും മോക്ഷം എന്നത് ഋഷികേശത്തുവെച്ച് സന്യാസിക്ക് കിട്ടുന്ന ഒരു സാധനമല്ലെന്നും, അത് ഒരു ജനതയ്ക്ക് കിട്ടുന്ന മോക്ഷമാണ് എന്ന Social salvationന്റെ ആശയം ഉണ്ടാക്കി തീർക്കുകയും ചെയ്തു. ഈ സംഘർഷം ആശാന്റെ നളിനിയിലും വീണപൂവിലും മറ്റു കൃതികളിലുമുണ്ടെന്ന് നാം കാണുന്നു.

"അന്യജീവനുതകി സ്വജീവിതം
ധന്യമാക്കുമമലേ വിവേകികൾ"

എന്നുള്ളതിൽ അദ്ദേഹത്തിന്റെ തീരുമാനം മാത്രമല്ല, ജീവിതത്തിന്റെ സംഘർഷമാണ് ഉണ്ടാക്കുന്നത്. അതുകൊണ്ട് വൈകിമാത്രം വിവാഹം കഴിക്കുകയും, ഒരു വിവാഹവും ഒരു പ്രസ്ഥാനവും, ഒരു കവിതയും ഒന്നിച്ചുകൊണ്ടുപോകാം എന്നും സ്ഥാപിക്കുകയും ചെയ്യുന്നു. ടാഗോറിനെപ്പോലെ. വിവാഹംകഴിച്ചാൽ കവിത ഉണ്ടാകില്ല എന്നത് പഴയ ഒരുചൊല്ലാണ്. വിവാഹം കഴിച്ചാൽ കവിത ഉണ്ടാകും, കവിത എഴുതുന്ന ആളിനും സെക്രട്ടറി ആവുകയുമാകാം. ഇത് ടാഗോറിൽ നിന്ന് അദ്ദേഹത്തിന് കിട്ടിയ ഒരാദർശമായിരുന്നു. ഇതുരണ്ടും കൂടി മുന്നോട്ടു കൊണ്ടുപോകാൻ തനിക്ക് കഴിയും എന്ന് ശ്രീനാരായണനോട് അദ്ദേഹം പറഞ്ഞിട്ടുണ്ട് എന്നൊരു കഥയുണ്ട്. ചെയ്യുന്നതെന്തും രാഷ്ട്രീയമാണെന്ന ബോധം നവോത്ഥാനകാലത്ത് പ്രബലമായിവരുന്നുണ്ട്. ഇത് ഭാഷയിലുണ്ട് വ്യാകരണത്തിലുണ്ട്, സ്ഥൂലബോധത്തിലുണ്ട്, കസാലകളിലുണ്ട്, എടുപ്പുകളിലുണ്ട്.

"വൃത്തവുമല്ല ചതുരവുമല്ലതി-
ലെത്തിനോക്കീട്ടില്ല ശില്പതന്ത്രം"

എന്നു പറയുമ്പോൾ അർത്ഥം വൃത്തവും ചതുരവും മാത്രമല്ല ശില്പത്തിലുള്ളത് എന്നാണ്. ഒരു ശില്പമെന്നതിന് ജീവിത ശില്പമെന്നാണ് സാമാന്യമായ അർത്ഥം. മനുഷ്യന്റെ ജീവിതം ഒരു വാസ്തുശില്പമാണെന്നും അത് പ്രത്യേക സ്ഥാനങ്ങളും കർണങ്ങളും ദിക്കുകളും കൊണ്ട് അടയാളപ്പെടുത്തപ്പെട്ടിട്ടുള്ളതാണെന്നും, അതുകൊണ്ട് ജീവിതം സുബദ്ധമായ ഒരു ഘടനയാണെന്നുമുള്ള ആർക്കിടെക്ച്ചറൽ ബോധം ആശാനുണ്ടായിരുന്നു. മിൽട്ടനെ നിരൂപണം ചെയ്യുമ്പോൾ പഴയ നിരൂപകന്മാർ പറഞ്ഞിരുന്നതാണിത്. കീറ്റ്സിനെപ്പറ്റി ഇപ്രകാരം പറയാറില്ല. കീറ്റ്സിനെപ്പറ്റി മുണ്ടശ്ശേരി പറയുന്നത് മൈനർ പോയറ്റ് എന്നാണ്. ഒരു കവിതയുടെ ഘടന ഒരു ശില്പമാണെന്നും ഒരു ജീവിതത്തിന്റെ ഘടന ഒരു ആർക്കിടെക്ച്ചറാണെന്നും, അതുകൊണ്ട് ആർക്കിടെക്ച്ചറിൽ ജീവിതത്തിന്റെ ഘടന അടങ്ങിയിരിക്കുന്നുവെന്നും ഇന്നു നാം മനസ്സിലാക്കുന്നു. നാലുകെട്ട് പൊളിക്കുമ്പോൾ നാം പൊളിക്കുന്നത് ഒരു ജീവിതത്തിന്റെ ഘടനയാണ് എന്നുള്ളതുകൊണ്ടാണ്, ഇതിനെ സൂക്ഷിക്കണം എന്നുള്ള റിവേഴ്സ് ഗിയറിലേക്ക് നമ്മുടെ ചരിത്രം മാറി തീർന്നിട്ടുള്ളത്. ഇത് ചരിത്രത്തിന്റെ പുതിയ ബോധമാണ്. ജീർണ്ണോദ്ധാരണം എന്നുള്ളത് വളരെ മനോഹരമായ ഒരു ജീർണ്ണപദമാണ്. ജീർണ്ണിച്ച് കൊണ്ടിരിക്കുന്നതെല്ലാം ഉദ്ധരിക്കുകയാണ് നമ്മുടെ ജീവിതത്തിന്റെ കടമ എന്ന് നമ്മെ ആരോ തെറ്റിദ്ധരിപ്പിച്ചു. അതുകൊണ്ട് കടലാസ്സല്ല താളിയോലകളാണ് നല്ലതെന്നും, താളിയോലയിലെഴുതിയ അബദ്ധം കടലാസ്സിലെഴുതിയ സുബദ്ധത്തേക്കാൾ നല്ലതായി മാറുകയും ചെയ്യുന്നു.

"ഇന്നലെ ചെയ്തോരബദ്ധം മൂഢർ
ക്കിന്നത്തെ ആചാരമാവാം
നാളത്തെ ശാസ്ത്രമതാവാം"

എന്ന് ആശാനെഴുതിയതിന്റെ റിവേഴ്സിലേക്ക് ഇന്ന് ചരിത്രം മാറിക്കൊണ്ടിരിക്കുന്നു. എല്ലാ നഗരങ്ങളിലും പർണ്ണശാലകളുണ്ടാക്കുകയും, പർണ്ണശാലകളിൽ പഴയ പർണശാലകളിലെന്നപോലെ മദ്യം വിളമ്പുകയും അവിടെ ഇരുന്ന് മദ്യം കഴിക്കുന്നത് വലിയ എടുപ്പുകളിലിരുന്ന് മദ്യപിക്കുന്നതിനെക്കാൾ സുഖകരമാണെന്ന് നമുക്ക് ബോധ്യമാവുകയും ചെയ്യുന്നു. മതത്തെ എങ്ങനെയെല്ലാം ഉപയോഗിക്കാം എന്നതിനെപ്പറ്റി ഒരുവിവേകാനന്ദവാക്യമുണ്ട്. വിവേകാനന്ദൻ പറഞ്ഞതെല്ലാം ശരിയായിരുന്നില്ല. ബുദ്ധൻ പാലിയിൽ ഉപദേശം കൊടുത്തത് തെറ്റാണെന്ന് അദ്ദേഹം പറയുന്നുണ്ട്. പാലിയിൽ പറഞ്ഞാൽ മനസ്സിലാവും

സംസ്കൃതത്തിൽ പറഞ്ഞാൽ മനസ്സിലാവില്ല. കഴിയുന്നതും മതപരമായ കാര്യങ്ങൾ മനസ്സിലാവാത്ത ഭാഷയിൽ പറയണമെന്ന അഭിപ്രായം അദ്ദേഹത്തിനുണ്ട്. എന്നാൽ അന്നേരം ശ്വാസം മുട്ടലാണ് വരിക എന്ന് കുംഭകം ശീലിച്ചവർക്ക് അറിയാവുന്ന കാര്യമാണ്. രാഷ്ട്രീയത്തി ലേക്കുള്ള എളുപ്പവഴി മതത്തിന്റെ കുറുക്കു വഴിയിലൂടെയാണ് എന്ന് വിവേകാനന്ദൻ പറഞ്ഞിട്ടുണ്ട്. എന്നാൽ, എല്ലാ കുറുക്കുവഴികളും നീളം കൂടിയ വഴികളാണെന്ന് നാം മനസ്സിലാക്കുന്നു. മതത്തിൽ കൂടി പോകുന്നത് വിമോചനത്തിനാണ് എന്നു പറയുന്നത് ശരിയാകണമെ ന്നില്ല അതുകൊണ്ടാണ് മതത്തിനകത്തു നിന്ന് അതിനെ തകർക്കാൻ ശ്രീനാരായണൻ ശ്രമിച്ചതെന്ന് ഇന്ന് നാം മനസ്സിലാക്കുന്നു. ആശാൻ ഈ മാർഗ്ഗത്തെ പലതരത്തിലും അനുകരിക്കുകയും അനുസരിക്കുകയും ചെയ്യുന്നു. അദ്ദേഹത്തിന്റെ കൃതികളിൽ ഇങ്ങനെതന്നെയാണ് അതു ണ്ടായത് എന്നുപറയുക പ്രയാസമാണ്. ബുദ്ധമതവുമായുള്ള സഹോദര്യ വും സ്നേഹവും പ്രകടിപ്പിക്കുന്ന അവസരത്തിൽതന്നെ അത് മറ്റൊരു ഇന്ദ്രിയത്തിന്റെ കളിയാണ് എന്നു പറഞ്ഞുകൊണ്ട്, എസ്.എൻ.ഡി.പി. ഇന്ദ്രിയം വച്ചുകൊണ്ട് താൻ ഹിന്ദുവാണെന്ന് ആശാൻ സ്ഥാപിക്കുക യും ചെയ്യുന്നു. ആശാന് രണ്ട് പ്രവർത്തനമുണ്ട്. ഒന്ന് ഭാവനയിൽ ഒരു ബുദ്ധമത അനുഭാവിയായി ഇരിക്കുകയും (ബുദ്ധമതത്തിന്റെ സമത്വം, ജീവകാരുണ്യം, ആതുരസേവനം, ജീവിതത്തിന്റെ കയങ്ങളെപ്പറ്റിയുള്ള ബോധം ഇവ വച്ചുപുലർത്തിക്കൊണ്ട്) അതേസമയം ബുദ്ധമതത്തിൽ കൂടി നമ്മുടെ വിമോചനത്തിന് മാർഗ്ഗമില്ലെന്ന് തിരിച്ചറിയുകയും, ഹിന്ദുമതത്തിനകത്തു നിന്നുകൊണ്ട് ഹിന്ദുമതത്തെ തിരുത്തുകയാണ് ശരി എന്ന ആദർശത്തിൽ എത്തിച്ചേരുകയും ചെയ്യുന്നു. അതാണ് അദ്ദേഹത്തിന്റെ ഔദ്യോഗിക ജീവിതത്തിന്റെ അർത്ഥവും ഔദ്യോഗി കമല്ലെന്ന് അദ്ദേഹം തന്നെ പറഞ്ഞിട്ടുള്ള കവിതയുടെ, ലോകത്തിന്റെ അർത്ഥവും. ചണ്ഡാലഭിക്ഷുകിയിലെ ഭിക്ഷുകി നടന്നെത്തുന്ന സ്ഥലം ആശാന്റെ ഉട്ടോപ്പിയയാണെന്നു പറയാം. അത് ദുരവസ്ഥയിലെ സ്ഥ ലമല്ല. ദുരവസ്ഥയിൽ കൃത്യമായ പരിമിതി അതിനുണ്ട്.

"ക്രൂരമഹമ്മദർ ചിന്തുന്ന ഹൈന്ദവ
ച്ചോരയാൽ ചോന്നെഴും ഏറനാട്ടിൽ"

എന്നു പറയുന്ന ആശാൻ 'മതപരിവർത്തനരസവാദ'ത്തിൽ, ലോകത്തിലെ ഏറ്റവും സാഹോദര്യവും സമത്വവും ഉള്ളമതം ഇസ്ലാമാണ് എന്ന് പ്രസിദ്ധമാണല്ലോ എന്നു പറയുകയും ചെയ്യുന്നു. ഇത് ഒരു സിഗ്നൽ തകരാറുകൊണ്ടാണ് സംഭവിച്ചത് എന്നു പറയാ വുന്നതാണ്. ഒരു വിമോചനത്തിന് താൻ ജനിച്ചു വളർന്ന മതത്തെ

ഉപാധിയാക്കിത്തീർക്കുകയും, തിരുവനന്തപുരത്ത് പഴയ ഔദ്യോഗിക സഹൃദയരോട്, തന്നെ ചെറിയ കവി എന്നു വിളിച്ചവരെക്കൊണ്ട് മഹാകവി എന്നു വിളിപ്പിച്ചേക്കാം എന്നു പറഞ്ഞു പോവുകയും ചെയ്ത ആശാന്റെ ധിക്കാരം, സ്വപ്രത്യയസ്ഥൈര്യം മറ്റ് പ്രവർത്തനങ്ങളിലും നിറഞ്ഞുനിൽക്കുകയും ചെയ്യുന്നുണ്ട്. ആശാന്റെ കൃതികളിൽ വൈദർഭിയുടെ സ്വച്ഛത, കാളിദാസീയമായ സ്വച്ഛത നിറഞ്ഞുനിൽക്കുകയും വളരെ സ്വതന്ത്രമായ ആഖ്യാനശൈലി സ്വീകരിക്കുകയും ചെയ്യുന്നു. സംസ്കൃതത്തിലും, കവിതയിലും, പ്രവർത്തനങ്ങളിലും ആരെക്കാളും മുകളിൽ നിൽക്കാൻ കഴിയും എന്ന തെളിയിക്കൽകൊണ്ട് ആശാൻ നമ്മുടെ ചരിത്രത്തെ ചോദ്യംചെയ്യുന്നു.

അലക്സാണ്ടർ എങ്ങനെയാണ് മഹാനായിത്തീർന്നത് എന്നു സ്ഥാപിക്കുക എന്നൊരു ചോദ്യം ചോദിച്ചാൽ, അതിൽ ഉത്തരവും അടങ്ങിയിട്ടുണ്ട്. അലക്സാണ്ടർ മഹാനാണ് എന്നത് അതിന്റെ ഭാഗമാണ്. അലക്സാണ്ടർ മഹാനായത് ഒരുപാട് ആൾക്കാരെ കൊന്നിട്ടാണ്. ഒരുദിക്കിൽ മാത്രമല്ല ലോകം മുഴുവൻ നടന്ന് ആൾക്കാരെ കൊല്ലണം എന്ന് അദ്ദേഹം തീരുമാനിച്ചതിലൂടെയാണ്. പിന്നീട് അദ്ദേഹത്തിന്റെ പട്ടാളക്കാർക്ക് ഭക്ഷണക്ഷാമം ഉണ്ടാവുകയും ഉദരരോഗങ്ങൾ വരുകയും ചെയതപ്പോൾ ഏറെ വിഷണ്ണനായിട്ട് ലോകത്തെ ഉപേക്ഷിക്കുകയും തന്റെ നാട്ടിലേക്ക് തിരിച്ചുപോവുകയും ചെയ്തു എന്നാണ് കഥ. ഇതൊരു മഹത്വമാണ്. അശോകൻ ഒരുപാട് പേരെ കൊന്നു ഒടുവിൽ ചോര കണ്ട് തലചുറ്റുകയും ബുദ്ധമതം സ്വീകരിക്കുകയും ചെയ്തു എന്ന് കലിംഗ യുദ്ധത്തിന്റെ കഥ. മഹത്വത്തെ എങ്ങനെ അളക്കാം എന്നുള്ളത് ഓരോ കാലത്തേയും അനുസരിച്ചാണ് സ്വീകരിക്കുന്നത്. ആശാനെ സംബന്ധിച്ച് മതം വിപ്ലവത്തിന് ഒരു ഉപകരണമായിത്തീരുകയും ചെയ്യുന്നുണ്ട്. മതത്തെ നശിപ്പിക്കാനുള്ള മാർഗ്ഗം, മതത്തെ സാർവജനീനമാക്കുവാനുള്ള മാർഗ്ഗം മതത്തിൽ തന്നെയുണ്ട് എന്ന ബോധം അദ്ദേഹം നിരന്തരം പ്രകടിപ്പിക്കുന്നുണ്ട്. ഇതിനെയാണ് ധർമ്മശാസ്ത്രങ്ങളുടെ പുനർ വായന എന്നു പറയുന്നത്.

'സ്മൃതികളാൽ കോട്ടകെട്ടി' എന്നു പറയുമ്പോൾ അതൊരു ബന്ധനമാണ്, മാർഗ്ഗമല്ല എന്നറിയുക. ഒരു സ്മൃതി ഒരു രക്ഷാകവചമാണെന്നും, മതിൽക്കെട്ടാണെന്നും, എല്ലാ മതിൽക്കെട്ടുകളും ദുർബലന്മാരെ, നീചന്മാരെ സംരക്ഷിക്കാനുള്ളതാണ് എന്നും അതുകൊണ്ട് സ്മൃതിയും അങ്ങനെയുള്ളതാണെന്ന സൂചനയാണ് സരളമായി ആശാൻ തരുന്നത്. എല്ലാകോട്ടകളിലും താമസിക്കുന്നത് ഭീരുക്കളാണെന്നും കശ്മലന്മാരാണെന്നുമുള്ള അറിവ് ആശാനുണ്ടായിരുന്നു.സ്മൃതി ഒരു

വലയമാകുന്നു. സിദ്ധാന്തങ്ങളുടെ വലയം. ഭാഷയുടെ വലയം വ്യാകരണത്തിന്റെ വലയം, അലങ്കാരങ്ങളുടെ വലയം. 'വാടാ' എന്നു പറയുന്നതിന് പകരം 'വന്നാലും' എന്നുപറയുന്നതിൽ ഒരു വലിയ രാഷ്ട്രീയമുണ്ടെന്ന് പത്തനംതിട്ടക്കാരൻ മൂലൂർ പത്മനാഭപണിക്കരാണ് നമുക്ക് കാണിച്ചുതന്നത്. പണിക്കരെ 'പണിക്കൻ' എന്നു വിളിക്കാതെ 'പണിക്കർ' എന്നു വിളിക്കുന്നത് എന്തുകൊണ്ട് എന്നു ചോദിച്ചപ്പോൾ എന്തുകൊണ്ടാണ് ഒറ്റയാനായ വാരിയനെ 'വാര്യർ' എന്നു വിളിക്കുന്നത് എന്നു തിരിച്ചു ചോദിക്കാൻ ഈ നൂറ്റാണ്ടുകളിലൊന്നും മറ്റാർക്കും സാധിച്ചിട്ടില്ല. ഇതാണ് വ്യാകരണത്തിന്റെ രാഷ്ട്രീയം. വളരെ ചെറിയ ചോദ്യമാവാം, എന്നാൽ സ്ഫോടനാത്മകമായ ചോദ്യമാണ്. സംസ്കൃതത്തിലെ ക്രിയാരൂപങ്ങളെല്ലാം തന്നെ യാതൊരു ക്രിയയും ചെയ്യാത്തവരെ സംരക്ഷിക്കാനുള്ള മാർഗ്ഗമാണ് എന്നു തിരിച്ചറിയുമ്പോൾ നാം ആ വ്യാകരണത്തേയും ചോദ്യം ചെയ്യുകയാണ് ചെയ്യുന്നത്. നിരന്തരമായ വെല്ലുവിളികൾ നടത്തിയ വ്യക്തിയായിരുന്നു കുമാരനാശാൻ. ഒരു സ്ഥാപനത്തിന്റെ, ഒരു പ്രസ്ഥാനത്തിന്റെ, ഒരു ശരീരത്തിന്റെ, ഒരു ഭാഷയുടെ, ഒരു ഭാവനയുടെ അകത്തിരുന്നുകൊണ്ട് അതിനെയൊക്കെ വെല്ലുവിളിക്കുമ്പോൾ, പുതിയ സ്ഥാപനവും, പുതിയ പ്രസ്ഥാനവും, പുതിയ ശരീരവും, പുതിയ ഭാഷയും, പുതിയ ഭാവനയുമാണ് സൃഷ്ടിക്കുന്നത്. ദൃഢമായ ശരീരത്തിൽ ഏറെക്കുറെ ദൃഢമായ ആശയങ്ങൾ ഉണ്ടാകുമെന്ന് ആശാന് അറിയാമായിരുന്നു. ഗീത വായിക്കുന്നതിനേക്കാൾ നല്ലത് പന്തുകളിക്കുകയാണെന്ന് വിവേകാനന്ദൻ പറഞ്ഞത് ഈ അർത്ഥത്തിലാണ്. അതുകൊണ്ടാണ് അയ്യങ്കാളി നല്ലപോലെ ഭക്ഷണം കഴിക്കുകയും മസ്സിൽകാട്ടി സവർണ്ണരെ ചോദ്യം ചെയ്യുകയും ചെയ്തത്. ഇതും വിവേകാനന്ദൻ പറഞ്ഞതാണെന്നു പറയാം? എല്ലാം വിവേകാനന്ദൻ പറഞ്ഞതാണെന്ന് നാം പറഞ്ഞു നടക്കുന്നു. ഏറെ കഷ്ടപ്പാടുകൾ സഹിച്ചാണ് അദ്ദേഹം അമേരിക്കയിൽ ഹിന്ദുമതത്തെപ്പറ്റി പ്രസംഗിച്ച് നടന്നത്. അത്തരത്തിൽ, ദയനീയനെങ്കിലും ധീരനായ ഒരു വിവേകാനന്ദനെ നാം തിരിച്ചറിയുന്നില്ല. ഇറ്റാലിയൻ മാസ്റ്റേഴ്സിന്റെ ചിത്രങ്ങൾ വരച്ച് വിൽക്കുന്നത് നോക്കി നിൽക്കുമ്പോൾ, ഒരു ചിത്രമെടുത്തോളാൻ വിൽപ്പനക്കാരൻ പറഞ്ഞപ്പോൾ വിവേകാനന്ദൻ പറഞ്ഞത്, ഇതു താൻ വാങ്ങിയാൽ ഇതിന്റെ ഉടമയാകും കാഴ്ചക്കാരനാവുകയില്ല എന്നാണ്. ഇത് ഉടമാവകാശത്തിനെതിരായ ഒരു കലാപമായിരുന്നു.

ഇങ്ങനെ കാണുവാനുള്ളതാണ് ചിത്രം എന്നുള്ള ബോധമുണ്ടായിരുന്ന വിവേകാനന്ദനെ നാം മറക്കുന്നു. അറിവ് നേടാനുള്ളതാണെന്നും അറിവ് പ്രവർത്തിക്കാനുള്ളതാണെന്നും, ലോകം

കാണാനുള്ളതാണെന്നുമുള്ള ബോധമുണ്ടായിരുന്ന വിവേകാനന്ദനെപ്പറ്റി നാം മറക്കുകയും മറ്റു ചിലകാര്യങ്ങൾമാത്രം ഓർത്തുകൊണ്ടിരിക്കുകയും ചെയ്യുന്നു. കേരളം ഭ്രാന്താലയം എന്ന് പറയിച്ചത് ഒരു തോന്നൽ മാത്രമാണ്. ബീഹാറിനെക്കാളും ഭ്രാന്താലയമല്ല കേരളം, അന്നും ഇന്നും.

മതത്തിനകത്തുള്ള അനുഭവങ്ങളെ സിദ്ധാന്തങ്ങളെ എല്ലാം തന്നെ, അതിനകത്തുനിന്നും പുറത്തുകടക്കാനുള്ള, സാർവജനീനമായ മനുഷ്യത്വത്തിലേക്കുള്ള മാർഗ്ഗമായി മാറ്റിത്തീർക്കാനുള്ള ശ്രീനാരായണന്റെ ശ്രമത്തിന്റെ ഭാഗം തന്നെയാണ് ആശാനിലും കാണുന്നത്. ഒരാളെ റഡ്യൂസ് ചെയ്ത് അയാളുടെ കുലം, അറിവ്, മാനം, ഭാഷ, മഹിമ ഇവയെല്ലാം ചെറുതാക്കിയെടുക്കാം.

"കഷ്ടം! ധനാഢ്യവലിപ്പമോ പ്രഭുതയോ
സജ്ജാതിയോ വംശമോ"

എന്നതിന്റെ അർത്ഥം ഇതെല്ലാം കഴിഞ്ഞാൽ നാം ഒരു പിടി ചാരമായി തീരുന്നു എന്നാണ്. മഹാത്മാക്കളെ കത്തിച്ചാൽ ചാരം വിൽക്കാം എന്നതല്ലാതെ കൂടുതൽ ചാരം ഉണ്ടാകും എന്നതിന് ഒരു തെളിവും ഇതുവരെയില്ല. ചുടലക്കളം അദ്ധ്യാത്മ വിദ്യാലയമാണെന്ന് പറയാൻ കാരണം അതൊരു റിഡക്ടീവ് രീതി എന്നതിനാലാണ്. കത്തുന്നതിന് അങ്ങനെ പറയില്ല. ഇതൊരു തെറ്റായ കെമിസ്ട്രിയാണ്. എല്ലാം ചാമ്പലാവുമ്പോൾ അത് മനുഷ്യ സമത്വത്തിലേക്ക് എത്തിച്ചേരണമെന്നും, മരണം സമത്വത്തിന്റെ ഒരു മുന്നറിയിപ്പാണ് എന്നും ആശാൻ മനസ്സിലാക്കിയിരുന്നു. ഈ അനുഭവത്തിൽ മനുഷ്യന്റെ ഏകത്വത്തെക്കുറിച്ചും, സാമാന്യതയെക്കുറിച്ചും, മനുഷ്യൻ ഒരു ജാതിയാണെന്നുമുള്ള ശ്രീനാരായണന്റെ ബോധങ്ങൾ കാണുകയും ചെയ്യുന്നു. ശ്രീനാരായണനാണ് വളരെ ശക്തമായി, സരളമായി, അനിഷേധ്യമായി ഈ ആശയം നമ്മുടെ നാട്ടിൽ പറയുന്നത്. നമുക്കൊക്കെ പറയാൻ കഴിയാത്ത ഒരു കാര്യം, ഒരുപക്ഷേ, നമുക്കറിയാമെന്ന് നാം ധരിക്കുന്ന ഒരു കാര്യം, അണ്ണാന് അണ്ണാന്റെ ജാതിയുള്ളതുപോലെ പശുവിന് പശുവിന്റെ ജാതിയുള്ളതുപോലെ മനുഷ്യൻ ഒരുജാതിയാണെന്നു പറയുവാനുള്ള ധൈര്യം 1900ത്തിനു ശേഷമേ കേരളത്തിലൊരാൾക്കുണ്ടാകുന്നുള്ളൂ എന്നത് നമ്മുടെ ചരിത്രത്തിന്റെ ഒരു തമാശയാണ്. ഇത്തരത്തിൽ മനുഷ്യന്മാരുടെ മനുഷ്യത്വത്തെ ജാതിയായി ചെറുതാക്കികൊണ്ടുവരുന്ന ഏകത്വത്തെക്കുറിച്ചുള്ള ബോധം, ലോകത്തെവിടെയുമുള്ള നവോത്ഥാനാശയങ്ങളിൽ ഉയർന്നു നിന്നിട്ടുള്ളതും എന്നാൽ നടപ്പാക്കിയിട്ടില്ലാത്ത ഒരാശയം മനുഷ്യസമത്വത്തെക്കുറിച്ചും ഓരോ മനുഷ്യനും ഒരു വ്യക്തിത്വമുണ്ട് എന്നതിനെക്കുറിച്ചുമുള്ള ബോധമായിരുന്നു. ഇത്തരത്തിൽ

മതത്തിനകത്തുനിന്നുകൊണ്ട് മതത്തെ മറികടക്കാനും സാർവജനീന മനുഷ്യത്വത്തിലേക്ക് എത്തിച്ചേരുവാനും കഴിയും എന്നുള്ള പലമുഖങ്ങളുള്ള പരീക്ഷണങ്ങളുമായിട്ടാണ് ആശാൻ തന്റെ കവിതയിൽ കൂടി സഞ്ചരിച്ചത്. അത് ഒരു വഴിയല്ല, ഒരുപാട് സംശയങ്ങളുടെയും, സംഘർഷങ്ങളുടെയും, അന്തഃക്ഷോഭങ്ങളുടെയും കഥയാണ്. ഒരു പക്ഷേ, അദ്ദേഹത്തിന്റെ ആത്മകഥയാണ് എന്നു പറയാം. നാം ചെയ്യാത്ത കാര്യങ്ങൾ നാം ചെയ്തതായി എഴുതുകയും നല്ല ബയന്റിടുകയും ചെയ്യുന്ന ഒരു സാധനത്തിനെയാണ് ആത്മകഥ എന്ന് ഇന്ന് പറയുന്നത്. എന്നാൽ ഒരു മനുഷ്യന്റെ അന്തഃസംഘർഷത്തിന്റെ ആഭ്യന്തര സഞ്ചാരത്തിന്റെ, മാനസിക സഞ്ചാരത്തിന്റെ വിക്ഷേപങ്ങളുടെ, ആരും കാണാത്തതും താൻ മാത്രം കാണുന്നതുമായ കഥപറയാനുള്ള ഒരു മാർഗ്ഗമായിട്ട് കുമാരനാശാൻ തന്റെ കവിതയെ ഉപയോഗിച്ചിരുന്നു. അതുകൊണ്ടുതന്നെയാണ് ആശാൻ കാവ്യകലയെക്കുറിച്ച് ഒരു കവിത എഴുതിയത് എന്ന് നാമിന്ന് മനസ്സിലാക്കുന്നു. ചുരുക്കത്തിൽ, പുറത്തുപറയാത്തതും പുറത്തുസംഭവിക്കാത്തതുമായ അന്തഃസംഘർഷത്തിന്റെയും ആത്മസഞ്ചാരത്തിന്റെയും കഥകൾ ആശാൻ കവിതയിൽ പറഞ്ഞ് എത്തിക്കുന്നു. ഇതുരണ്ടും ചേരുമ്പോൾ പൂർണ്ണമായ ഒരു വ്യക്തിത്വവുമായിത്തീരുന്നു.

പ്രകൃതിപാഠങ്ങൾ

ആശാന്റെ കവിവ്യക്തിത്വം

കുമാരനാശാന്റെ കവിതയെക്കുറിച്ച് കേരളത്തിൽ പഠനങ്ങൾക്ക് തീർച്ചയായും ക്ഷാമമില്ല. കുമാരനാശാന്റെ കവിതയെ ഒരുപക്ഷേ മറ്റൊരുതലത്തിൽ നോക്കിക്കാണാനുള്ള ഒരു ചെറിയ ശ്രമം നമുക്കും നടത്താവുന്നതാണ്. എല്ലാവർക്കും നടത്താവുന്നതാണ്. കുമാരനാശാന്റെ ജീവിതത്തെയും അദ്ദേഹത്തിന്റെ കൃതികളേയും കുറിച്ച് എരിശമകൾ അദ്ദേഹത്തിന്റെ കാവ്യലോകം നമുക്ക് മുമ്പിൽ നിരത്തുന്ന പ്രഹേളികകൾക്ക് ഭാഗികമായിട്ടെങ്കിലും ചില ഉത്തരങ്ങൾ കിട്ടാൻ കഴിയുമോ എന്നന്വേഷിക്കുക തീർച്ചയായും നിഷ്പ്രയോജനമായ ഒരു പ്രവൃത്തിയല്ല. ആശാന്റെ കാവ്യവ്യക്തിത്വത്തിലെ ഒരു പ്രധാനപ്പെട്ട സവിശേഷത അദ്ദേഹം മലയാള കവിതയിലെ റൊമാന്റിക് കാലഘട്ടത്തിന്റെ വെള്ളിനക്ഷത്രമായി ചിത്രീകരിക്കപ്പെട്ടുകയും, അദ്ദേഹത്തിന്റെ കവിതകൾ പലപ്പോഴും ക്ലാസ്സിസിസ്റ്റ് കവിതകളായി വിവരിക്കപ്പെട്ടുകയും, കുമാരനാശാന്റെ കവിതകളിൽ ഗണ്യമായതോതിൽ അർത്ഥാന്തരന്യാസങ്ങൾ നിറഞ്ഞിരിക്കുകയും, അദ്ദേഹത്തിന്റെ കവിതയിൽ 'ഡൈഡാക്റ്റിസിസം' വളരെ പ്രബലമായിരിക്കുകയും ചെയ്യുന്നു എന്നുള്ളതാണ്. ഇത് ആശാന്റെ കവിതയെ സംബന്ധിച്ചിടത്തോളം ഒരു പ്രശ്നമാണ്. അതായത് അദ്ദേഹത്തിന്റെ കവിതയിലെ റൊമാന്റിക് എലിമെന്റും അദ്ദേഹത്തിന്റെ കവിതയിലെ ഡൈഡാക്റ്റിക് എലിമെന്റും എങ്ങനെ ഒത്തുപോകുന്നു എന്നുള്ളത് ഏറെക്കുറെ പരസ്പരവിരുദ്ധമായ ഈ കാര്യങ്ങൾ ആണ്. അതായത് ഡൈഡാക്റ്റിസിസം എന്നത് അനുഭവങ്ങളെ സംബന്ധിച്ച ഒരു വ്യാകരണവും റൊമാന്റിസിസം അനുഭവങ്ങളെ സംബന്ധിച്ച അവ്യാകൃതമായ ഒരു വിക്ഷണവും ആണ്. അതുകൊണ്ട് എങ്ങനെ വ്യാകരണവും അതോടൊപ്പം അവ്യാകൃതമായ, പച്ചയായ അനുഭവങ്ങളും ഒന്നിച്ചുപോകും എന്നുള്ളത് കുമാരനാശാന്റെ കാവ്യവ്യക്തിത്വത്തിലെ ഒരു പ്രബലമായ പ്രഹേളികയാണ്. അദ്ദേഹം

'ചിന്താവിഷ്ടയായസീത'യിൽ പലപാട് ഉന്നയിക്കുന്ന ഒരു പ്രമേയം ശ്രീരാമന്റെ ചർമ്മ കാഠിന്യത്തിനുള്ള കാരണം അദ്ദേഹത്തിന്റെ ക്ഷിതിപാലകത്വമാണ് എന്നതാണ്.

"ക്ഷിതിപാലക പട്ടബദ്ധമാംമതിയോ ചർമ്മ കഠോരമെന്നുമേ" രാജത്വം അഥവാ നിയമം മനുഷ്യരിൽ ചങ്ങലത്തയമ്പുകൾ ഉണ്ടാക്കുകയും, തയമ്പുകൾ അനുഭവങ്ങളെ അകറ്റിനിർത്തുകയും ചെയ്യുന്നു എന്നുള്ളതാണ് സാമാന്യമായി അതിന്റെ അർത്ഥം. മറിച്ച് പഞ്ചവടിയിൽ താമസിച്ചിരുന്ന കാലത്ത് നാം മൃഗങ്ങളെപ്പോലെ ജീവിച്ചിരുന്നു എന്നും ചിറകില്ലാത്തപക്ഷികളെപ്പോലെ ജീവിച്ചിരുന്നു എന്നും കാട്ടിൽ തളിര് പോലെ അപ്പോൾ ശ്രീരാമന്റെ മനസ്സിൽ വികാരങ്ങൾ ഉണരുമായിരുന്നു എന്നും സീത പറയുന്നുണ്ട്. ഇത് തീർച്ചയായും ഒരു ആദിമ റൊമാന്റിക് മനോഭാവമാണ്. മൃഗമാണ് ഏറ്റവും ശരിയായ മനുഷ്യൻ എന്ന ബോധം; കുയിലാണ് സ്നേഹത്തിന്റെ കൂജനങ്ങൾ എപ്പോഴും യഥാർത്ഥമായി നടത്തിക്കൊണ്ടിരിക്കുന്നത് എന്ന ബോധം, കുമാരനാശാനിൽ ഒരു വശത്ത് ഉണ്ടായിരുന്നു. അതേസമയംതന്നെ അദ്ദേഹം ധർമ്മത്തേയും നീതിയേയും ജീവിതബോധത്തേയും പ്രകീർത്തിക്കുന്ന മലയാളത്തിലെ ഏറ്റവും പ്രബലനായ കവിയായി അറിയപ്പെടുകയും ചെയ്തിരുന്നു. ഇത് ആശാനെ സംബന്ധിച്ച ഒരു പ്രശ്നമാണ്. ഈ പ്രശ്നം ഇതോടുകൂടി അവസാനിക്കുന്നില്ല. ചിന്താവിഷ്ടയായസീതയിൽത്തന്നെ ആശാൻ ധർമ്മം ഒന്നാണ് എന്നും നയം ഒന്നാണ് എന്നും പറയുന്നുണ്ട്. ധർമ്മത്തിന്റെ വക്രീകൃതമായ രൂപമാണ് നയം എന്ന് ആശാൻ 'ലീല'യിലും 'സീത'യിലും പലപാട് സൂചിപ്പിക്കുന്നുണ്ട്. അതായത് സാധാരണ ഞങ്ങളുടെ രീതിയിൽപ്പറഞ്ഞാൽ ധർമ്മം എന്ന, നീതി എന്ന പാരന്റൽ അതോറിറ്റിയെക്കുറിച്ച് ആശാന് രണ്ട് വീക്ഷണങ്ങളുണ്ടായിരുന്നു എന്നർത്ഥം. പിതൃത്വത്തെക്കുറിച്ച് രണ്ട് വീക്ഷണങ്ങളും പ്രകൃതിസ്നേഹം പ്രകൃതിയുടെ വിധേയത്വം എന്നുള്ള മാതൃഭാവത്തെക്കുറിച്ച് മറ്റൊരു വീക്ഷണവും ഉണ്ടായിരുന്നു. അതുകൊണ്ട് സീതയെപ്പറ്റി പറയുമ്പോൾ ഒരുവശത്ത് താൻ തന്റെ അമ്മയായ പ്രകൃതിയെ ഓർക്കുകയും ഭൂമിയിൽ നിന്ന് കിളിർത്ത് വരുന്ന ഒരു നെൽച്ചെടിപോലെയാണ് താൻ എന്ന് സീതയെക്കൊണ്ട് പറയിപ്പിക്കുകയും, ഒരു മനുഷ്യന്റെ ജീവിതം മനുഷ്യേതരജൈവചക്രം പോലെ തന്നെ സ്വാഭാവികമായി വളർന്ന് സ്വാഭാവികമായി നശിച്ച് സ്വാഭാവികമായി തന്റെ കർത്തവ്യനിർവ്വഹണം നടത്തുന്ന ഒന്നായിരിക്കണം എന്ന് കരുതുകയും ചെയ്തുപോന്നിരുന്നു.

"വനഭൂവിൽ നശിപ്പ താൻ പെറും
ധനമന്യാർത്ഥമകന്ന ശാലികൾ"

എന്ന് തന്റെ ജീവിതം കാട്ടിൽ മുളച്ച് കാട്ടിൽതന്നെ നശിച്ച സ്വാഭാവികമായ പരിണാമത്തിന് വിധേയമായിത്തീരുന്ന ഒന്നാണ് എന്ന് റൊമാന്റിക് ആയ മാതൃരൂപമായ ബോധവും, അതേസമയം വളരെ കർക്കശമായ ഒരു പിതൃരൂപബോധവും, ഈ പിതൃരൂപബോധത്തിൽ നിന്ന് വ്യത്യസ്തമായി ഇതിനിടയ്ക്കുള്ള മറ്റൊരുബോധവും ആശാനുണ്ടായിരുന്നു എന്ന് നമുക്ക് ഇടയ്ക്കെങ്കിലും കാണാവുന്നതാണ്. അതുകൊണ്ട് അദ്ദേഹത്തിന്റെ കവിതകളിൽ മൂന്ന് 'സ്റ്റാന്റ് പോയിന്റ്സ്' എങ്കിലും ഉണ്ട് എന്നുപറയാം. ഞങ്ങളതിനെ ആദ്യത്തെ ഭാഗത്തിനെ ഒരു 'സൂപ്പർ ഈഗോ സ്റ്റാന്റ് പോയിന്റ്' എന്നാണ് പറയുക. അല്ലെങ്കിൽ ഒരു കുഞ്ഞ് കുട്ടിക്കാലത്ത് ഉൾക്കൊള്ളുന്ന, അല്ലെങ്കിൽ ഭക്ഷിക്കുന്ന, പിതാവിന്റെ രൂപമാണ് അവന്റെ മനസ്സിൽ അവന്റെ ധർമ്മനീതിയായി, അവന്റെ ധർമ്മബോധമായി, അവന്റെ ആചാരസംഹിതയായി, അവന്റെ ശരിയും തെറ്റുമായി രൂപപ്പെടുന്നത്. ധർമ്മ വ്യവസ്ഥ എന്നത് നാം ഉൾക്കൊള്ളുന്ന പിതൃസ്വരൂപം തന്നെയാണ്.

കുമാരനാശാൻ ഉൾപ്പെട്ട പിതൃസ്വരൂപങ്ങളിൽ ഒന്ന് സ്വാഭാവികമായി കുട്ടികൾ ഉൾക്കൊള്ളുന്ന, ആദിപിതൃസ്വരൂപമായ, തന്റെ പിതാവും കുമാരനാശാന്റെ ജീവിതകാലഘട്ടത്തിലെ സ്വാഭാവിക ധാർമ്മിക വ്യവസ്ഥയും പിന്നീട് കുമാരനാശാൻ ഉൾക്കൊണ്ട മറ്റൊരു പിതൃത്വം അഥവാ നാരായണഗുരുവിന്റെ ആചാര്യത്വവുമാണ്. ആശാന്റെ മനസ്സിൽ രണ്ടാമതായി ഉണ്ടായ പിതൃസ്വരൂപം ഒരു പുതിയ ധർമ്മബോധവുമാണ്. അതുകൊണ്ട് ആശാനെ സംബന്ധിച്ചിടത്തോളം ധർമ്മത്തെ സംബന്ധിച്ച ഒരു പുതിയ കണ്ടെത്തൽ ഉണ്ടാകുന്നു. അദ്ദേഹത്തിന്റെ 'സൂപ്പർ ഈഗോ സ്റ്റാന്റ്സി'ൽ ഒരു വ്യത്യാസം വരുന്നു. പരമമായ ധർമ്മം എന്നുള്ളത്, അനാദിയായ ധർമ്മം എന്നുള്ളത്, മാറാത്ത ധർമ്മം എന്നുള്ളത്, പ്രകൃതിയുടെ ധർമ്മം ആണ് എന്നുള്ള ആശയത്തിൽ എത്തിച്ചേരുകയും പ്രകൃതിക്കും ധർമ്മത്തിനും ഇടയിലായി നയം എന്നുള്ള ഒരു വഞ്ചന ഉണ്ട് എന്നും, ഒരു മായ ഉണ്ട് എന്നും, നമ്മുടെ ലോകം ഈ മായയാൽ ആവരണം ചെയ്യപ്പെട്ടിരിക്കുന്നു എന്നുമുള്ളത് ആശാന്റെ കവിതയിലെ സ്ഥായിയായ ഒരു സ്വഭാവമാണ്. അതുകൊണ്ട് ആശാൻ 'ലീല' എഴുതുമ്പോൾ ആശാൻ 'ചിന്താവിഷ്ടയായ സീത' എഴുതുമ്പോൾ ആശാൻ 'നളിനി' പോലും എഴുതുമ്പോൾ, വളരെ സ്വാഭാവികമായ, നൈസർഗ്ഗികമായ, ജന്മസിദ്ധമായ, ജന്തുസഹജമായ പ്രേമത്തെ, (സ്നേഹത്തെ) രതിയെ ശ്ലാഘിക്കുകയും രതിക്ക് തടസ്സമായി നിൽക്കുന്ന പതൃസ്വരൂപങ്ങളെ പലപാട് നിന്ദിക്കുകയും ചെയ്യുന്നുണ്ട്. ഇതിൽ ആദ്യമായി കുമാരനാശാൻ തന്റെ രണ്ട് കവിതകളിൽ നിരാകരിക്കുന്നത്, അല്ലെങ്കിൽ പതുക്കെ പതുക്കെ നിരാകരിക്കുന്നത്

സന്ന്യാസത്തിന്റെ ആധിപത്യത്തെയാണ് എന്ന് നമുക്ക് കാണാൻ കഴിയും. 'വീണപൂവി'ലും 'നളിനി'യിലും ആശാൻ നിരാകരിക്കാൻ ശ്രമിക്കുന്നത് ജീവിതനിഷേധത്തിന്റെ, സന്ന്യാസത്തിന്റെ നൈഷ്ക്കർമ്മ്യത്തിന്റെ നിവൃത്തിയുടെ, പ്രതീകമായ ആദിമപിതൃബോധത്തെയാണ് അല്ലെങ്കിൽ ഭാരതീയ സങ്കൽപ്പത്തെയാണ് എന്ന് കൂടി പറയാം. ഇത് തന്നോട് തന്നെയുള്ള ഒരു സമരമായിത്തീരുന്നതുകൊണ്ടാണ് തന്നിൽ നിലീനമായ ഈ നിഷ്ഠയോടുള്ള ഒരു സമരമായിത്തീരുന്നത്. ഇത് കുമാരനാശാനിൽ തീവ്രമായ ഒരു അന്തർസംഘർഷമായിത്തീരുകയും ഈ അന്തർസംഘർഷം അദ്ദേഹത്തിന്റെ കവിതയെ തേജോമയമാക്കുകയും ചെയ്തു എന്ന് നാം കാവ്യനിരൂപണ രീതിയിൽ പറയുന്നു. അതുകൊണ്ട് നളിനി എഴുതിയപ്പോൾ കുമാരനാശാൻ നളിനിയിൽ

"ഉത്തമേ വിഗതരാഗനാകുമെൻ
ഉൾത്തടത്തെയുമുലച്ചു ശാന്തനീ
ഇത്തരം ധരയിലെങ്ങ് ശുദ്ധമാം
ചിത്തവും മധുരമായ രൂപവും"

എന്ന് കൂടി പറയുന്നു. "നിന്റെ ശാന്തി എന്റെ ശാന്തിയെ അശാന്തമാക്കുന്നു"എന്നുള്ള ഈ പ്രസ്താവം, പ്രകൃതിയുടെ ശാന്തി പ്രകൃതി വിരുദ്ധമായ ശാന്തിയെ, ഒരുപക്ഷേ ഒരു യോഗിയുടെ ശാന്തിയെ, അശാന്തമാക്കുന്നു എന്നുള്ള പ്രസ്താവത്തിൽ കുമാരനാശാന്റെ റൊമാന്റിക് മനോഭാവത്തിന്റെ കിരണങ്ങൾ വളരെ പ്രബലമായി കാണാവുന്നതാണ്. കാരണം യോഗത്തിന്റെ ലക്ഷ്യം, യോഗത്തിന്റെ പരമമായ ഉദ്ദേശ്യം, മനസ്സിനെ ശാന്തമാക്കുക എന്നുള്ളതാണ്. ചിത്തവൃത്തികളെ നിരോധിക്കുകയും മനസ്സിനെ ശാന്തമാക്കുകയും ചെയ്യുക എന്നുള്ളതാണ്. ഇങ്ങനെ തന്റെ മനസ്സിനെ ശാന്തമാക്കാൻ ശ്രമിക്കുന്തോറും അത് അശാന്തമായിത്തീരുന്നു എന്ന് കാണുന്ന ഒരു യോഗി മനസ്സിനെ ശാന്തമാക്കിത്തീർക്കുവാൻ ശ്രമിക്കാത്ത ഒരു സ്ത്രീയുടെ ജീവിതത്തിൽ ശാന്തി കണ്ടെത്തുകയും തന്റെ ശാന്തി അശാന്തിയാണ് എന്ന് മനസ്സിലാക്കുകയും ചെയ്യുന്നു. ഇത് ഒരു 'ഡിസ്കവറി'യാണ്. It is not only a personal discovery, it is a discovery of history എന്നർത്ഥം. ഈ കാലഘട്ടത്തിൽ ഉണ്ടായിരുന്ന സന്ന്യാസിമാരെല്ലാംതന്നെ ഒരുതരത്തിൽ ശാന്തി എന്നുള്ളത് അശാന്തിയാണ് എന്ന് മനസ്സിലാക്കുന്നുണ്ട്. ഏകാകിതയേക്കാൾ സംഘടനയാണ് വലുത് എന്ന് മനസ്സിലാക്കുന്നുണ്ട്. ഈശ്വരനേക്കാൾ മനുഷ്യനാണ് വലുത് എന്നു തിരിച്ചറിയുന്നുണ്ട്. സ്നേഹമാണ് ഭക്തിയേക്കാൾ വലുത് എന്നും അവർ മനസ്സിലാക്കുന്നുണ്ട്. ഇങ്ങനെ ക്രമത്തിൽ മനസ്സിലാക്കിക്കൊണ്ടുവരുന്ന ഒരുഭാരതീയ ചരിത്രഘട്ടത്തിലാണ് കുമാരനാശാൻ 'നളിനി' എഴുതുന്നത് എന്നു

പറയാം. അവിടെ രതി വൈരാഗ്യത്തിനുള്ള, അല്ലെങ്കിൽ നിരോധിക്കുന്നതിനുള്ള ഒരു ഉപകരണമായിത്തീരുന്നതിന് പകരം രതിയെ പോസിറ്റീവ് ആക്കിത്തീർക്കുകയും രതിയെ കർമ്മമണ്ഡലത്തിലേക്ക് കൊണ്ടുവരികയും രതിയെ ജീവിതത്തിന്റെ പരിവർത്തനത്തിനുള്ള ഒരു മാധ്യമമാക്കിത്തീർക്കുവാൻ ആശാൻ താനറിയാതെ ശ്രമിക്കുകയും ചെയ്യുന്നു എന്നാണ് നാം മനസ്സിലാക്കേണ്ടത്. The possitive virtues of animal passions എന്ന് പറയാം. അതുകൊണ്ട് നമ്മുടെ ലോകത്തിലുള്ള ഏറ്റവും വലിയ ദുരിതം ലോകത്തിലുള്ള 'സെക്സ്' അല്ല മറിച്ച് ലോകത്തിലുള്ള സെക്സ് നിരോധിക്കപ്പെടുന്നതാണ് എന്നതാണ് സാമാന്യമായി അതിന്റെ അർത്ഥം. അതായത് 'സിവിലൈസേഷൻ' ആണ്. നമ്മെ 'അൺസിവിലൈസ്ഡ്' ആക്കിത്തീർക്കുന്നത് എന്നത് റൊമാന്റിക് പ്രസ്ഥാനത്തിന്റെ മൗലികമായ ഒരു മുദ്രാവാക്യമായിരുന്നു. ഈ മുദ്രാവാക്യം റൂസ്സോവിൽ മാത്രമല്ല പല മനഃശാസ്ത്രജ്ഞന്മാരിലും പിൽക്കാലത്ത് പ്രകടമായിരുന്നു എന്നും റേക്കിനെ ഒരു റൊമാന്റിക് മനഃശാസ്ത്രജ്ഞനായിട്ടാണ് അദ്ദേഹത്തിന്റെ ജീവചരിത്രകാരനായ റെയ്ക്രോഫ്റ്റ് ചിത്രീകരിച്ചിട്ടുള്ളത് എന്നും നാം ഇടയ്ക്ക് ഓർക്കേണ്ടതാണ്. റേഖിന്റേയും പ്രധാനപ്പെട്ട ഒരു വാദം നാം രതിയെ അതിന്റെ പ്രാഥമികരൂപത്തിലേക്ക് കൊണ്ടുപോവുകയും രതിയെ സ്വച്ഛന്ദമാക്കിത്തീർക്കുകയും ചെയ്യുമ്പോൾ രതി 'ക്രിയേറ്റീവ്' ആയിത്തീരുന്നു എന്നും അത് നമ്മുടെ ജീവിതത്തെ പുരോഗമിപ്പിക്കുന്നു എന്നുമാണ്. അദ്ദേഹത്തിന്റെ സങ്കുലമായ ജീവിതകാലഘട്ടം മുഴുവൻ രതിയുടെ സ്വാതന്ത്ര്യത്തിനുവേണ്ടി രതി തടയപ്പെടുമ്പോഴുണ്ടാവുന്ന മനുഷ്യജീവിതത്തിന്റെ ബന്ധനത്തിന് എതിരായി പലതരത്തിൽ പ്രവർത്തിക്കുകയും, ഒരു ഭ്രാന്തനായി മുദ്രയടിക്കപ്പെടുകയും പലതവണ ഭ്രാന്തനല്ല എന്നുള്ള സർട്ടിഫിക്കറ്റ് വാങ്ങുവാൻ നിർബന്ധിതനായിത്തീരുകയും, അമേരിക്കൻ കോടതിയിൽ ശിക്ഷിക്കപ്പെടുകയും, ജയിലിൽ കിടന്ന് നരകിച്ച് പിന്നീട് മരിക്കുകയും ചെയ്ത ഒരാളായിരുന്നു വില്ല്യം റേഖ്. ഈ വസ്തുത അതായത് സെക്സ് നിയന്ത്രിക്കപ്പെടുമ്പോൾ അത് എങ്ങനെ ഒരു ഒപ്രസീവ് ഫോഴ്സ് ആയിത്തീരുന്നു എന്ന്. കുഞ്ഞുങ്ങളിലെ ലൈംഗികവികാരങ്ങൾ നിയന്ത്രിക്കുമ്പോൾ അത് എങ്ങനെ രോഷമായിത്തീരുന്നു എന്നുള്ള പ്രാഥമികമായ ബോധം കുമാരനാശാൻ പിന്നീട് നേടിയെടുക്കുന്നുണ്ട് എന്നു കാണാം.

മനഃശാസ്ത്രത്തിലെ പ്രാഥമികമായ ഒരു വസ്തുത, തടയപ്പെടുന്ന സ്നേഹം ക്രോധമായി രൂപാന്തരപ്പെടുന്നു എന്നുള്ളതാണ്. അതുകൊണ്ട് റേക്ക് ഒരു കാലത്ത് കരുതിയിരുന്നത് സ്നേഹം ലോകത്തിൽ വ്യാപകവും സ്വച്ഛന്ദവുമായിത്തീരുന്ന കാലത്ത് യുദ്ധമോ

അസമത്വമോ ഉണ്ടാവുകയില്ല എന്നുമായിരുന്നു. ഇത് അപകടകരമായ ഒരു പ്രസ്ഥാനമായിരുന്നതുകൊണ്ട് അദ്ദേഹത്തെ അദ്ദേഹത്തിന്റെ അസോസിയേഷനിൽ നിന്ന് പുറത്താക്കുകയും അദ്ദേഹത്തെ ജർമ്മൻ കമ്യൂണിസ്റ്റ് പാർട്ടിയിൽ നിന്ന് പുറത്താക്കുകയും താൻ സ്നേഹിച്ചിരുന്ന രണ്ട് പ്രസ്ഥാനങ്ങളിൽ നിന്നും റേക്ക് ബഹിഷ്കൃതനാവുകയും ചെയ്തു. പക്ഷേ റേഖിന്റെ ഈ ഉന്മാദപ്രസ്താവങ്ങളിൽ ഉണ്ടായിരുന്ന ഒരു ചെറിയ വസ്തുത, ഒരു പ്രാഥമിക മനഃശാസ്ത്ര വസ്തുത, ലോകത്തിലെ രോഷങ്ങൾക്ക്, ലോകത്തിലെ കാപട്യങ്ങൾക്ക് മൗലികമായ കാരണം നിരോധിക്കപ്പെടുന്ന സ്നേഹമാണ് എന്നതായിരുന്നു. ഇതിന്റെ കണ്ടെത്തലോടുകൂടി ആശാന്റെ കാമിനീഗർഹണത്തിന്റെ കാലം അവസാനിക്കുകയും സ്നേഹത്തെ ചരിത്രത്തിന്റെ രൂപപരിണാമങ്ങൾക്കുള്ള ഒരു ഉപകരണമായി സ്വീകരിക്കുവാൻ ആശാൻ പരിശ്രമിക്കുകയും ചെയ്തുപോന്നു. അതുകൊണ്ട് അദ്ദേഹം ക്ഷണികമായ ഒരു പൂവിന്റെ ജീവിതത്തിലും അതിന്റെ ചപലമായ രതിയെക്കുറിച്ച് പാടുന്നു.

ആശാന്റെ കൃതികളിലെല്ലാം തന്നെ വളരെ വിചിത്രമായ, അസാധാരണമായ രതിജീവിതചിത്രീകരണങ്ങൾ ഉണ്ട് എന്ന് നമുക്കിപ്പോൾ കാണാം. വീണപൂവിന്റെ ജീവിതം ഒരു പുരുഷനെ മാത്രം സ്നേഹിക്കാത്ത ഒന്നിലധികം പുരുഷന്മാരെ സ്നേഹിക്കുന്ന ജീവിതമാണ് എന്ന് - ശരീരം കൊണ്ട് ഒരു പുരുഷനെയും ആത്മാവുകൊണ്ട് മറ്റൊരു പുരുഷനേയും സ്നേഹിക്കേണ്ടിവരുന്ന ഒരുവളാണ് ഒരുപുഷ്പം എന്നും 'വീണപൂവി'ൽ കാണാം. ഇങ്ങനെ തന്റെ ആത്മാവിന് വരുന്ന പിളർപ്പിനെ ഒഴിവാക്കുവാനുള്ള ഒരു ശ്രമം കുമാരനാശാൻ ഈ കവിതയിൽ കൂടി നടത്തിക്കൊണ്ടിരുന്നു എന്ന് നമുക്ക് ഇന്ന് ഓർക്കാൻ കഴിയും. ഈ ചിന്താരീതി ആശാന്റെ അന്തിമമായ കവിതയിൽപ്പോലും ഉണ്ടായിരുന്നു. അതായത് സ്വച്ഛമായ സ്നേഹത്തിന് എപ്പോൾ തടസ്സമുണ്ടായിത്തീരുന്നുവോ അപ്പോൾ അത് ജീവിതത്തെ വികൃതമാക്കിത്തീർക്കുകയും മനുഷ്യരെക്കൊണ്ട് തെറ്റല്ലാതെ മറ്റൊന്നും ചെയ്യാൻ ഇടവരുത്താതിരിക്കുകയും ജീവിതത്തെ ഒരു നരകമാക്കിത്തീർക്കുകയും ചെയ്യുന്നു. അതുകൊണ്ട് ആശാൻ സ്നേഹത്തെ ഒരു 'റിലീസിങ് ഫോഴ്സ്' ആയി സങ്കൽപ്പിക്കുകയും പിന്നീട് ആശാൻ സ്നേഹത്തെ ഒരു 'ബൈൻഡിങ് ഫോഴ്സ്' ആയിട്ട് സങ്കൽപ്പിക്കുകയും ചെയ്യുന്നുണ്ട് എന്ന് കാണാൻ കഴിയും. അതുകൊണ്ട് നളിനിയുടെ അസാധാരണമായ പരിണാമത്തിൽ കവിയുടെ വാക്കുകൾ ഉപയോഗിച്ച് തന്നെ പറഞ്ഞാൽ, നളിനിയിൽ തുടക്കം മുതൽക്കുള്ള അതിവശ്യമായ പ്രകൃതി വർണ്ണന അർത്ഥമാക്കുന്നത്.

"എന്നുമല്ല ശുഭരമ്യഭൂവിവർക്കെന്നുമുള്ളൊരനവദ്യ ഭോഗമാം"

ഭോഗം എന്നത് അഥവാ രതിയുടെ അനുഭോഗം തെറ്റാണ് പ്രകൃതിയുടെ അനുഭോഗം തെറ്റല്ല എന്നാണ്. ആശാന്റെ ഈ പ്രസ്താവം ഭോഗത്തിൽ നിന്ന് എങ്ങനെ പാപത്തെ എടുത്ത് മാറ്റാം എന്നുള്ള ആന്തരമായ ഒരു ചോദ്യത്തിന്റെ പ്രകടനമാണ് എന്നും നമുക്കിന്ന് മനസ്സിലാകുന്നു. പ്രകൃതി എന്ന സ്ത്രീ, പ്രകൃതി എന്ന അമ്മ, പ്രകൃതി എന്ന ആനന്ദമാണ് എന്നും നേരെമറിച്ച് അന്നും ദിവാകരന്റെ മനസ്സിൽ സ്ത്രീയെ ആസ്വദിക്കുക എന്നുള്ളത് കുറ്റത്തോടുകൂടിയ അല്ലെങ്കിൽ പാപസ്പൃഷ്ടമായ ഒരു ഭോഗമാണ് എന്നുമുള്ള ആശയം പ്രബലമായിരുന്നു എന്നും കാണാം. ഈ ആശയം വളരെ നേരിയ ഈ ആശയം എങ്ങനെ രൂപാന്തരപ്പെടുന്നു? എന്നും കവിതയുടെ അവസാനഘട്ടമെത്തുമ്പോൾ നളിനിയുടെ ആത്മാവ് മാത്രമല്ല നളിനിയുടെ രൂപവും മനോഹരമായിരുന്നു എന്ന് ദിവാകരൻ തിരിച്ചറിയുകയും രൂപത്തിന്റെ മനോഹാരിതയുടെ ആസ്വാദനം ദൃശ്യത്തിന്റെ, ഭൗതികത്തിന്റെ ആസ്വാദനം ആത്മാവിന്റെ പാപമല്ല എന്നുള്ള ബോധത്തിലേക്ക് ആശാന്റെ മനസ്സ് ഒരുപക്ഷേ മെല്ലെ നടന്നടുക്കുകയും ചെയ്യുന്നു എന്ന് കാണാം. ഇത് ആശാൻ രതിയെക്കുറിച്ച് നടത്തുന്ന ആദ്യത്തെ തിരുത്തലുകൾ തന്നെയാണ്. ഈ തിരുത്തലുകൾക്ക് ശേഷമാണ് 'ലില'യിൽ വളരെ ചടുലമായ രീതിയിൽ ആശാൻ സമുദായപരിവർത്തനത്തിന്റെ ഉപകരണമായി, വ്യക്തിപരമായ ആത്മീയപരിണാമത്തിന്റെ ഉപകരണമായിട്ടല്ല മറിച്ച് സമുദായപരിഷ്കരണത്തിന്റെ അഥവാ സമുദായ വിപ്ലവത്തിന്റെ ഉപകരണമായി രതിയെത്തന്നെ കണ്ടെത്തുന്നത്. രതിയെ 'സോഷ്യൽ റവല്യൂഷ'നുള്ള ഉപകരണമായി മാറ്റിത്തീർക്കുകയും ചെയ്യുന്നു. തന്നെ വലയം ചെയ്യുന്ന സാമുദായിക വ്യവസ്ഥയിലെ ഒരു മിനിയേച്ചർ രൂപമാണ് കുടുംബം എന്നതുകൊണ്ട് വളരെ നല്ലവനും തന്റെ മക്കൾക്ക് നല്ലത് മാത്രം ആഗ്രഹിക്കുന്നവനുമായ ഒരു പിതാവ്, അതുപോലെ തന്നെ തന്റെ മക്കളുടെ സുഖം മാത്രം ആഗ്രഹിക്കുന്ന ഒരു മാതാവും ചെയ്യുന്നതെല്ലാം തെറ്റായിത്തീരുന്ന സാമുദായിക അവസ്ഥ ഇവിടെ കാണാം. ഇതിന് കാരണമെന്താണ് എന്നുള്ള അന്വേഷണത്തിൽ കുമാരനാശാൻ എത്തിച്ചേരുന്നത് സ്വാഭാവികമായി ഇച്ഛയുടെ സ്വതന്ത്ര്യം, കാമത്തിന്റെ സ്വാതന്ത്ര്യം, രതിയുടെ സ്വാതന്ത്ര്യം ആണ് ജീവിതത്തിന്റെ സ്വാതന്ത്ര്യം എന്ന ബോധത്തിൽ ആണ്. അതുകൊണ്ട് 'ലീല'യിൽ അനുരാഗം എന്നത് തന്നിൽ അടിച്ചേൽപ്പിക്കപ്പെട്ട ദാമ്പത്യബന്ധത്തിന്റെ കൂട്ടുകളെ തകർക്കുവാനും തന്റെ സ്വാഭാവികമായ ഭാവനയുടെ കാനനങ്ങളിലേക്ക് തിരിഞ്ഞുപോകുവാനും ഇങ്ങനെയുള്ള കൊടുംകാട്ടുകളിൽ സ്നേഹത്തിന്റെ സാഹസങ്ങളിൽ അലഞ്ഞു തിരിഞ്ഞുകൊണ്ട് തന്റെ കാമുകനെ തേടുവാനും മരിക്കുവാനും ലീല തീരുമാനിക്കുന്നത്

തീർച്ചയായും ലീലയുടെ 'റൊമാന്റിക് എസ്കേപ്പി'ന്റെ ഒരു ചിത്രമാണ് എന്നും നാം ഇന്നറിയുന്നു. അതുകൊണ്ട് ലീലയിലുള്ള അനുരാഗം തീർച്ചയായും ഒരു 'സോഷ്യൽ റെവല്യൂഷ'ന്റെ ഉപകരണമായിത്തീരുന്നു എന്നു കാണണം.

നാം കുമാരനാശാനെ സ്നേഹഗായകൻ എന്നു പറയുമ്പോൾ, പറഞ്ഞുകൊണ്ടേയിരിക്കുമ്പോൾ തന്നെ, ആശാൻ സ്നേഹസങ്കൽപ്പങ്ങൾക്ക് തന്റെ ജീവിതഗതിയിൽ മഹാപരിണാമങ്ങൾ ഉണ്ടായിക്കൊണ്ടിരിക്കുന്നുണ്ട് എന്നും സ്നേഹം എന്നത് നമുക്കു ചുറ്റുമുള്ള ജീവിതത്തെയും നമുക്കകത്തുള്ള ജീവിതത്തെയും മാറ്റിത്തീർക്കുവാനുള്ള പ്രബലമായ ആദിമമായ ശക്തിയാണ് എന്നുള്ള ബോധത്തിലേക്ക് ആശാൻ അവസാനമായി ചെന്നെത്തുന്നു എന്നുള്ള അവസ്ഥ ഇന്ന് നാം മനസ്സിലാക്കേണ്ടതുണ്ട്. അതുകൊണ്ട് ആശാന്റെ പിൽക്കാല കൃതികളിലെല്ലാം തന്നെ 'ചണ്ഡാലഭിക്ഷുകി'യിലും 'ദുരവസ്ഥ'യിലും 'ചിന്താവിഷ്ടയായസീത'യിലും സ്നേഹത്തെ ജീവിതത്തിന്റെ പലതലങ്ങളിൽ പരീക്ഷിച്ചുനോക്കുകയും ഒരു സ്ഥലത്തെങ്കിലും ഭൗതികമായ, ജീവശാസ്ത്രപരമായ, ഉൽപാദനപരമായ ഒരു ശാരീരികപ്രവർത്തനം കൊണ്ട് ഒരു സാമുദായിക വിപ്ലവം ഉണ്ടാക്കിത്തീർക്കാമെന്നുള്ള ഒരാശയത്തിലേക്ക് ആശാൻ എത്തിച്ചേരുകയും ചെയ്യുന്നു. അത് തീർച്ചയായും 'ദുരവസ്ഥ'യിലാണ് എന്ന് നാം കാണുന്നു. 'ദുരവസ്ഥ'വളരെയധികം ചർച്ചചെയ്യപ്പെട്ടിട്ടുള്ള ഒരു ഗ്രന്ഥം ആണ്. ആശാന്റെ ഒരു ചാപല്യമായി, ആശാന്റെ ഒരു അപരാധമായി, ആശാന്റെ ഒരു ഓർമ്മത്തെറ്റായി ദുരവസ്ഥ പലപാട് ചർച്ചചെയ്യപ്പെട്ടിട്ടുണ്ട്. പക്ഷേ ദുരവസ്ഥയിൽ ആശാൻ ഉന്നയിക്കുന്ന പ്രശ്നം എങ്ങനെ വിച്ഛിന്നമായിത്തീർന്നിട്ടുള്ള ഒരു സമുദായത്തെ, ആശാന്റെ മനസ്സിൽ അന്നുണ്ടായിരുന്ന ഹൈന്ദവ സമുദായത്തെ അതിന്റെ പഴയ രൂപത്തിലേക്ക് തിരിച്ചുകൊണ്ടുവരാൻ കഴിയും എന്ന ചിന്തയാണ്. എല്ലാ നന്മയുടേയും അടിസ്ഥാനം ആപത്താണ് എന്ന് കരുതിയിരുന്ന ആശാന് തന്റെ മുമ്പിലുള്ള ആപത്ത് ഒരു വലിയ അനുഗ്രഹമാണ് എന്നു തോന്നുകയും ആപത്തിനേക്കാൾ വലിയ അദ്ധ്യാപകനില്ല എന്ന് മനസ്സിലാകുകയും ചെയ്തു. ജാതിതെറ്റാണ് എന്ന ബോധം ഉണ്ടാക്കിത്തീർക്കുകയും ജാതിയുടെ ആപത്ത് സമുദായത്തിന്റെ നാശമാണ് എന്ന ബോധത്തിലേക്ക് നമ്മെ കൊത്തിക്കൊണ്ടെത്തിക്കുകയും അതുകൊണ്ട് വളരെ ദയനീയമായ ഒരവസ്ഥയിൽ ശാരീരികമായ ഒരു ബന്ധത്തിലേക്ക് ഏറ്റവും വിഭിന്നമായ ജാതിയിൽ നിൽക്കുന്ന രണ്ടാളുകൾ എത്തിച്ചേരുകയും ചെയ്യുന്നു. ഇത് കേവലമായ ഒരു ഭൗതിക കർമ്മത്തിൽ ഒരു സമുദായ പരിവർത്തനം നടത്തുവാൻ കഴിയും എന്നതിനെക്കുറിച്ചുള്ള ആശാന്റെ

ഒരു സ്വപ്നമായിരുന്നു എന്നുപറയാം. അതിന് ആശാൻ നിർമ്മിക്കുന്ന അവസ്ഥ ഞാൻ നേരത്തെപറഞ്ഞ ആപത്തിന്റെ അവസ്ഥയാണ്. കുമാരനാശാന്റെ ചിന്താഗതിയുടെ മൗലികമായ ഒരു ധാര (അതും നാം നിരന്തരമായി ചർച്ചചെയ്തുപോന്നിട്ടുള്ള ഒരു കാര്യമാണ്) വിശസനം കുട്ടികളെ വിജ്ഞരാക്കുന്നു. ദുരവസ്ഥയുടെ അവതാരികകയിൽ ആപത്തിനെപ്പോലെ മനുഷ്യന് നന്മ ചെയ്യുന്ന ഒരു ശക്തിയില്ലെന്നും അതുകൊണ്ട് ഇന്ന് വന്നുചേർന്നിരിക്കുന്ന മാപ്പിളലഹളയുടെ പാഠങ്ങളിൽ നിന്ന് ഹിന്ദുസമുദായം ഏകീകരണത്തിന്റെ തത്വങ്ങൾ പഠിക്കും എന്ന് കുമാരനാശാൻ ചിന്തിച്ചിരുന്നു എന്നും കാണാം. ഇത്തരത്തിൽ ചിന്തിച്ചിരുന്ന ഒരു കവിയായിരുന്നു വൈലോപ്പിള്ളി ശ്രീധരമേനോൻ. അതുകൊണ്ട് അദ്ദേഹം ചേറ്റുപുഴയെക്കുറിച്ചെഴുതിയ ക്രൂരമായ കവിതയിൽ ചേറ്റുപുഴ ബസ്സപകടത്തിന് ശേഷം ഒരുവർഷം കഴിഞ്ഞെഴുതിയ 'ചേറ്റുപുഴ' എന്ന കവിതയിൽ

"ജീർണ്ണത ചേറ്റിൽ താഴുന്നു, പുഴ
പൂർണ്ണത നോക്കി പായുന്നു"

എന്ന രണ്ടു വരികൾ ഉണ്ട്. അതിൽ ജീർണ്ണത എന്നു പറയുന്നത് വളരെ സാധാരണമായ അർത്ഥത്തിൽ ബസ്സിൽനിന്ന് വീണ് മരിച്ച ആളുകളും പൂർണ്ണത എന്നത് കാലഗതിയുടെ പ്രവാഹവുമാണ്. നാം കവിത വായിച്ചുപോകുമ്പോൾ, ഈ വരിയിലടങ്ങുന്ന ക്രൂരത, ആപത്ത് എന്നുള്ളത് പലപ്പോഴും ഒരു ശുദ്ധീകരണപ്രക്രിയയാണ് എന്നുള്ളത് ദുഃഖം എന്നത് അമൃതത്തെ നിർമ്മിക്കാനുള്ള ഒരു മാർഗ്ഗമാണ് എന്നത് ആശാന്റെ കവിതയിലെ എന്നപോലെ വൈലോപ്പിള്ളിയുടെ കവിതയിലേയും ചിരന്തനമായ ഒരു രീതിയായി നിൽക്കുന്നുണ്ട്. ഇതിനെയാണ് ആശാൻ ഒരുപക്ഷേ ദുരവസ്ഥയിലും പ്രയോഗിക്കുന്നത് എന്നു കാണാം. ഒരു വലിയ 'എക്സ്പ്ലോഷൻ' ഉണ്ടായിത്തീരുമ്പോൾ ഇവിടെ ഇങ്ങനെ ഉണ്ടാവുന്നത് രണ്ട് സമുദായങ്ങൾ തമ്മിലുള്ള ഏറ്റുമുട്ടലിൽ നിന്ന് വരുന്ന 'എക്സ്പ്ലോഷൻ' ആണ്. ഇത്തരത്തിലുള്ള 'എക്സ്പ്ലോഷ'നിൽ നിന്ന് ഹിന്ദുസമുദായത്തെപ്പറ്റി പറയുമ്പോൾ അതൊരു 'ഇംപ്ലോഷൻ' ആണ്. ലെയിഞ്ചിന്റെ ഭാഷയിൽ പറഞ്ഞാൽ അതൊരു സമുദായ ശരീരത്തിൽ വരുന്ന ആത്മീയമായ പൊട്ടിത്തെറിയാണ്. ഇങ്ങനെ ഒരു പൊട്ടിത്തെറി ഉണ്ടാവുമ്പോൾ ഹിന്ദുസമുദായം വീണ്ടും ഏകീകരിക്കപ്പെടുകയും ഹിന്ദുസമുദായം അതിന്റെ മഹത്വം വീണ്ടെടുക്കുകയും ചെയ്യും എന്ന് ആശാൻ കരുതിയിരുന്നു എന്നു കാണാം. തീർച്ചയായും ഈ പ്രവചനം ശരിയായിരുന്നില്ല എന്ന് നാം അറിയുന്നു. എല്ലാ പ്രവചനങ്ങളും ശരിയാകണമെന്നില്ല. It was a practical almost theorical impossibility. പക്ഷേ ആശാന്റെ ജീവിതവീക്ഷണത്തിന്റെ

അടിസ്ഥാനമായ ദുഃഖത്തിന്റെ ഔഷധമൂല്യം എല്ലാ ആപത്തും നമ്മെ നന്മയിലേക്ക് നയിക്കും എന്നുള്ള ചിന്ത, എല്ലാ സുഖങ്ങളും നമ്മെ ദുഃഖത്തിലേക്ക് നയിക്കുമെന്നുള്ള ബൗദ്ധചിന്ത, തന്റെ മുമ്പിൽ നടന്നു കൊണ്ടിരിക്കുന്ന ഒരാപത്തിനെ ഒരു അനുഗ്രഹമായി കാണാൻ ആശാനെ പ്രേരിപ്പിക്കുകയും ആശാൻ അതിൽ നിന്ന് ഭൗതികമായ ഒരു പ്രക്രിയയിലൂടെ സമുദായത്തിന്റെ പുനരേകീകരണം ഉണ്ടാക്കാം എന്ന് ആഗ്രഹിക്കുകയും ചെയ്തു. വളരെ സാധാരണ അർത്ഥത്തിൽ ഇത് ലൈംഗികപ്രവർത്തനത്തെ ഒരു സമുദായ ഏകീകരണശാലയാക്കി ത്തീ ർക്കാനുള്ള ശ്രമം ആണ് എന്നു കാണാം. ഈ അർത്ഥത്തിലാണ് അല്ലെങ്കിൽ ഇത്തരം അർത്ഥങ്ങളിലാണ് നാം കുമാരനാശാന്റെ സ്നേഹപ്രതിപാദനങ്ങളെ പിന്നീട് പിന്നീട് കണ്ടു തുടങ്ങുന്നത്.

'കരുണ' എഴുതുന്ന കാലത്ത് കുമാരനാശാന്റെ മനസ്സിലുണ്ടായ സങ്കൽപ്പം എന്താണെന്ന് നമുക്ക് പൂർണ്ണമായി അറിയാൻ കഴിയി ല്ലെങ്കിലും 'കരുണ' ആശാന്റെ അന്തിമമായ കൃതി ആയതു കൊണ്ട് 'കരുണ'യിൽ ആശാൻ തന്റെ ആശയത്തിന് ഒരു പരിവർത്തനം വരു ത്തിയിട്ടുണ്ട് എന്നും ഒരു പക്ഷേ 'കരുണ'യിലെ അവസാനത്തെ വരികൾ ആശാൻ ഉപേക്ഷിക്കുവാൻ ആഗ്രഹിച്ചിരുന്നു എന്നുമുള്ള വാദങ്ങൾ മലയാള നിരൂപണത്തിൽ വന്ന് കഴിഞ്ഞിട്ടുണ്ട്. നമുക്കതിനെപ്പറ്റി ഒന്നും അറിഞ്ഞുകൂടാ. നമുക്ക് കിട്ടിയ ടെക്സ്റ്റ്വെച്ചുകൊണ്ട് 'കരുണ'യിൽ ആശാൻ സിദ്ധവല്ക്കരിക്കാൻ ശ്രമിക്കുന്നത്. ഒരർത്ഥത്തിൽ മോക്ഷം എന്നത് ക്ഷണികമായ ഒരു ദീപ്തിയാണ് എന്നുള്ള ബൗദ്ധ ആശയത്തെ യും മറ്റൊരർത്ഥത്തിൽ പലപ്പോഴും പാപത്തിൻ ഫലം കിട്ടിയ ആളുകൾ ക്കു മാത്രമേ പുണ്യത്തിന്റെ ദർശനം കണ്ടെത്താൻ സമർത്ഥരായിട്ടുള്ളൂ എന്ന മറ്റൊരാശയത്തേയുമാണ്. ഇത് കുമാരനാശാന്റെ കവിതയിലെ സ്ഥായിയായ ഒരു ഭാവമാണ് എന്ന് കാണാം. ആപത്തിൽ അഴൽ മുറ്റിടാതെ ജീവിതം കാണുകയില്ല എന്നുള്ള ആശാന്റെ പ്രസ്താവം പാപം, പശ്ചാതാപം എന്നുള്ള മാർഗ്ഗത്തിൽക്കൂടി പാപത്തിന്റേ പശ്ചാത്താപ ത്തിന്റേയും സംഘർഷത്തിൽക്കൂടി മനസ്സ് അന്തിമമായ മോക്ഷത്തിന്റെ ഒരുപക്ഷേ ഓർഗാസത്തിന്റെ അവസ്ഥയിലേക്ക് എത്തിച്ചേരുന്നു എന്ന് കുമാരനാശാൻ പല പഴയ മതചിന്തകന്മാരെയും പോലെ സങ്കൽപ്പി ക്കുന്നു. അതായത് നന്മയുടേയും തിന്മയുടേയും ആന്തരമായ വസ്തുത ഒന്നാണെന്നും നന്മയും തിന്മയും ജീവിതത്തിന്റെ അല്ലെങ്കിൽ ഒരാശയ ത്തിന്റെ രണ്ട് മുഖങ്ങൾ ആണ് എന്നും തിന്മയെ അറിയുന്നവൻ നന്മയെ അറിയുന്നുവെന്നും തിന്മയുടെ പൂക്കളെപ്പറ്റി പാടുന്ന ഒരു കവി നന്മയുടെ പൂക്കളെപ്പറ്റിയാണ് വാസ്തവത്തിൽ പാടിക്കൊണ്ടിരിക്കുന്നത് എന്നും നന്മമാത്രം പാടിക്കൊണ്ടിരിക്കുന്ന ഒരു കവി നന്മ എന്ന് പറയുന്ന

തിന്മയെ നിലനിർത്താൻ ശ്രമിക്കുന്ന ആളാണ് എന്നും ഉള്ള ബോധം വാസ്തവത്തിൽ ഇതിൽ അന്തർഭവിച്ചിരിക്കുന്നു. ഇതുകൊണ്ടാണ് വളരെ പഴയ ഒരു ചൈനീസ് കൃതിയായ 'സയോസിങ്ങി'ൽ ലോകത്തിൽ എല്ലാവരും ഒരു വസ്തു നല്ലതാണ് എന്ന് പറയുന്ന നിമിഷം അത് അസുന്ദരമായിത്തീരുന്നു എന്ന് പറയുന്നത്. ഒരു കവിത എല്ലാവരും നല്ലതാണ് എന്ന് പറയുമ്പോൾ അത് കവിതയല്ലാതായിത്തീരുകയും അതൊരു അനുഭവമല്ലാതായിത്തീരുകയും ചെയ്യുന്നു. ഒരു ആശയം സുന്ദരമാണെന്ന് പറയുന്ന നിമിഷത്തിൽ ആ ആശയം 'ഇംപൊട്ടന്റ്' ആയിത്തീരുകയും ഒരു ആദർശം എല്ലാവരും അംഗീകരിക്കുമ്പോൾ സമത്വം എന്നുള്ളത് വികൃതമായ ഒരു ആദർശമായിത്തീരുന്നു എന്നും ആണ് 'സയോസിങ്ങി'ലെ വാക്കിന്റെ അർത്ഥം. അതു കൊണ്ട് സൗന്ദര്യം എന്നുള്ളത് ഒരു തലത്തിൽ വൈരൂപ്യമായിത്തീരുന്നു. മനുഷ്യ ന്റെ അന്തർമണ്ഡലത്തെക്കുറിച്ചുള്ള ഒരു ദർശനമാണ് ഇത്. എല്ലാവരും നല്ലത് എന്നു പറയുമ്പോൾ അത് ജയിലായിത്തീരുന്നു. അതുകൊ ണ്ടാണ് കേരളത്തിലെ ഒരു ചെറിയ ചിത്രമെഴുത്തുകാരൻ തന്റെ ചിത്രം കണ്ടിട്ട് തിരിയുന്നില്ലല്ലോ എന്ന് ചോദിച്ച അച്ഛനോട് "അച്ഛന് മനസ്സി ലാകുന്നെങ്കിൽ ഞാനെന്തിന് ചിത്രം വരയ്ക്കണം" എന്ന് ചോദിച്ചത്. എല്ലാവർക്കും മനസ്സിലാകുന്ന ചിത്രം ചിത്രമല്ലെന്നും എല്ലാവർക്കും അറിയുവാൻ കഴിയുന്ന കവിത കവിതയല്ലെന്നും എല്ലാവരും നല്ലത് എന്നു പറയുന്നത് ചീത്തയാണ് എന്നുമുള്ളതു മനസ്സിന്റെ ആഴത്തെ ക്കുറിച്ചുള്ള ഒരു കണ്ടുപിടുത്തമാണ്. ഇത് 'സയോസിങ്ങി'ലെ പഴയ കണ്ടുപിടുത്തമാണ്. നമ്മുടെ ജീവിതത്തിലെ നിത്യമായ കണ്ടുപിടുത്ത ങ്ങളാണ്. ഇതിന്റെ മറുപുറം ഏറ്റവും പാപം ചെയ്യുന്ന മനുഷ്യൻ ഏറ്റവും പുണ്യം ചെയ്യുന്ന മനുഷ്യൻ ആയിത്തീരുന്നു എന്നുള്ളതുമാണ്. ഇതാണ് മഗ്ദലനമറിയത്തെക്കുറിച്ചുള്ള തത്വം. ഇതാണ് പിംഗളയെക്കുറിച്ചുള്ള തത്ത്വം. ഇതാണ് കരുണയെക്കുറിച്ചുള്ള തത്വവും. അതായത് സ്നേഹം ഒരു പാപമാണ് എന്നും മറിച്ച് സ്നേഹമല്ലാതെ മറ്റൊരു പുണ്യവുമില്ല എന്നും ഉള്ളതാണ് സ്നേഹത്തെക്കുറിച്ചുള്ള 'അംബിവാലൻസ്' തത്ത്വം എന്ന് പറയാം. ലോകത്തിലെ ഏറ്റവും വലിയ തിന്മ സ്നേഹമാണ് എന്ന് ഒരേ സമയത്ത് അറിയുവാൻ കഴിയുന്നതിനെയാണ് നാം ഒരു ശുദ്ധമനഃശാസ്ത്രജ്ഞാനം എന്ന് പറയുന്നത്. അതുകൊണ്ട് ഒരു ഇംഗ്ലീഷ് പണ്ഡിതൻ 'ലവ്' എന്നുള്ള പദം ഉപയോഗിച്ച് അതിനെ ഉദാത്തീക രിച്ച് പുണ്യമാക്കിത്തീർക്കുകയും 'ലവ്' എന്നുള്ളത് 'ലവ്' ആണെന്നും 'ലവ്'ന്റെ വിപരീതമായിട്ടുള്ളത് 'ലസ്റ്റ്' ആണ് എന്നും പറയുവാൻ തുടങ്ങുകയും ചെയ്യുന്നു. നാം ഒരു ആശയത്തെ രണ്ടാക്കിത്തീർക്കുകയും ശാരീരികമായ സ്നേഹം പാപമാണെന്നും ആത്മീയമായ സ്നേഹം

പുണ്യമാണെന്നും വിഭജിക്കുകയും ഈ വിഭജനം അസ്വാഭാവികമാണെന്നതുകൊണ്ട് ഇത് തെറ്റായ ഒരു വിഭജനം ആകുകയും ചെയ്യും. ഈ വസ്തുത അതായത്, ലോകത്തിലെ ഏറ്റവും നിന്ദ്യമായ വസ്തുക്കളാണ് ഏറ്റവും ഉത്തമമായ വസ്തുക്കൾ എന്നുള്ള വസ്തുത പലപ്പോഴും ഒരു കവി തന്റെ ആന്തരമായ അന്വേഷണങ്ങളിൽക്കൂടി എവിടെല്ലാമോ വെച്ച് കണ്ടെത്തുന്നു. തന്നെ വഞ്ചിക്കുന്നത് അന്യസ്ത്രീകളല്ലെന്ന് കണ്ടെത്തുകയാണ് നമ്മുടെ ഒരു കവി ഒരിക്കൽ ചെയ്തിട്ടുള്ളത്. എന്റെ കിടക്കയിൽ കിടന്ന്കൊണ്ട് മറ്റൊരുവനെക്കുറിച്ച് ചിന്തിക്കുന്ന എന്റെ കാമുകി എന്നെഴുതുന്ന ഒരു കവി വാസ്തവത്തിൽ സ്നേഹമെന്നുള്ളത് ഒരു വഞ്ചനയാണ് എന്ന് മിക്കവാറും മനസ്സിലാക്കുന്നു. തന്നെ വഞ്ചിക്കുന്ന ഒരേ ഒരാളേ ഈ ലോകത്തിലുള്ളൂ എന്നും അത് തന്റെ കാമുകിയാണെന്നും ഒരു കാമുകനും തന്നെ വഞ്ചിക്കുന്ന ഒരു പുരുഷന്മാത്രമേ ഉള്ളൂ അത് തന്റെ കാമുകനാണ് എന്ന് ഒരു സ്ത്രീയും ജീവിതത്തിൽ എവിടെയെങ്കിലും വെച്ച് മനസ്സിലാക്കുന്നു. 'Lay yours sleeping gets on my faithless arms" എന്ന് പണ്ട് പാടിയത് ഓഡനാണ്. അതുകൊണ്ട് സ്നേഹം എന്നത് വഞ്ചനയാണ്. "മറ്റു പൂച്ചെടി ചെന്ന് തിന്നാനെൻ കൊറ്റനാടിനുണ്ടിപ്പൊഴേ മോഹം" എന്നുള്ള വൈലോപ്പിള്ളിയുടെ സത്യദർശനത്തിൽ ഇത്തരത്തിലുള്ള ഒരു കാഴ്ചപ്പാട് കാണാൻ കഴിയും. ഈ ഒരു മണ്ഡലത്തിൽ എത്തിച്ചേരുമ്പോൾ നമ്മുടെ ഉറപ്പുകളെല്ലാം ദൗർബ്ബല്യങ്ങളായിത്തീരുകയും നമ്മുടെ തീർച്ചകളെല്ലാം സംശയങ്ങളായിത്തീരുയും പലപ്പോഴും ജീവിതത്തിലെ പരമമായ കാര്യങ്ങളെക്കുറിച്ച് പരമമായ ഒരു അവ്യവസ്ഥിതത്വത്തിലേക്ക് നാം എത്തിച്ചേരുകയും ചെയ്യുന്നു എന്നു കാണാം. ഇങ്ങനെ എത്തിച്ചേരുന്ന ഒരു കവിക്ക് തിരിച്ചുവരിക വളരെ വിഷമമാണ്. തിരിച്ചുവരിക, സത്യത്തിന്റെ മണ്ഡലത്തിലേക്ക് എത്തിച്ചേരുന്ന ഒരു കവിക്ക് സത്യത്തിൽ നിന്ന് ഒരു രൂപവുമായി തിരിച്ചുവരിക വളരെ വിഷമമാണ്. ഇതിനെയാണ് നാം ഒരു കവിയുടെ അന്തഃസംഘർഷം എന്നു പറയുന്നത്. അത് കൊണ്ട് നാം പ്രേമഗീതം എഴുതുമ്പോൾ അതൊരു സാധാരണകാര്യവും മറിച്ച് 'നളിനി'എഴുതുമ്പോൾ അത് ഒരു അസാധാരണകാര്യവും ആയിത്തീരുന്നു. സ്നേഹം നല്ലതാണ് എന്ന് പറയുന്നത് സ്നേഹം ഒരു ആശയവും ഒരാവർത്തനവും ആയതുകൊണ്ടാണ്. സ്നേഹത്തെ നാം മുഖത്തോടുമുഖം കാണുമ്പോൾ അത് അനേകം മുഖങ്ങളുള്ള, വിഷമുള്ള അമൃതുള്ള ഒരു വസ്തുതയാണെന്ന് അറിയുകയും ഇതിന്റെ ചിത്രീകരണം നമ്മുടെ പ്രാണനെ അപഹരിക്കുന്ന ഒരു അനുഭവമാണ് എന്ന് മനസ്സിലാക്കുകയും ചെയ്യും. അതുകൊണ്ട് വികാരങ്ങളെക്കുറിച്ച് 'എക്സ്പെരിമെന്റേഷൻ' നടത്തുന്ന ഒരാളെ സംബന്ധിച്ചിടത്തോളം തീർച്ചയായും

കവിത എന്നുള്ളത് എളുപ്പമായ ഒരു മാർഗ്ഗം അല്ലാതാവുന്നു. ഇതാണ് 'ചിന്താവിഷ്ടയായ സീത'യിൽ സീത രാമനെക്കൊണ്ട് ചെയ്യുന്നത് എന്ന് കാണാം. രാമൻ കേരളത്തിലെ ഇന്ത്യയിലെ ഏറ്റവും ആദർശ വാനായ രാജാവും

"കോന്വാസ്മിൻ സാമ്പ്രതം ലോകേ
ബലവാൻ കശ്ച്യവിര്യവാൻ"

ഏറ്റവും ഉദാത്തനായ മനുഷ്യൻ രാമനായിരിക്കെ ഏറ്റവും ചാരിത്ര്യവതിയായ സീത സ്ത്രീയായിരിക്കെ അവരുടെ ജീവിതത്തിന് എന്ത് പരിണാമമുണ്ടായി എന്നന്വേഷിക്കുകയാണ് കുമാരനാശാൻ 'ചിന്താവിഷ്ടയായ സീത'യിൽ ചെയ്യുന്നത് എന്ന് ഇന്ന് നമുക്കറിയാം. തന്റെ എല്ലാ പ്രവർത്തനങ്ങളെക്കൊണ്ടും തന്റെ സ്നേഹംകൊണ്ടും കയ്യൂക്കു കൊണ്ട് (തന്റെ സ്നേഹത്തെ കയ്യൂക്ക് കൊണ്ടാണ് വീരശ്ശൂൽക്കമായി) സീതയെ രാമൻ നേടുന്നതെങ്കിലും ലോകത്തിൽ മറ്റു പൊണ്ണന്മാരായ ഭർത്താക്കന്മാർക്ക് പോലും കഴിയുന്ന ഒരു കാര്യം തന്റെ പ്രിയതമയെ രക്ഷിക്കുക എന്ന കാര്യം രാമന് മാത്രമേ ഇന്ത്യയിൽ പ്രധാനമായും സാധിക്കാതിരുന്നുള്ളു. രാമൻ തന്റെ ഭാര്യയെ കളഞ്ഞുകുളിക്കുന്നു. കളഞ്ഞുകുളിച്ച ഭാര്യയെ അന്വേഷിച്ച് പോകുന്നു. എന്നിട്ട് അതിന് നാട്ടുകാരുടെ സഹായം തേടുന്നു. നാട്ടുകാരുടെ സഹായത്തോടുകൂടി സീത ഇരിക്കുന്ന ലങ്കയെ ആക്രമിക്കുകയും ലങ്കയിലുള്ള അനേകം സ്ത്രീകളെ വിധവകളാക്കുകയും അനേകം പുരുഷന്മാരെ ഭാര്യാഹീനരാക്കിത്തീർക്കുകയും അനേകം കുട്ടികളെ അശരണരാക്കുകയും അതിന് ശേഷം തന്റെ പ്രിയതമയെ വീണ്ടെടുക്കുകയും വീണ്ടെടുത്ത പ്രിയതമയെ അപരാധിയായികാണുകയും അവളെ വീണ്ടും തീയിലേറ്റുകയും വീണ്ടും വീണ്ടും ദഹിപ്പിക്കുകയും വീണ്ടും വീണ്ടും പുനർജ്ജനിപ്പിക്കുകയും അന്തിമമായി അവളെ ഉപേക്ഷിക്കുകയും അന്തർവഹനിയായിരിക്കുമ്പോൾ ഉപേക്ഷിക്കുകയും ചെയ്യുന്നു എന്നുള്ളതാണ് ഭാരതീയ ആദർശ ദാമ്പത്യത്തിന്റെ പരിണതി എന്ന് 'ചിന്താവിഷ്ടയായ സീത'യിൽ പറയുന്നു. ഇതാണ് ധർമ്മത്തിലധിഷ്ഠിതം എന്നു പറയുന്നത്. നിങ്ങൾ ആദർശത്തെപ്പറ്റി പറയുമ്പോൾ നിങ്ങൾക്ക് ഇത്തരം സംശയങ്ങളൊന്നും ഉണ്ടാകില്ല. കാരണം സീത നമ്മുടെ പാതിവ്രത്യത്തിന്റെ പ്രതീകമാണ്. സീത നമ്മുടെ സംശയത്തിന്റെ പ്രതീകമാണ് എന്ന് അയോദ്ധ്യയിൽ ഒരാളേ പറഞ്ഞിട്ടുള്ളൂ. അയാൾക്ക് മാത്രമേ ജീവിതത്തെക്കുറിച്ച് ബോധമുണ്ടായിരുന്നുള്ളൂ. കാളിദാസന്റെ '*ശാകുന്തള*'ത്തിൽ മാഢവ്യന് മാത്രമേ ജീവിതബോധമുള്ളൂ എന്നതുപോലെ ദുഷ്യന്തന് തോന്നുന്ന ഈ രോഗം മധുരം തിന്ന് വിഷമിക്കുമ്പോൾ പുളിങ്ങ തിന്നാനുള്ള മോഹമാണ് എന്ന് പറഞ്ഞ മാഢവ്യന് മാത്രമേ *ശാകുന്തള*ത്തിൽ അല്പമെങ്കിലും ജീവിതബോധമുള്ളൂ.

'ചിന്താവിഷ്ടയായ സീത'യുടെ പാഠത്തിൽ നിന്ന് നാം എത്തിച്ചേരുന്ന ലോകം സീതയെക്കുറിച്ചും രാമനെക്കുറിച്ചുമുള്ള ആദർശവൽകൃതമായ 'സ്ട്രക്ചർ' ആക്കിത്തീർത്തിട്ടുള്ള ലോകത്തിലല്ല, ധർമ്മനിഷ്ഠയുള്ള ഒരു ലോകത്തിലല്ല; മറിച്ച് ധർമ്മത്തിന്റെ അതിരുകൾ എരിഞ്ഞുപോകുന്ന എല്ലാ ധർമ്മവും അധർമ്മമായിത്തീരുന്ന, ധർമ്മത്തിന് വേണ്ടി അധർമ്മങ്ങൾമാത്രം ചെയ്യുന്ന ക്ഷുദ്രയോഗിയെ കൊല്ലുന്ന, തന്റെ പ്രിയതമയെ ഉപേക്ഷിക്കുന്ന, ബാലിയെ വധിക്കുന്ന, എപ്പോഴും തിന്മമാത്രം ചെയ്യുന്ന ഒരു ദേവനാണ്, ഒരു മനുഷ്യനാണ് രാമൻ എന്ന ബോധം സീത നമ്മിൽ ഉണ്ടാക്കുന്നു. നാം ചെയ്യാത്ത തെറ്റുകൾ രാമൻ ചെയ്യുന്നു. നാം ചെയ്യാത്ത തെറ്റുകൾ തന്റെ പത്നിയോട് രാമൻ ചെയ്യുന്നു. പലപ്പോഴും നന്മയുടെ പര്യായം തിന്മയായിത്തീരുന്നു എന്നും ചില സന്ദർഭങ്ങളിൽ ഒരു കവി കണ്ടെത്തുന്നു. ഇത് വളരെ ക്രൂരമായ ഒരു സങ്കൽപ്പനം ആണ്. ഇങ്ങനെ കണ്ടെത്തുന്ന ആളുകൾ അസ്വസ്ഥരായിത്തീരുകയും അവർ യാഥാർത്ഥ്യത്തിന് ഒരു മുഖമല്ല ആയിരം മുഖങ്ങളുണ്ടെന്നും ഈ ആയിരം മുഖങ്ങളും പരസ്പര വിരുദ്ധങ്ങളാണ് എന്നും അറിയുകയും അറിഞ്ഞ് അസ്വസ്ഥരായിത്തീരുകയും, അറിഞ്ഞ് പലപ്പോഴും യോഗികളായിത്തീരുകയും ചെയ്യുന്നു എന്നും കാണാം. അതുകൊണ്ട് ആശാൻ എന്താണ് 'സീത'യിൽ പറയാൻ ഉദ്ദേശിച്ചത്. 'സീത' എന്നുള്ള കാവ്യത്തിൽ പറയുന്ന മുഴുവൻ കാര്യങ്ങളുമാണ്. ആശാൻ സീതയുടെ പശ്ചാത്താപമാണോ ആഗ്രഹിച്ചത്. സീതയുടെ രാമഭർത്സനമാണോ ആഗ്രഹിച്ചത് എന്നുള്ളത് ഇന്നും നമ്മുടെ നാട്ടിലെ ഒരു വലിയ വിവാദവിഷയമാണ്. ഇത് സമന്വയിപ്പിക്കാവുന്ന ഒരു രംഗവേദി അത് സത്യത്തിന്റെ യാഥാർത്ഥ്യത്തിന്റെ രംഗമാണ്. അതിനർത്ഥം സീതയുടെ ഏറ്റവും വലിയ ശത്രു രാമനും സീതയുടെ ഏറ്റവും വലിയ ബന്ധു രാമനുമാണ്. ഇതാണ് മനഃശാസ്ത്രം നമുക്കു നൽകുന്ന ഒരു കാഴ്ചപ്പാട്. അതുകൊണ്ട് സീത രാമനിൽ നിന്ന് രക്ഷപ്പെടാൻ രാമന്റെ അരികിലേക്ക് തന്നെ വരുന്നു. ഈ തരത്തിലുള്ള വൈരുദ്ധ്യാത്മകങ്ങളായ രംഗങ്ങൾ 'ചിന്താവിഷ്ടയായ സീത'യിലുണ്ട്. അല്ലെങ്കിൽ സീത സീതയുടെ കഥയിലുണ്ട്. സീത രാമനെ ഉപേക്ഷിക്കുവാൻ ചെയ്യുന്നത് രാമന്റെ അരികിലേയ്ക്ക് വരികയും

"മിണ്ടാതന്തികമെത്തിയസംശയ
ക്ലാന്താസ്യനാം കാന്തനെക്കണ്ടാൾ
പൗരസമക്ഷം അന്നിലയിലീ
ലോകംവെടിഞ്ഞാൾ സതീ."

"പ്രിയരാഘവവന്ദനം ഭവാ-
നയരുന്ന ഭുജശാഖവിട്ടുഞാൻ."

അങ്ങയുടെ കൈയിലിരിക്കുമ്പോഴാണ് ഞാൻ അവശയായിത്തീരുന്നത് എന്നും "സ്വയമിദ്ദ്യോവിൽ ഒരാശ്രയംവിനാ.'' അനന്തമായ ആകാശം-അനന്തമായ സ്വാതന്ത്ര്യത്തിലേക്ക് പറന്നുപോകുന്നു എന്നും സീത പറയുന്നത് ഭാരതീയ സ്ത്രീത്വത്തെക്കുറിച്ചും സ്നേഹത്തെക്കുറിച്ചും സ്നേഹത്തിന്റെ ഭിന്നമുഖങ്ങളെക്കുറിച്ചും ഒരു മൗലികവിമർശനമായിത്തീരുന്നത് അങ്ങനെയാണ്. നാമിതിൽ വൈരുദ്ധ്യം കണ്ടെത്തുന്നത് വൈരുദ്ധ്യമാണ് സത്യം എന്നുള്ള പ്രാഥമികമായ മാനസിക ജീവിതബോധം നമുക്ക് ഇല്ലാത്തതുകൊണ്ടാണ്.

ആശാൻ ജീവിതത്തെ അടുത്ത് കാണുമ്പോൾ പഴയരീതിയിൽ പറഞ്ഞാൽ ധ്യാനാവസ്ഥയിൽ കാണുമ്പോൾ 'ഇൻട്രോസ്പെഷൻ'കൊണ്ട് കാണുമ്പോൾ ജീവിതം എത്രമേൽ ക്രൂരമാണ് എന്നദ്ദേഹം മനസ്സിലാക്കുന്നു. 'മനമോടാത്ത കുമാർഗ്ഗമില്ലെടോ' എന്ന് സീതയെക്കൊണ്ടാണ് ആശാൻ പറയിക്കുന്നത്; ലോകത്തിലെ ഏറ്റവും ആദർശവതിയായ സ്ത്രീയെക്കൊണ്ടാണ്.

"പടുരാക്ഷസചക്രവർത്തിയെന്നുടൽമോഹിച്ചത് ഞാൻ പിഴച്ചതോ'' എന്ന് ഇപ്പോഴും ചർച്ചചെയ്യപ്പെടുന്ന ശ്ലോകം, സീതയെക്കൊണ്ട്തന്നെയാണ് ആശാൻ പറയിക്കുന്നത്. ഇതിന്റേയും അർത്ഥം ജീവിതത്തിന്റെ ഉള്ളറകളിൽ എത്തിച്ചേരുമ്പോൾ നാം ജീവിതത്തിന്റെ ബാഹ്യമായ ഏകമുഖമായ സത്യങ്ങൾ കാണാതാവുകയും ജീവിതം ബഹുമുഖമായ വിചിത്രമായ പരസ്പരവിരുദ്ധമായ ഒരു ലോകമാണ് എന്ന് മനസ്സിലാക്കുകയും ചെയ്യും. ഈ ബോധം ഉണ്ടാക്കിയതാണ് കുമാരനാശാന്റെ കൃതികൾക്കുള്ള പ്രധാനപ്പെട്ട ഒരു ഗുണം എന്ന് ഞാൻ കരുതുന്നു. ഒരു ശാഖയിൽക്കൂടി സഞ്ചരിക്കുന്ന കവിയല്ല അദ്ദേഹം. മറിച്ച് നമ്മെ നിരന്തരമായി അസ്വസ്ഥമാക്കുന്ന നമ്മെ അനുഭവത്തിന്റെ പരമവിരുദ്ധങ്ങളായ കോണുകളിലേക്ക് കൊണ്ടെത്തിക്കുകയും അനുഭവങ്ങളുടെ 'എക്സ്ട്രീ'മുകളിലേക്ക്-അതിരുകളിലേക്ക് കൊണ്ടെത്തിക്കുകയും അവിടെ നിന്ന് ചിലപ്പോൾ തിരിച്ചുകൊണ്ടുവരികയും ചിലപ്പോൾ അവിടെ മുങ്ങിച്ചാകാൻ അനുവദിക്കുകയും ചെയ്യുന്ന ഒരു അനുഭവമണ്ഡലം കുമാരനാശാൻ സൃഷ്ടിക്കുന്നുണ്ട്. നമ്മുടെ ഉത്ഥാനമായ ജീവിതബോധത്തിൽ നാമിത് കാണുന്നില്ല. സീതയെ കുമാരനാശാൻ അവതരിപ്പിച്ചിരിക്കുന്നത് വളരെ ഭ്രാന്തചിത്തയായിട്ട് ഉന്മാദിനിയായിട്ട് ശ്രീരാമനെ ചീത്തപറയുന്ന ഒരു സ്ത്രീയായിട്ടും പിന്നീട് വളരെ പരവശയായി ഈ ഉന്മാദത്തിൽ പശ്ചാതപിക്കുന്ന ഒരു സ്ത്രീയായിട്ടും ആണ്. ഇത് ഒരു manicidie depressive കഥാപ്രസംഗമാണ് എന്ന് നമുക്ക് കാണാൻ കഴിയും. അതായത് എല്ലാ 'മാനിയ' രോഗികളും 'മാനിയ' രോഗത്തിന്റെ അവസാനത്തെ ഒരു 'ഡിപ്രസീവ്' സ്റ്റേജിലേക്ക് ഒരു

പശ്ചാത്താപാവസ്ഥയിലേക്ക് മടങ്ങിപ്പോവുകയും മരിച്ചാൽ മതി എന്ന് വിചാരിക്കുകയും ചിലർ മരിച്ചുകളയുകയും ചെയ്യുന്നു. അത് കൊണ്ട് 'മാനിയ'യും മുദുതല 'ഡിപ്രഷൻ'ആണ് എന്നും 'ഡിപ്രഷന്റെ' മുദുതലം ആണ് എന്നും മനസ്സിലാക്കുന്ന ഒരാൾ പിന്നീടൊരിക്കൽ സീത എന്താണ് രണ്ടുതരത്തിൽ പറയുന്നത് എന്ന് ചോദിക്കുക യാണ്. കാരണം മനസ്സിന്റെ ഈ അവസ്ഥ 'ഗുരുവായും ലഘുവായുയാമാർത്തി യായ് തിരിയാതെ മനം ചരിപ്പു ഹാ,' ലഘുവായി ചരിക്കുന്നതിനെ നാം ഒരു 'മാനിയ' അവസ്ഥ എന്നും ഗുരുവായി ചരിക്കുന്നതിനെ 'സിങ്ക്' ചെയ്യുന്നതിനെ ആഴത്തിൽ പോവുന്നതിനെ ഒരു 'ഡിപ്രസീവ്' അവസ്ഥ എന്നു പറയുകയും ചെയ്യുന്നു. ഒരുവഴിക്ക് ആലോചിച്ച് പോകുമ്പോൾ മരിച്ചാൽ മതി എന്ന് തോന്നുകയും മറുവഴിക്ക് ആലോചിച്ചുപോകു മ്പോൾ മറ്റെല്ലാവരും മരിച്ചാൽമതി എന്ന് തോന്നുകയും ചെയ്യും. അതുകൊണ്ട് ആത്മഹത്യ എന്ന് പറയുന്നത്. തന്നത്താൻ കൊല്ലുന്ന തിനെയാണ്; murdering himself is suicide. ഇതുകൊണ്ടാണ് സന്യാസി പലപ്പോഴും അവരുടെ മിക്ക ജീവിതനിമിഷങ്ങളിലും ധ്യാന സന്ദർഭങ്ങളിലെല്ലാം അതിക്രൂരതയുടെ സ്വപ്നങ്ങളും കാണുന്നു എന്നു പറയുന്നത്. ഞാനറിഞ്ഞിടത്തോളം നമ്മുടെ സന്ന്യാസിവര്യന്മാരിൽ മിക്കവരും വലിയ കോപിഷ്ഠരാണ്. അതിന് കാരണം കോപം ഒരു സ്വാഭാവക മനുഷ്യവികാരമാണ് എന്നവർ സമ്മതിക്കാത്തത് മാത്രമാണ്. കോപം എന്നുള്ളത് മനുഷ്യന്റെ അതിസ്വാഭാവികമായ 'അഗ്രസീവ് മെന്റാലിറ്റി' ആണ്. ഇത് അനുകരിച്ച് കഴിഞ്ഞാൽ നിങ്ങൾ ക്ക് കോപം വരുമ്പോൾ മാത്രമേ കോപം ഉണ്ടാവുകയുള്ളൂ. സ്നേഹം എന്നുള്ളത് മനുഷ്യന്റെ സ്വാഭാവികമായ ഒരു പ്രവർത്തന രീതിയാണ്. അതുകൊണ്ട് സ്നേഹം തോന്നുമ്പോൾ സ്നേഹിക്കുന്ന ആളുകൾക്ക് എല്ലാ സമയവും സ്നേഹിച്ചുകൊണ്ടിരിക്കുക സാധ്യമല്ലാതെ വരുന്നു. സ്നേഹത്തെ നാം നിരോധിക്കുമ്പോൾ സ്നേഹം ഒരു കാമദേവനായി, സ്നേഹം ഒരു മാരനായി, കോപം ഒരു മാരനായി. ബുദ്ധനെപ്പോലും അത് പീഡിപ്പിക്കുകയും ഇങ്ങനെ ബുദ്ധനെ പീഡിപ്പിക്കുന്ന മാരനെ കോപത്തിന്റേയും സ്നേഹത്തിന്റേയും ചിത്രങ്ങൾ വരച്ചുകൊണ്ട് നാം നമ്മുടെ അജന്തയിലും എല്ലോറയിലും സംതൃപ്തിയടയുകയും ചെയ്യുന്ന എന്നർത്ഥം. 'ടെംപ്റ്റേഷൻ'എന്നു പറയുന്നത്, ബുദ്ധന്റെ 'ടെംപ്റ്റേഷൻ' ആണ്. ക്രിസ്തുവിന്റെ ടെംപ്റ്റേഷൻ പോലെതന്നെ. അങ്ങനെ നാം എന്തിനെ നിരോധിക്കുന്നുവോ അത് നമ്മുടെ മനസ്സിനെ കടന്നാക്രമി ക്കുകയും അതിനില്ലാത്ത ഒരു വൈകാരികമൂല്യം അതിനുണ്ടാക്കിക്കൊ ടുക്കുകയും (we call an emotional context) അതിനില്ലാത്ത ഭാരവും പരിവേഷവും ശക്തിയും ഉണ്ടാക്കുകയും ചെയ്യുന്നു എന്നുള്ളതാണ്

മാനസികഭാവങ്ങളെക്കുറിച്ചുള്ള പ്രാഥമികമായ ഒരു വസ്തുത. അതുകൊണ്ടാണ് സെൻ ബുദ്ധമതക്കാർ, അല്ലെങ്കിൽ സെൻ യോഗികൾ, സാനി ബുദ്ധമതയോഗികൾ ഇതിനെ ഒരു പ്രാധാനചികിത്സാരീതിയായി അംഗീകരിച്ചിട്ടുള്ളത്. രോഷം വരുമ്പോൾ അടിക്കുക എന്നുള്ളതും ദുഃഖം വരുമ്പോൾ കരയുക എന്നുള്ളതുമാണ് ഇതുവരെ പ്രചാരത്തിലിരിക്കുന്ന രീതി സെൻ തത്ത്വമനുസരിച്ച് എങ്ങനെ മോട്ടോർബൈക്ക് ഓടിക്കാമെന്നുള്ളത്, സെൻ തത്ത്വമനുസരിച്ച് എങ്ങനെ രാഷ്ട്രീയ കാര്യങ്ങൾ നടത്താമെന്നത്, സെൻ കവിതകളെ അനുകരിച്ച് എങ്ങനെ കവിതകളെഴുതാമെന്നുള്ളത്, നമ്മുടെ നാട്ടിലെ പ്രബലമായ ഒരു അന്വേഷണ വിഷയമാണ്. പക്ഷേ സെൻ മാസ്റ്റർമാരുടെ ഇക്കാര്യത്തിലുള്ള പ്രധാനപ്പെട്ട ഒരു സംഭാവന കോപത്തെ നേരിട്ട് പ്രകടിപ്പിക്കുകയാണെങ്കിൽ കോപം കോപമല്ലാതായിത്തീരുന്നു എന്നുള്ളതാണ്. അതുകൊണ്ട് അവർ കുട്ടികളെ ആയോധനവിദ്യയിൽക്കൂടി ഈശ്വരസാക്ഷാൽക്കാരത്തിനായി അഭ്യസിപ്പിക്കുന്നു. (എപ്പോഴും അടിച്ച് അടിച്ച് പഠിപ്പിക്കുന്ന ഒരു കുട്ടി) ഒരു പ്രത്യക നിമിഷത്തിൽ ഓർക്കാപ്പുറത്ത് അടികിട്ടുന്ന ഒരു കുട്ടി ഓർക്കാപ്പുറത്ത് കിട്ടുന്ന അടികൊണ്ട് ഉണരുന്നതിനു പകരം ആ അടിയെ കാണുവാനും തടുക്കുവാനും കഴിഞ്ഞാൽ അവൻ സിദ്ധനായി, യോഗിയായി എന്നതാണ് സെൻ തത്ത്വം. അതായത് നിതാന്തമായ ജാഗ്രതകൊണ്ട് നമ്മുടെ വികാരത്തെ സ്വാഭാവികമായി പ്രകടിപ്പിക്കുവാൻ കഴിഞ്ഞാൽ അവൻ സ്വസ്ഥനായിത്തീരുന്നു എന്ന് മാദ്ധ്യമികബുദ്ധമതക്കാർ വിശ്വസിച്ചുപോരുന്നു. ഈ ഒരവസ്ഥയിലേക്ക് എത്തിച്ചേരാനുള്ള അവസ്ഥയെയാണ് നാം ഒരർത്ഥത്തിൽ 'റൊമാന്റിസിസം' എന്ന് പറയുന്നത്. ആശാനിൽ റൊമാന്റിസിസത്തിന്റെ ഒരു ധാരയുണ്ട്. പക്ഷേ അത് ആശാന്റെ ഏകധാരയല്ലാതായി നിൽക്കുന്നു എന്ന് കാണാം. അതാണ് ആശാനെ സംബന്ധിച്ച ഒരു സവിശേഷത. അതായത് ഉച്ഛൃംഖലത്വം ആശാൻ അംഗീകരിക്കാതിരിക്കുകയും ഉച്ഛൃംഖലത്വം ആശാൻ അംഗീകരിക്കുകയും ചെയ്യുന്നു എന്നതാണ് അതിന്റെ താല്പര്യം ഈ ഒരവസ്ഥയാണ് ആശാന്റെ കവിതകൾക്ക് പലതരത്തിലുള്ള വർണ്ണരീതികൾ കൊണ്ടുക്കൊടുക്കുന്നത്. ആശാന്റെ കൃതികളെ നിരന്തരമായ ഒരു ചർച്ചാവിഷയമാക്കിത്തീർക്കുന്നത് ലീല മദനനെ കൊന്നോ എന്നത് എപ്പോഴും ഒരു പ്രശ്നമായി അവശേഷിക്കുന്നത്. അതുകൊണ്ട് 'ചിന്താവിഷ്ടയായ സീത'യിൽ ആശാൻ അവതരിപ്പിക്കുന്നത്. ലോകം അത്യന്തം ഉന്മാദാവസ്ഥയിലായിരിക്കുന്ന ഒരു വ്യക്തി കാണുന്ന സത്യത്തിന്റെ മുഖത്തേയും അത്യന്തം നിരാശയിൽ എത്തിച്ചേർന്ന ഒരു വ്യക്തി കാണുന്ന പശ്ചാത്താപത്തിന്റെ കയങ്ങളേയും ആണ്. ഇതിന്റെ ഒരു ഫലം നാം ജീവിതത്തിന്റെ രണ്ട്

അതിരുകളിലേക്കും പോകുന്നു എന്നതാണ്. ഇതുകൊണ്ട് എന്താണ് പ്രയോജനം എന്ന് ചോദിക്കാം. നാം സമതലങ്ങൾ മാത്രം കാണുന്നവരായിരിക്കെ നാം കൊടുമുടികൾ കാണാതിരിക്കുകയും നാം സമുദ്രഗർത്തങ്ങൾ കാണാതിരിക്കുകയും ചെയ്യുന്നു. ആശാന്റെ കവിതയുടെ ഒരു പ്രത്യേകത ആശാന്റെ കവിതകൾ കൊടുമുടികൾ കാണുകയും ആശാന്റെ കവിത സമുദ്രഗർത്തങ്ങളിലേക്ക് ഊളിയിട്ടുപോവുകയും ചെയ്യുന്നു എന്നുള്ളതാണ്. ഒരുപക്ഷേ ഇത്തരം പ്രയാണങ്ങളിൽ അദ്ദേഹത്തെ ഒരു ഭ്രാന്തനാകാതെ രക്ഷിച്ചത്. (അതിനെപ്പറ്റി എനിക്കറിയില്ല) അദ്ദേഹത്തിന്റെ അനന്തരമായ യോഗാനുശീലനമോ അല്ലെങ്കിൽ വേറൊരർത്ഥത്തിൽ അദ്ദേഹം തന്റെ മാനസിക പ്രശ്നങ്ങളെ സമുദായത്തിൽ അർപ്പിച്ചതോ ആവാം. അതായത് ഒരു 'ഇന്റേർണൽ സിറ്റ്വേഷൻ' മാനസികമായ ഒരു സംഘർഷം അവസാനിപ്പിക്കാനുള്ള ഒരു മാർഗ്ഗം അത് പ്രവർത്തിക്കുക എന്നുള്ളതാണ്. When work it out, the problem is solved എന്നുള്ളതാണ് സാമാന്യമായി ഒരു ചികിത്സാതത്വം. നിങ്ങൾ ആരെയെങ്കിലും ചവിട്ടണമെന്ന് തോന്നുമ്പോൾ, ഫുട്ബോളിനെ ചവിട്ടുമ്പോൾ നിങ്ങൾ ഒരു ഫുട്ബോൾ ചാമ്പ്യനായിത്തീരുന്നു. അതുകൊണ്ട് ചവിട്ടുകയും ചവിട്ടുന്നത് സാമൂഹ്യപ്രയോജനമുള്ള വസ്തുത ആയിത്തീരുകയും നിങ്ങൾ തകർക്കുകയും തകർക്കുന്നത് വിപ്ലവമായിത്തീരുകയും നിങ്ങൾ സൃഷ്ടിക്കുകയും സൃഷ്ടിക്കുന്നത് ഒരു പുതിയ ലോകത്തെയായിത്തീരുകയും ചെയ്യുന്നു. എല്ലാ കുത്സിതമായ പ്രവൃത്തിയേയും കുത്സിതമല്ലാതാക്കിത്തീർക്കുവാനുള്ള ഒരു മാർഗ്ഗം അവയെ 'വർക്കൗട്ട്' ചെയ്യുക, അല്ലെങ്കിൽ പ്രവർത്തിക്കുക എന്നുള്ളതാണ്. അതുകൊണ്ട് ആശാൻ തന്റെ മാനസിക സംഘർഷങ്ങൾക്കുള്ള പരിഹാരം മിക്കവാറും അദ്ദേഹത്തിന്റെ അവസാനഘട്ടങ്ങളിൽ കണ്ടെത്തുന്നത് തന്റെ പ്രശ്നങ്ങളെ സമുദായത്തിൽ പ്രക്ഷേപിക്കുകയും സമുദായത്തിൽ സമന്വയിക്കുകയും ധർമ്മത്തിൽക്കൂടി തന്റെ പ്രശ്നങ്ങൾക്ക് സാക്ഷാൽക്കാരം കണ്ടെത്തുകയും ചെയ്യുകവഴിയാണ്. അങ്ങനെ സ്നേഹം എന്നുള്ളത് ആശാനെ സംബന്ധിച്ചിടത്തോളം ഒരു 'അബ്സ്ട്രാക്റ്റ്' ആശയമായി നിൽക്കാതെ സ്നേഹം എന്നുള്ളത് കുടുംബത്തിന്റെ തത്വം ആയിത്തീരുന്നു. അതോടുകൂടി ഒരു 'അബ്സ്ട്രാക്റ്റ് ഐഡിയ വർക്കൗട്ട്' ചെയ്യപ്പെടുകയും ഈ വേദനകൊണ്ട് നരകിക്കുന്ന ഒരു മനുഷ്യൻ ഉന്മാദത്തിൽ നിന്നു രക്ഷപ്പെടുകയും ചെയ്യുന്നു എന്നുപറയാം. സാധാരണ ആളുകളെ സംബന്ധിച്ചിടത്തോളം ഈ പ്രശ്നങ്ങളൊന്നുമില്ല. അവരെല്ലാം മറ്റുള്ളവർ പറഞ്ഞതനുസരിച്ച് ചെയ്യുന്നവരെല്ലാം സുഭാഷിതങ്ങൾ അനുസരിച്ച് ജീവിക്കുന്നവരും പുലർകാലേ എഴുന്നേൽക്കുന്നവരും ദേഹശുദ്ധിവരുത്തുന്നവരും അതിനുശേഷം

ദൈവത്തെ മനസ്സാമ്പിൽ നിനയ്ക്കുന്നവരുമാണ്. ഇങ്ങനെ ചിട്ടയായ ഒരു ജീവിതം നയിക്കുന്ന ആളെ സംബന്ധിച്ചിടത്തോളം ജീവിതം സംഘർഷപൂർണമായ ഒന്നായിത്തീരുകയില്ല. പക്ഷേ ചരിത്രം അടിച്ചേൽപ്പിക്കുന്ന ചില കാലഘട്ടങ്ങളിൽ നാം ജീവിതത്തിന്റെ പരമമായ മൂല്യങ്ങളെ സ്വയമേവ ചോദ്യം ചെയ്യാൻ നിയുക്തരായിത്തീരുകയും അങ്ങനെ വരുമ്പോൾ അത് ഒരുപക്ഷേ നമ്മെ ഉന്മാദികളാക്കിത്തീർക്കുകയോ അല്ലെങ്കിൽ ഈ ഉന്മാദത്തിന് സാമുദായികതലത്തിൽ പരിഹാരമുണ്ടാക്കുവാനുള്ള മാർഗ്ഗത്തിലേക്ക് നമ്മെ നയിക്കുകയോ ചെയ്തു എന്നുവരാം. ആശാന്റെ ജീവിതത്തിലെ വലിയൊരു നേട്ടം കവി പലപാട് പ്രസ്താവിച്ചിട്ടുള്ളതുപോലെ താൻ വിവാഹിതനായിക്കഴിഞ്ഞാൽ സമുദായകാര്യങ്ങളിൽ കൂടുതൽ ശ്രദ്ധിക്കുമെന്ന് കാണിച്ചുകൊടുത്തു എന്നതാണ്. ഇങ്ങനെ ആശാൻ പറഞ്ഞതായി കേട്ടിട്ടുണ്ട്. ഇത് ആശാൻ പറയുക മാത്രമല്ല തന്റെ കർമ്മരംഗത്ത് കാണിച്ചുകൊടുക്കുകയും ഒരു ജീവിതത്തിന്റെ പൂർണ്ണതകൊണ്ട് ജീവിതത്തിന്റെ അന്തഃസംഘർഷങ്ങൾ അവസാനിപ്പിക്കുകയും ചെയ്യാം എന്ന് മനസ്സിലാക്കുകയും ചെയ്യുന്നു. He fulfils his problems in society എന്ന് പറയാം. ഇങ്ങനെ ജീവിതത്തിൽ കുടുംബത്തിൽ സമുദായത്തിൽ ചരിത്രത്തിൽ തന്റെ പ്രശ്നങ്ങൾക്ക് ഒരു വ്യക്തി പരിഹാരം കണ്ടെത്തുമ്പോൾ അയാൾ ഒരു സമുദായത്തിന്റേയും ഒരു കുടുംബത്തിന്റേയും ചരിത്രത്തിന്റേയും രാജ്യത്തിന്റേയും ഒരു പക്ഷേ വിധിയുടേയും ശക്തിയായി രൂപാന്തരപ്പെടുന്നത് കാണാം. ആശാൻ മരണത്തെപ്പറ്റി പലപാട് പറയുകയും മരിക്കുകയാണ് നല്ലത് എന്ന പലദിക്കിലും രേഖപ്പെടുത്തുകയും ചെയ്തിട്ടുള്ള ഒരാളാണ്. പക്ഷേ ആശാന്റെ ജീവിതത്തിന്റെ വലിയ ഒരു മഹത്വം ആശാൻ കർമ്മത്തിൽക്കൂടി, സൃഷ്ടികളിൽക്കൂടി മരണത്തെജയിച്ചു എന്നുള്ളതാണ്. മരണത്തെ ജയിക്കുവാനുള്ള ഒരേ ഒരു മാർഗ്ഗം സൃഷ്ടിക്കുകയാണ് എന്നും സൃഷ്ടിയിൽക്കൂടി മാത്രമേ ഒരു മനുഷ്യന് മരണത്തെ ജയിക്കുവാൻ കഴിയുകയുള്ളൂ എന്നും സൃഷ്ടി എന്നത് Biological reproduction നേക്കാൾ വലിയ ഒരു വസ്തുതയാണ് എന്നും സൃഷ്ടി കാവ്യമാണ് എന്നും സൃഷ്ടി സമുദായമാണ് എന്നും സൃഷ്ടി ചരിത്രമാണ് എന്നും കുമാരനാശാൻ തന്റെ പ്രവർത്തനങ്ങളിലൂടെ തെളിയിച്ചു. This is a resolution of internal conflict എന്ന് പറയാം. ഇത്തരത്തിൽ തന്റെ ജീവിതത്തിന്റെ അന്തർമണ്ഡലങ്ങളിലുള്ള പ്രശ്നങ്ങളെ സമന്വയിപ്പിക്കുന്നതുകൊണ്ടാണ് കുമാരനാശാന്റെ കവിത കുമാരനാശാന്റെ മാത്രം കവിതയല്ലാതായിത്തീരുകയും നമ്മുടെ മനുഷ്യവർഗ്ഗത്തിന്റെ അല്ലെങ്കിൽ ഭാരതീയ ജനവർഗ്ഗത്തിന്റെ പ്രശ്നങ്ങളെ സംബന്ധിക്കുന്ന കവിതയായിത്തീരുകയും ചെയ്യുന്നത്. സന്യാസം കൊണ്ട് എന്ത്

ചെയ്യണം എന്നുള്ള പഴയ ചോദ്യത്തിന് what is necessary, the personal salvation or the salvation of the society എന്നത് ഇന്ത്യൻ സന്യാസിവർഗ്ഗത്തിന്റെ പത്തൊമ്പതാം നൂറ്റാണ്ടിലെ ഒരു പ്രധാനപ്പെട്ട പ്രശ്നമായിരുന്നു എന്ന് നമുക്കറിയാം. അതായത് വ്യക്തിപരമായ മോക്ഷം സാമൂഹ്യമായ മോക്ഷം എന്നുള്ള രണ്ട് ആശയങ്ങൾ തമ്മിലുള്ള സംഘട്ടനത്തെ ശ്രീരാമകൃഷ്ണമിഷന്റെ പ്രവർത്തനങ്ങളിലും വിവേകാനന്ദന്റെ പ്രവർത്തനങ്ങളിലും അതിനോടനുബന്ധിച്ചുണ്ടായിട്ടുള്ള മറ്റു സന്യാസിവർഗ്ഗങ്ങളുടെ പ്രവർത്തനങ്ങളിലും കാണാവുന്നതാണ്. വിവേകാനന്ദനോ ശ്രീരാമകൃഷ്ണനൊ കണ്ടെത്തിയ മോക്ഷമാർഗ്ഗം സമുദായത്തിന്റെ മോക്ഷമാണ് വ്യക്തിയുടെ മോക്ഷം എന്നതാണ്. ഈ മാർഗ്ഗമാണ് കുമാരനാശാൻ തന്റെജീവിതത്തിലും കണ്ടെത്തുന്നത് എന്ന് പറയാം. സന്യാസിയായിരുന്നുകൊണ്ട് സാമൂഹ്യപ്രവർത്തനം ചെയ്യുക എന്നുള്ളത് കുമാരനാശാൻ കണ്ടെത്തിയ ഒരു പോംവഴിയായിരുന്നു എന്നാണ് പറയേണ്ടത്.

ഇത് ഒരുകാലത്തെ ഇന്ത്യാ ചരിത്രത്തിലെ പ്രബലമായ ഒരു പ്രശ്നമായിരുന്നു. സന്യാസത്തിന് പ്രാബല്യമുണ്ടായിരുന്ന ഒരു കാലഘട്ടത്തിൽ സമുദായത്തിൽ നിന്ന് പുറത്തു കടക്കുവാനായി ഇന്ത്യയിലെ വലിയൊരു വിഭാഗം ജനങ്ങൾ സന്യാസികളായിത്തീരുകയും സന്യാസികളെ പോറ്റേണ്ട ചുമതല ഗൃഹസ്ഥന്മാർക്ക് വന്നുചേരുകയും ചെയ്യുന്നു. ഉത്തരേന്ത്യൻ ബുദ്ധമതസർവകലാശാലകളിൽ മറ്റെല്ലാമുണ്ട്. പഠിക്കാനുള്ള മുറിയുണ്ട്; കുളിക്കാനുള്ള കുളമുണ്ട്; പക്ഷേ വെക്കാനുള്ള അടുക്കളയുണ്ടാവില്ല; കാരണം അവർ തെണ്ടിത്തിരിയുന്നവരാണ്. വലിയ ഹോസ്റ്റലുകൾ-പക്ഷേ അടുക്കളയില്ലാത്ത ഹോസ്റ്റലുകൾ. പക്ഷേ അടുക്കളയെല്ലാം മറ്റുള്ളവരുടെ വീടുകളിലുണ്ടാവുകയും മറ്റുവരുടെ ഭക്ഷണംകൊണ്ട് ജീവിതം നയിക്കുകയും ചെയ്യുന്ന മാണവന്മാരും (ബൗദ്ധ വിദ്യാർത്ഥികൾ). ഇങ്ങനെയുള്ള വിദ്യാർത്ഥികളുടെ, സന്യാസികളുടെ എണ്ണം പെരുകുമ്പോൾ സന്യാസം എന്നുള്ളതു ലോകത്തിന്റെ ഏറ്റവും വലിയ ഭാരമായിത്തീരുന്നു. ഇത് തീർച്ചയായും ആശാനറിയാമായിരുന്നു. ഒരു വലിയ ബുദ്ധമത പണ്ഡിതനായിരുന്ന കുമാരനാശാന് ബുദ്ധമതത്തിന്റെ ഒരു പ്രത്യേക കാലഘട്ടത്തിൽ വന്നുചേർന്ന ഈ വിപര്യയം തീർച്ചയായും അറിയുമായിരുന്നു. ഈ ആശയത്തെ എതിർക്കുവാനാണ് ഭഗവത്ഗീത അതികഠിമായി ശ്രമിക്കുന്നത് എന്ന് നമുക്ക് ഇന്ന് മനസ്സിലാകും. സന്യാസത്തിന് എതിരായിട്ടുള്ള ഒരു ഡോക്യുമെന്റ് ആയി ഗീതയ്ക്ക് വലിയ പ്രാധാന്യമുണ്ട്. സന്യാസത്തെ നിന്ദിക്കുന്ന ഏറ്റവും പ്രധാനപ്പെട്ട ഭാരീതയ കൃതി തീർച്ചയായും ഭഗവത്ഗീതയാണ് എന്ന് നമുക്ക് ഇന്ന് അറിയാം. കാരണം ഈ സന്യാസം എന്നുള്ളത് എല്ലാം

ഉപേക്ഷിക്കുക എന്നതിന്റെ അർത്ഥം തീർച്ചയായും നാം ഉപേക്ഷിക്കുന്ന വസ്തുക്കൾ മറ്റുള്ളവരിൽ നിന്ന് സ്വീകരിക്കുക എന്നാണ്. അതുകൊണ്ട് ഭിക്ഷാംദേഹി എന്ന വാക്കിന്റെ അർത്ഥം നിങ്ങൾ പണിയെടുക്കുകയും ഭിക്ഷ എനിക്ക് തരികയും ചെയ്യുക എന്നതാണ്. അതുകൊണ്ടാണ് വൈലോപ്പിള്ളി അദ്ദേഹത്തിന്റെ കവിതയിൽ ധർമ്മം എന്നുള്ളതിന് ഇവിടെ ധർമ്മക്കാരൻ എന്നാണ് അർത്ഥം എന്ന് പറയുന്നത്. ധർമ്മം കൊടുക്കുക എന്നതിന് ധർമ്മക്കാരനാക്കുക എന്നർത്ഥം, “ധർമ്മം ധർമ്മക്കാരനുമായീപോലും'' എന്നു പറയുന്നതിന്റെ അർത്ഥം ധർമ്മം ചിലപ്പോൾ അധർമ്മമായിത്തീരും എന്നതാണ്. ത്യാഗം മിക്കപ്പോഴും reverse ആയിത്തീരും എന്നുള്ളതാണ്. പണിയെടുക്കാതെ ആഹാരം കഴിക്കുന്നതിനെയാണ് നമ്മുടെ നാട്ടിൽ യാഗം എന്ന് ഒരു ഇൻസ്റ്റിറ്റിയൂഷൻ ആയി, സമാപനമായി നാം വാഴ്ത്തിപ്പോന്നിട്ടുള്ളത്. ഇതുകൊണ്ട് സന്യാസം പോംവഴി അല്ലെന്നും ഗൃഹസ്ഥാശ്രമമാണ് ഒരു പോംവഴി എന്നും മനസ്സിലാക്കുന്ന ആശാൻ തന്റെ ജീവിതത്തിലെ എല്ലാ കർമ്മങ്ങളും ചെയ്തുകൊണ്ട്, തന്റെ വ്യക്തിജീവിതത്തിലെ എല്ലാ പ്രവൃത്തികളും ചെയ്തുകൊണ്ട്, തന്റെ സമുദായ പ്രവർത്തനങ്ങൾ ചെയ്തുകൊണ്ട്, തന്റെ മനസ്സിന്റെ മറ്റേ ആകാശത്തിൽ ഇരുന്നുകൊണ്ട് കവിത എഴുതുകയാണ് എന്നാണ് നാം അറിയുന്നത്. It is a complete life എന്ന് ഒരർത്ഥത്തിൽ പറയാം. ജീവിതത്തെ അതിന്റെ എല്ലാതുറകളിലും ജീവിച്ച് തീർക്കുക എന്നുള്ളതാണ് നമുക്ക് ഈ ലോകത്തിൽ ചെയ്യാവുന്ന ആകെ ഒരു കാര്യം. ഇത് ചെയ്യുവാൻ കഴിഞ്ഞു എന്നുള്ളതാണ് കുമാരനാശാന്റെ ഏറ്റവും വലിയ മഹത്വം എന്നതിന് യാതൊരു സംശയവുമില്ല. മറ്റുതരത്തിലും ജീവിക്കാം. നമുക്ക് വെറും പ്രാക്ടിക്കലായിട്ട് ജീവിക്കാം. അങ്ങനെ നാം തീരേ പ്രാക്ടിക്കലായിട്ട് തീരേ ഭൗതികവാദികളായിട്ട് ജീവിക്കുമ്പോൾ ‘വർജിനയ വൊൾഫ്’ പറയുന്നത് പോലെ നാം മണ്ണിൽ മാത്രം ജീവിച്ചാൽ നാം ഞാഞ്ഞൂലുകളായി രൂപാന്തരപ്പെടുകയും നാം പുസ്തകത്തിൽ മാത്രം ജീവിച്ചാൽ പുസ്തകപ്പുഴുക്കളായി രൂപാന്തരപ്പെടുകയും ചെയ്യും. നമുക്ക് ജീവിക്കേണ്ടത് മണ്ണിലും പുസ്തകത്തിലും കൂടിയാണ്. ഇങ്ങനെ ആത്മാവിലും ശരീരത്തിലും കൂടിയാണ്. ആകാശത്തിലും ഭൂമിയിലും കൂടിയാണ്. ഇങ്ങനെ ആകാശത്തെയും ഭൂമിയെയും ഒരേസമയം സാക്ഷാത്ക്കരിക്കാൻ കഴിയുന്ന ഒരു ജീവിതം സാദ്ധ്യമാകുമോ എന്നുള്ള is a complete life possible? എന്നുള്ള പരീക്ഷണം കുമാരനാശാന്റെ ജീവിതത്തിലുണ്ടായിരുന്നു എന്നത് സ്പഷ്ടമാണ്. അതുകൊണ്ട് അദ്ദേഹം തന്റെ ചിന്നസ്വാമിത്വത്തേയും പെരിയസ്വാമിത്വത്തേയുമെല്ലാം നിരാകരിക്കുകയും കുടുംബത്തെ സ്വീകരിക്കുകയും കുടുംബശ്രീ എന്നുള്ളത് നന്മയുടെ തടസ്സമല്ല എന്ന് മനസ്സിലാക്കുകയും

തന്റെ ജീവിതത്തെ സാധാരണമായ അർത്ഥത്തിൽ-സാമാന്യമായ അർത്ഥത്തിൽ ഒരു പൂർണ്ണ ജീവിതമാക്കിത്തീർക്കാൻ ശ്രമിക്കുക യും ചെയ്തു. ഇത് അദ്ദേഹത്തിന്റെ ജീവിതത്തിന്റെ ഒരു പേഴ്സണൽ കോൺട്രിബ്യൂഷൻ ആണ് എന്നു പറയാം. അദ്ദേഹത്തിന്റെ വ്യക്തി പരമായ ഒരു ചരിത്രസംഭാവനയാണ് എന്നുകൂടി പറയാം. കാരണം അക്കാലത്തുണ്ടായ പ്രധാനപ്പെട്ട ആവേശങ്ങളിലൊന്ന്, ഒരു പക്ഷേ ഞങ്ങളെയൊക്കെ ബാല്യത്തിൽ പോലുമുണ്ടായിരുന്ന പ്രധാനപ്പെട്ട ഒരാവേശം, വിവേകാനന്ദന്റെ ചിത്രം കാണുമ്പോഴുണ്ടാകുന്ന ആവേശം, ഒരു വിവേകാനന്ദനാവണം എന്നതാണ്. അതുകൊണ്ട് വീട്ടുവിട്ടുറ ങ്ങുകയും ഏതെങ്കിലും ഒരു സന്യാസിയുടെ അരികിൽ പോവുകയും അയാളുടെ പെരുവിരൽ കൊണ്ട് അത്ഭുതകരമായ ദർശനങ്ങൾ ഉണ്ടാ ക്കുകയും കന്യാകുമാരിയിൽ മുങ്ങിത്തപ്പുകയും ചെയ്യുക എന്നുള്ള, പഴയ കാക്കയുടെ അനുകരണ സ്വഭാവം, നമുക്കു വേണമെന്നും ഇന്ത്യയിലെ യുവാക്കൾ ഒരുകാലത്ത് ആഗ്രഹിച്ചിരുന്നു. ഇങ്ങനെയൊരു സ്വപ്നമില്ല. ഒരു കാലത്ത് ഇന്ത്യൻ യുവത്വത്തിന്റെ സ്വപ്നം ഒരു വിവേകാനന്ദനാവുക എന്നുള്ളതായിരുന്നു. കുമാരനാശാൻ തന്റെ ജീവിതംകൊണ്ട് തന്റെ ആദർശമായിരുന്ന വിവേകാനന്ദന്റെ ജീവിതാദർശത്തെ പോലും തിരുത്തുകയും അതിന്റെ അപൂർണ്ണത കണ്ടെത്തുകയും ഒരു ജീവിതം പൂർ ണ്ണമായിത്തീരുന്നത്, ശങ്കരാചാര്യക്ക് പിൽക്കാലത്ത് ബോദ്ധ്യമായത് പോലെ, ഒരു ദാമ്പത്യത്തിൽക്കൂടി മാത്രമാണെന്ന് മനസ്സിലാക്കുകയും ചെയ്യുന്നു. അതുകൊണ്ട് അദ്ദേഹം തന്റെ ജീവിതത്തിൽ നിന്ന് മനുഷ്യ വർഗ്ഗത്തിന് അല്ലെങ്കിൽ ഇന്ത്യയിലെ യുവത്വത്തിന് ഒരു സൊല്യൂഷൻ അല്ലെങ്കിൽ സ്പിരിച്വൽ സൊല്യൂഷൻ, തന്റെ ആത്മീയ പ്രശ്നങ്ങൾക്കു ഒരു നിർവ്വഹണം, ഒരു മാർഗ്ഗനിർദ്ദേശം നൽകുന്നു എന്നും കാണാൻ കഴിയും. ഇത് ആശാൻ എളുപ്പത്തിൽ എത്തിച്ചേർന്ന ഒരവസ്ഥയല്ല. ഒരാദർശത്തിലേക്ക് എത്തിച്ചേരുന്നതിന് ഒരാൾ സഹിക്കേണ്ടിവരുന്ന ക്ലേശങ്ങളെക്കുറിച്ച് സാമാന്യമായി ആരും ബോധവാന്മാരല്ല എന്നുള്ള താണ് സാമാന്യ ജനതയെക്കുറിച്ചുള്ള പ്രധാനപ്പെട്ട വൈകല്യം എന്നു പറയാം. അതുകൊണ്ട് ആശാൻ തന്റെ ഗ്രാമവൃക്ഷത്തിലെ കുയിൽ എഴുതുകയും സമുദായപ്രവർത്തനത്തിന്റെ പ്രതിഫലം സമുദായത്തിന്റെ ശരീരമാണ് എന്ന് നമ്മെ ബോധ്യപ്പെടുത്തുകയും ചെയ്യുന്നു. ഇതിന്റെ തിരിച്ചുള്ള അർത്ഥം എങ്ങനെ സമുദായത്തിന്റെ പഴി സ്വീകരിച്ചു കൊണ്ട് സമുദായത്തെ സേവിക്കാം എന്നറിയുന്ന ഒരാൾക്ക് മാത്രമേ സമുദായത്തെ സേവിക്കാൻ കഴിയൂ എന്നതാണ്. ഇത്തരത്തിലുള്ള വൈതരണികളെ എങ്ങനെ കടക്കാമെന്നതിനെക്കുറിച്ച് ആശാൻ തന്റെ കവിതയിൽ തന്റെ വികാരത്തിന്റെ ഗ്രാഫുകൾ വരക്കുമ്പോൾ,

എങ്ങനെ ജീവിതത്തിന്റെ പ്രതിസന്ധികളെ തരണം ചെയ്യാം എന്നതിനെക്കുറിച്ചുള്ള ഓരോ സിഗ്നലുകൾ ഉപേക്ഷിച്ചിട്ടു പോവുന്നു. സന്യാസത്തിൽ നിന്ന് ദാമ്പത്യത്തിലേക്ക് ദാമ്പത്യത്തിൽ നിന്ന് അവിഹിതമായ ബന്ധങ്ങളിലേക്ക് എത്തുന്നു.

"വിഹിതാവിഹതങ്ങളോർത്തയെ
മഹിതം സ്നേഹമഹോമറക്കൊലാ"

കുമാരനാശാന്റെ രണ്ടു വരികൾ നിങ്ങൾ ഓർക്കുന്നുണ്ടാകുമെന്നാണ് ഞാൻ മനസ്സിലാക്കുന്നത്. ഇന്ന് നാം പത്രത്തിന്റെ ഭാഷയിൽ വ്യാഖ്യാനിക്കുമ്പോൾ അവിഹതമായ ബന്ധം പരമമായ സ്നേഹം തന്നെയായിത്തീരുമെന്ന് ആശാൻ പറഞ്ഞു എന്നു കൂടി കാണണം. വിഹിതം എന്നുള്ളത് നമ്മുടെ നാട്ടിലെ രീതി നിർദ്ദേശിക്കുന്ന മര്യാദകളുള്ള വിവാഹബന്ധവും അവിഹിതം എന്നുള്ളത് അതിനു പുറത്തുള്ള ബന്ധവുമാണ്. ഇത് ധർമ്മല്ല, നീതിയല്ല, നയമാണ് എന്നും കുമാരനാശാൻ പറയുന്നു.

"അതുകേൾനീതിയിതോർക്ക സൗഹൃദം"

നീതിയെ സൗഹൃദത്തിൽ നിന്നു വേറിട്ടുകാണുകയും (ഒരുപക്ഷേ വൈലോപ്പിള്ളിയും ഈ ആശയം പറഞ്ഞിട്ടുണ്ട്) ചെയ്യുന്നു. ദാമ്പത്യത്തിൽ നയമെത്രയാണ് അഭിനയം എത്രയാണ് എന്നുള്ളത് ഒരു വലിയ സ്ട്രാറ്റജിയാണ്. നയമാണ് ദാമ്പത്യം. അത് ഒരു തന്ത്രമാണ് എന്നും പലപ്പോഴും ദാമ്പത്യത്തിലെ മൗനം, നാഗരികന്മാർക്ക് കലഹം ആണ്. ഗ്രാമീണർക്ക് കലഹം ഒച്ചപ്പാടാണ് എന്നും മറ്റും വൈലോപ്പിള്ളി പറഞ്ഞുവെച്ചിട്ടുണ്ട്. അതുകൊണ്ട് അയൽവീട്ടിൽ ശബ്ദമില്ലെങ്കിൽ ഒരു കോളനി പാർപ്പുകാരൻ അവിടെ വഴക്കാണ് എന്ന് മനസ്സിലാക്കും. തിരിച്ച് ഒരു ഗ്രാമത്തിൽ തന്റെ അയൽവീട്ടിൽ ശബ്ദമുണ്ടെങ്കിൽ അവിടെ വഴക്കാണ് എന്നും മനസ്സിലാക്കാം. മൗനത്തിന്റെ ഭാഷയും ശബ്ദത്തിന്റെ ഭാഷയും ഒന്നാണ്. വിരുദ്ധങ്ങൾ ഒന്നാണ് എന്നുള്ള അന്തിമമായ മാനസിക സത്യത്തിലേക്ക് കവി നമ്മെകൊണ്ടെത്തിക്കുന്നു. മിണ്ടാതിരിക്കുന്നതിന്റെ അർത്ഥം മിണ്ടുന്നതിന്റെ അർത്ഥം തന്നെയാണ് എന്ന്, ലഹളയുടെ അർത്ഥം മൗനത്തിന്റെ അർത്ഥമാണ് എന്ന്, വെറുതെ ജീവിക്കുന്നതിന്റെ അർത്ഥം വെറുതെ ജീവിക്കുന്നതിനേക്കാൾ മരിച്ചുപോവുകയാണ് എന്നുകൂടിയാണ് ഇതിന്റെ താൽപര്യം. കുമാരനാശാൻ ഇത്തരത്തിലുള്ള രംഗങ്ങളിലേക്ക് എത്തിച്ചേരുകയും (സാധാരണ നമ്മുടെ കവികൾ എത്തിച്ചേരാത്തതാണ് ഇത്). നാം ജീവിതത്തിന്റെ പെരിഫെറികളിൽ ചുറ്റിത്തിരിയുകയും ജീവിതത്തിന്റെ അരികുകൾ പിടച്ചുനടക്കുകയും ജീവിതത്തിന്റെ കർട്ടനിൻമേൽ തൂങ്ങിനടക്കുകയും ഒരിക്കലും ജീവിതത്തെ കാണാതിരിക്കുകയുമാണ് പതിവ്. പക്ഷേ, കുമാരനാശാൻ ജീവിതത്തിന്റെ ഉള്ളിലേക്ക്

എത്തിച്ചേരുകയും അവിടെ ചെല്ലുമ്പോൾ തനിക്ക് അസുഖകരങ്ങളായ തന്നെ ഭയപ്പെടുത്തുന്ന പലതും കണ്ടെത്തുകയും ഈ ഭയപ്പെടുത്തുന്ന ലോകത്തെ റിപ്പോർട്ട് ചെയ്യുവാൻ നിയുക്തനായിത്തീരുകയും ചെയ്യുന്നു. അതുകൊണ്ട് ഒരു ആവശ്യവുമില്ലാതെ 'ലീല' എന്ന അസംബന്ധ കഥ കുമാരനാശാൻ എഴുതുന്നു. അതിലെ കഥാപാത്രങ്ങൾ തുരുതുരെ മരിക്കുന്ന, ഒരിക്കലും ഒരെതിർപ്പുപോലും പറയാതെതന്നെ കാമുകനെ ഉപേക്ഷിച്ച് ഭർത്താവിനെ സ്വീകരിക്കുന്ന ഒരു കാമുകി, ഭർത്താവിനെ സ്വീകരിച്ചതിനുശേഷം, ഒരുപക്ഷേ ഭർത്താവിൽ നിന്നു അയാളുടെ മരണംകൊണ്ടോ, അയാളുടെ ആത്മഹത്യകൊണ്ടോ, അയാളുടെ കൊലപാതകംകൊണ്ടോ മോചനംനേടുന്ന ഒരു സ്ത്രീ, തന്റെ കാമുകനെതേടി അലയുന്ന ഒരു കാമുകി, ഇത്തരത്തിലുള്ള വിചിത്രമായ ഉന്മത്തമായ ഒരു ലോകത്തെ കുമാരനാശാൻ അവതരിപ്പിക്കുന്നു. യഥാർത്ഥമായ ലോകം ഉന്മത്തമായ ലോകമാണ് എന്ന് കാണിക്കുവാൻ വേണ്ടിയാണ് ഇത് ചെയ്യുന്നത്. അതുകൊണ്ടാണ് കുമാരനാശാൻ ഈ ദുർഘടമായ ജീവിതസന്ദർഭങ്ങളിലേക്ക് എത്തിച്ചേരുന്നത്- കയങ്ങളിലേക്ക് ചാടുന്നത്- എന്നു പറയാം. നമ്മളൊക്കെ അങ്ങനെയാണ്. ആറ്റിലേക്ക് ചാടരുത്, വീട്ടിലെ പൊയ്കയിൽ പോയി നീന്താം എന്നുള്ളതാണ് നമ്മുടെ ആദർശം. എന്നാൽ വീട്ടിലെ പൊയ്കയിൽ നീന്തുന്നവൻ ഒരിക്കലും ആറിനെക്കുറിച്ചോ കടലിനെക്കുറിച്ചോ അറിയുന്നില്ല. അവൻ കൃത്രിമമായി അല്ലെങ്കിൽ സിന്തറ്റിക്കായി കണ്ടക്റ്റഡ് ടൂർ ആക്കി നടത്തുന്ന ഒരാൾ മാത്രമായിത്തീരുന്നു. നമ്മുടെ മിക്കവരുടെയും ജീവിതം, തൊണ്ണൂറ്റൊമ്പത് ശതമാനമല്ല, നൂറുശതമാനം ആളുകളുടെയും ജീവിതം, നമ്മുടെ ഈ സമുദായത്തിൽ ഒരു വ്യവസായ പ്രമുഖൻ നമ്മുടെ ജീവിതത്തെ കണ്ടക്റ്റ് ചെയ്യുകയും നാം അനുഭവിക്കുകയും ചെയ്യുന്നു എന്നുള്ളതാണ്. ഏത് സോപ്പുപൊടികൊണ്ടാണ് നാം അലക്കേണ്ടത് എന്ന്, ഏത് ഫ്രിഡ്ജിലാണ് നാം നമ്മുടെ ആഹാരസാധനങ്ങൾ സൂക്ഷിക്കേണ്ടത് എന്ന്, ഏത് സുഗന്ധമാണ് നാം ധരിക്കേണ്ടത് എന്ന്, ഏത് വസ്തുവിനെക്കൊണ്ടാണ് നാം നമ്മുടെ ശരീരം വൃത്തിയാക്കേണ്ടത് എന്ന്, ഏത് നക്ഷത്രം അനുസരിച്ചാണ് നാം വിവാഹം കഴിക്കേണ്ടത് എന്നെല്ലാം നമ്മുടെ സമുദായം തീരുമാനിച്ചുകഴിഞ്ഞു. പണ്ട്, അത് തീരുമാനിച്ചിരുന്നത് മറ്റൊരു വ്യവസ്ഥയായിരുന്നു എന്നുപറയാം. ഒരു ഫ്യൂഡൽ വ്യവസ്ഥയോ, പഴയ ക്ലാസിക് വ്യവസ്ഥയോ ഇങ്ങനെ മറ്റൊരുതരത്തിൽ നമ്മുടെ ആത്മാവിൽ ഇംപ്രസ് ചെയ്യുന്നു. ഈ വ്യവസ്ഥകളെല്ലാംതന്നെ ഒരു കണ്ടക്റ്റഡ് ടൂർ ആണ്. പണ്ട് കണ്ട സാധനങ്ങൾ മാത്രമേ പിന്നീടുള്ളവർ കാണുന്നുള്ളൂ. ഒരു ഗൈഡ് കാണിച്ചുകൊടുക്കുന്ന കാഴ്ചകൾ മാത്രമേ മനുഷ്യനും കണ്ടിരുന്നുള്ളൂ എന്നുള്ളതാണ് സാമാന്യ മനുഷ്യ

ജീവിതത്തിന്റെ ദുരന്തം. അങ്ങനെ മനുഷ്യർ കാണാത്ത ചില കാര്യങ്ങൾ കാണുമ്പോൾ, ഹോസ്റ്റലിന്റെ മുമ്പിൽ ഒരാൾ മരിച്ചുകിടക്കുന്നുണ്ട് എന്നും അയാളുടെ ശരീരത്തിൽ നിന്ന് വസ്ത്രങ്ങൾ നീങ്ങിപ്പോയിട്ടുണ്ട് എന്നും ഈ ശരീരത്തെ വർണ്ണിക്കുമ്പോൾ അത് ശ്ലീലമാകുമോ അശ്ലീലമാകുമോ എന്നുമാണ് മദിരാശി വനിതാ ഹോസ്റ്റലിന്റെ മുമ്പിലുള്ള ശവശരീരത്തിന്റെ വർണ്ണനയിൽ എൻ.വി.കൃഷ്ണവാര്യർ ചോദിക്കുന്നത്.

"കീറയുടുതുണിയൂർന്നുപോയ്
കാണായിതേറെആഭാസം"- അയാളുടെ നഗ്നത.

നിങ്ങൾക്കീ നഗ്നതവേണമോ എന്നദ്ദേഹം ചോദിക്കുന്നു. ഈ ബീഭത്സരംഗങ്ങൾ കാണുമെങ്കിൽ ജീവിതത്തിന്റെ ഇതിനേക്കാളെത്രയോ ബീഭത്സമായവിധത്തിൽ കുമാരനാശാനാണ് ഇത് പറഞ്ഞിട്ടുള്ളത്. മരണത്തേക്കാൾ ഭയങ്കരമായിട്ടുള്ളത് ജീവിതമാണ് എന്ന് കണ്ടെത്തി കുമാരനാശാൻ. ജീവിതത്തിലെ ഭയങ്ങൾ ജീവിതത്തിലെ ഏറ്റവും വലിയ സാഹസങ്ങളായി അനുഭവപ്പെടുകയും,

"എതിരിട്ടു വിപത്തോടെ എന്നുമുന്നതി
വിശ്വോത്തരനാർന്നു രാഘവൻ"

ഈ രാഘവനെപ്പോലെ തന്റെ ജീവിതത്തിലെ വിഘ്നങ്ങളോടും എതിരിടുക മാത്രമല്ല ചിലപ്പോഴെല്ലാം വിഘ്നങ്ങളുണ്ടാക്കി അതിനോട് എതിരിടുകയും ചെയ്യുക എന്നത് കവികളുടെ ഒരു സാമാന്യസ്വഭാവമാണ്. ഇത് കേസരി ബാലകൃഷ്ണപിള്ള 1940-കളിൽ സൂചിപ്പിക്കുകയുണ്ടായി. അങ്ങനെ അനുഭവങ്ങളില്ലാതെവരുമ്പോൾ എന്തിനാണ് ആളുകൾ മദ്യശാലയിൽ പോരുന്നത്. എന്തിനാണ് കവികൾ മദ്യശാലയിൽ പോകുന്നത് എന്ന് മദ്യത്തിന്റെ ഗുണമറിയാത്ത നിരൂപകന്മാർ ചോദിക്കാറുണ്ട്. മറ്റുള്ളവർ പോകുന്ന ആവശ്യത്തിന് തന്നെ എന്നാണ് അതിന്റെ ഉത്തരം. മദ്യം നമ്മെ മറ്റൊരു മേഖലയിലേക്ക് കൊണ്ടുപോകുന്നു എന്നതാണ്. ഇതിന് മദ്യം വേണോ എന്ന് ചോദിക്കാം. പിന്നെ എന്താണുള്ളത് അത് തരാൻ എന്നതാണതിന് മറുപടി. നാം മദ്യംകൊണ്ട് മറ്റൊരു മേഖലയിലേക്ക് പോവുകയും ഒരു അത്ഭുതനെക്കൊണ്ട് മറ്റൊരുമേഖലയിലേക്ക് പോവുകയും യോഗം കൊണ്ട് ആകാശങ്ങളെ അണ്ഡരാശികളോട്കൂടി ഭക്ഷിക്കുന്ന ആകാശത്തിന്റെ ലോകത്തേക്ക് പോവുകയും ചെയ്യുന്നു എന്ന് കുമാരനാശാന് മനസ്സിലാക്കുവാൻ കഴിയുന്നു. നിങ്ങൾക്ക് ഈ ഭൂമിയിൽ ജീവിക്കാം. ഈ ഭൂമിയിൽ ജീവിക്കുന്നതിന് പകരം ഈ ഭൂമിയേക്കാൾ വലിയ ആകാശത്തിൽ ആകാശങ്ങളെയും ഭക്ഷിക്കുന്ന ആകാശത്തിലും സഞ്ചരിക്കാം. യോഗ അത് വാഗ്ദാനം ചെയ്യുന്ന ഒരു വിദ്യയായിരുന്നു. അതുകൊണ്ട് യോഗ എന്നുള്ളത് നമ്മുടെ ഭൗതിക-മൃൺമയ അനുഭവത്തിൽനിന്ന് നമ്മെ

മോചിപ്പിക്കാനുള്ള ഒരു പ്രാചീനപരിശീലന രീതിയായിരുന്നു. നാം യോഗാഭ്യാസനത്തിന്റെ അനുഭവങ്ങളെ report ചെയ്യുന്ന ശങ്കരാചാര്യരുടെ കവിതകളെ വളരെ വിശിഷ്ടമായ കവിതകൾ എന്ന് പറയുകയും യോഗിയായ ഒരു കവി വിവേകാനന്ദന്റെ കാളീസ്തവങ്ങളുമായും മറ്റും ഉച്ചസ്ഥായിയിലുള്ള കവിതകളാണ് എന്ന് ഘോഷിക്കുകയും ചെയ്യാറുണ്ട്. ഇവിടെ എല്ലാം നാം ചെയ്യുന്നത് എന്നാൽ പിന്നെ എന്തിന് എന്ന് ചോദിക്കുകയല്ല. മനുഷ്യന്റെ പ്രാഥമികമായ സ്വഭാവം അവൻ ആപത്തുകളില്ലെങ്കിൽ ആപത്തുകളുണ്ടാക്കി ആപത്തുകളിൽപ്പെടാൻ ആഗ്രഹിക്കുന്നു എന്നുള്ളതാണ്. He creates his problems and perhaps he creates which are insolvable. ഒരു കണക്കും ചെയ്യാതെ ജീവിക്കാം. ഒരു കണക്കദ്ധ്യാപകനില്ലാതെയും നമുക്ക് ജീവിക്കാം. പക്ഷേ നാം ഉത്തരമില്ലാത്ത കണക്കുകൾ വിടുകയും ഉത്തരം കിട്ടാത്ത കണക്കുകൾക്ക് ഉത്തരങ്ങൾ അന്വേഷിച്ച് നടക്കുകയും ഒരിക്കലും സാക്ഷാത്ക്കരിക്കാൻ കഴിയാത്ത അനുഭവങ്ങൾ സൃഷ്ടിക്കാൻ ശ്രമിക്കുകയും അനുഭവങ്ങളുടെ അതിരുകളേതാണ് എന്ന് തേടിത്തേടിപ്പോകുകയും ചെയ്യുന്നു. അങ്ങനെ പോയിട്ട് ചിലപ്പോൾ ഒരു കല്ല്യാണ സൗഗന്ധികം നാം കൊണ്ടുവരുന്നു. ചിലപ്പോൾ ഒരു കാളകൂടം നാം പാത്രത്തിലാക്കികൊണ്ടുവരുന്നു. ഇത്തരത്തിൽ വിഷവും അമൃതും ജീവിതത്തിന്റെ അതിരുകളിൽ പോയി തേടിയെടുത്തുകൊണ്ടുവരുന്ന ആളുകളെയാണ് നാം അസാധാരണ കവികൾ എന്നു പറയുന്നത്. മറ്റുള്ളവർ വെറും പാട്ടുകാർ മാത്രമാണ്. കുമാരനാശാൻ പലപ്പോഴും തന്റെ സാഹസികമായ യത്നങ്ങൾ കൊണ്ടു സാമുദായികജീവിതത്തിന്റെ അതിരുകളിലേക്ക് ആത്മീയജീവിതത്തിന്റെ അതിരുകളിലേക്ക് പ്രണയത്തിന്റെ മഹാരഹസ്യങ്ങളിലേക്ക് സഞ്ചരിക്കുകയും പ്രണയം നാം പറയുന്നതുപോലെ സാമാന്യമായ ഒരു ഇക്വേഷൻ അല്ല എന്ന് മനസ്സിലാക്കുകയും ചെയ്യുന്നു. ഈ മനസ്സിലാക്കലാണ് കുമാരനാശാനെ ഒരു സ്നേഹഗായകനാക്കിത്തീർക്കുന്നത് എന്നതിന് യാതൊരു സംശയവുമില്ല. അതായത് അത് ഒരു സമവാക്യമല്ല, അത് ഒരു വിഷമവാക്യമാണ് എന്ന് കുമാരനാശാൻ മനസ്സിലാക്കുന്നു. ജീവിതം ഒരു വിഷമവാക്യമാണ് എന്ന് മനസ്സിലാക്കുന്ന ആൾ മാത്രമാണ്, ജീവിതം ഒരു അസ്വാസ്ഥ്യമാണ് എന്ന് മനസ്സിലാക്കുന്ന ആൾ മാത്രമാണ് കവിതയുടേയോ അനുഭവത്തിന്റേയോ രംഗങ്ങളിലേക്ക് വാസ്തവത്തിൽ എത്തിച്ചേരുന്നത്. ഇതാണ് കുമാരനാശാന്റെ കവിതകളിൽ unresolved ആയിട്ട് നാം പലഅംശങ്ങളും കാണുന്നത്. കുമാരനാശാന്റെ കവിതയുടെ മൗലികമായ ഗുണം അത് ഒരിക്കലും ഉത്തരം കിട്ടാത്ത പ്രഹേളികകൾ, ചോദ്യങ്ങൾ, നമുക്ക് വീണ്ടും വീണ്ടും ഉത്തരങ്ങൾ അന്വേഷിക്കുവാനും കണ്ടെത്തുവാനുമുള്ള ഗർത്തങ്ങൾ,

ഗഹ്വരങ്ങൾ നമുക്കായി നൽകിപ്പോന്നിരുന്നു എന്നുള്ളതാണ്. ഇതാണ് അതിന്റെ അഭൗമത എന്ന് പറയുന്നത്. ഇതാണ് അതിന്റെ അസാധാരണത്വം എന്ന് പറയുന്നത്. ഇതാണ് അതിന്റെ ചർച്ചാവിഷയത്വം എന്ന് പറയുന്നത്. നാം ഈ ഗർത്തങ്ങൾ നമ്മുടെതന്നെ അനുഭവങ്ങൾക്കൊണ്ട് നിറയ്ക്കുകയും അടുത്തവർഷം അത് കാലവർഷത്തിൽ കത്തിയൊലിച്ച് പോവുകയും ചെയ്യുന്നു. ഓരോ കാലഘട്ടവും ഓരോ വർഷവും ആശാന്റെ പ്രഹേളികകൾക്ക് ഉത്തരങ്ങൾ നൽകുകയും അടുത്തവർഷം ഉത്തരങ്ങൾ erase ചെയ്തുപോവുകയും ചെയ്യുന്നു. ഇത് ഉത്തമമായ കവിതയുടെ പ്രാഥമികമായ ഒരു സ്വഭാവമാണ്. ഉത്തമമായ കവിത, ഉത്തമമായ മാനസികപര്യടനങ്ങൾ വാസ്തവത്തിൽ ചെയ്യുന്നത് ജീവിതത്തിന്റെ അന്തിമമായ സമാധാനങ്ങൾ നമ്മുടെ മുമ്പിൽ അർപ്പിക്കുകയല്ല; ജീവിതത്തിന്റെ ഉത്തരമില്ലാത്ത ചോദ്യങ്ങൾ നമ്മുടെ മുമ്പിൽ അവതരിപ്പിക്കുകയാണ്. ഈ ചോദ്യങ്ങൾ നിറക്കുക, ഉത്തരംകൊണ്ട് നിറക്കുക എന്നത്, നമ്മുടെ ജീവിതങ്ങൾക്കൊണ്ട് നിറക്കുക എന്നുള്ളതാണ്. ഒരിക്കലും നിറയാത്തതും ഒരിക്കലും കുടിക്കാൻ കഴിയാത്തതും എപ്പോഴും നമ്മെ പ്രലോഭിപ്പിച്ചുകൊണ്ടിരിക്കുന്നതുമായ പ്രഹേളികകൾ ആശാനും ആശാനെപ്പോലുള്ള കവികളും നമ്മുടെ മുമ്പിൽ അവതരിപ്പിക്കുന്നു. ഇത് ജീവിതത്തെ സംബന്ധിച്ചാണ്. തീർച്ചയായും പരമമായ ദർശനമാണ് എന്ന് പറയാം. എല്ലാ അവസരങ്ങളും താൽക്കാലികമാണ്; contextual ആണ്; നൈമിഷികങ്ങളാണ്; അത് മിക്കപ്പോഴും തെറ്റമാണ്. അതുകൊണ്ടാണ് നാം ഓരോന്നും ശരിയാണോ, തെറ്റാണോ എന്നും ശരിയെന്താണ് എന്നും അന്വേഷിച്ചുകൊണ്ടിരിക്കുന്നത്. ഓരോന്നിനും ഓരോ ഉത്തരമുണ്ട് എന്നതാണ് ഓരോന്നിലും ഒന്നിലധികം ഉത്തരങ്ങളുണ്ട് എന്നതാണ് ജീവിതത്തിലെ ചോദ്യങ്ങൾക്ക് നേരിടേണ്ടിവരുന്ന നിരന്തരമായ അവസ്ഥ. അതുകൊണ്ട് ആശാൻ എഴുതിയത് പലപ്പോഴും owkward poetry ആണ്. വാപിളർന്നിരിക്കുന്ന കവിത എന്ന് പറയാം. ഒരു മൂടിയവായല്ല; ഒരു പിളർന്ന വായ. പലപ്പോഴും അതിനകത്തേക്ക് കടന്നുപോയ ആൾ തിരിച്ചുവരാറില്ല. അത് നമ്മുടെ ജീവിതസന്ദർഭങ്ങളിലെ ഗർത്തങ്ങളെക്കുറിച്ച് നമ്മെ ബോധവാന്മാരായിത്തീർക്കുകയും നമ്മെ നിരന്തരമായി അസ്വസ്ഥരാക്കിത്തീർക്കുകയും ഒരു നളിനിയുടെ വായനകൊണ്ട് ഒരു സന്യാസി തന്റെ സന്യാസത്തെ സംശയിച്ചുതുടങ്ങുകയും ചെയ്യുന്നു. ഒരൊറ്റത്തവണ 'നളിനി' വായിച്ചു കഴിഞ്ഞാൽ ഒരു സന്യാസിക്ക് മാന്യമായി ഉറങ്ങാൻ കഴിയില്ല എന്നതാണ് 'നളിനി'യുടെ പ്രയോജനം. ഒരു വീണപൂവിന്റെ ഒരൊറ്റവായനകൊണ്ട് ഒരു സ്ത്രീയുടെ ഹൃദയശക്തി ദ്രവിച്ചുപോകാം എന്നതാണ് 'വീണപൂവി'ന്റെ സവിശേഷത. നമ്മുടെ എല്ലാ

ഉറപ്പുകളേയും ഉറപ്പില്ലായ്മകളാക്കിത്തീർക്കുക എന്നത് ഉത്തമമായ കവിതയുടെ ഉത്തമമായ അന്വേഷണത്തിന്റെ ഒരു സ്വഭാവമാണ്. അത് ഉത്തരങ്ങളൊന്നും നൽകില്ല എന്നതാണതിന്റെ സ്വഭാവം. അതുകൊണ്ട് "ഒരു നിശ്ചയിക്കയമില്ലയൊന്നിനും വരുമോരോദശ വന്നപോലെ പോത," ശൂന്യത, സീറോതത്ത്വശാസ്ത്രം എന്ന് പറയാം. സാധാരണ അർത്ഥത്തിൽ ഇത് പറയാൻ ആശാൻ വേണോ എന്ന് ചോദിക്കാം. ഇത് പറയാൻ ആശാൻ വേണം എന്നാണതിന്റെ ഉത്തരം. "ഒരു നിശ്ചമില്ലയൊന്നിനും" ഇത്രയും Sured ആയിട്ട് ആരും ഒരു കവിതയും എഴുതിയിട്ടില്ല എന്ന് കാണാം. അതാണ് സരളമായ വാക്യങ്ങൾ ഏറ്റവും സങ്കീർണങ്ങളായ സത്യങ്ങൾക്കൂടിയാണ് എന്ന് പറയുന്നത്. The great truth are the simplest truth എന്ന് പറയുന്നത് ഈ അർത്ഥത്തിലാണ്. ഇത് എത്തിച്ചേരുന്നത് ശൂന്യതാവാദത്തിലാണ്. ശൂന്യതയിലേക്ക് നേരിട്ടല്ല, എല്ലാറ്റിനേയും അറിഞ്ഞിട്ട് എല്ലാറ്റിനെയും കണ്ടിട്ട്, "സർവ്വം ക്ഷണികമാം സർവ്വവും ശൂന്യമാം എല്ലാമറിഞ്ഞുഞാൻ." ഒരു ജീവിതത്തിന്റെ അവസാനത്തിൽ ജീവിതം ഒരു പ്രഹേളികയാണ് എന്ന് കണ്ടെത്തുക. ജീവിതത്തിന്റെ തുടക്കത്തിൽ ബാലപംക്തിയിൽ ഇതൊരു പ്രഹേളികയാണ് എന്ന് കണ്ടെത്തുന്നതിൽ നിന്ന് അൽപം വ്യത്യസ്തമാണ്. ആഴ്ചതോറും നാം ഇത്തരം കണ്ടെത്തലുകൾ നടത്തുന്നു. അനേകം പന്തീരാണ്ടുകൾ കൊണ്ട് കണ്ടെത്തുവാൻ കഴിയാത്ത സത്യം, ഒരുപക്ഷേ നമ്മുടെ ജീവിതം മുഴുവൻ ഒരു മഹാശൂന്യതയായിരുന്നു എന്ന് നമ്മുടെ ജീവിതം ശൂന്യതയെ നിറയ്ക്കാനുള്ള നിരന്തരമായ യത്നങ്ങളാണ് എന്നും ഒരിക്കലും നിറയാത്ത ഒരു മഹാശൂന്യതയാണ് കാലം, (ചരിത്രം) എന്ന് നാം അറിയുന്നു. ബോധമുള്ള ഒരാൾക്ക് തന്റെ ജീവിതത്തെ ശൂന്യതയെ നിറയ്ക്കാനുള്ള ശൂന്യസംരംഭമായി ഉപയോഗിച്ചുകൊണ്ടിരിക്കുക സാദ്ധ്യമായി എന്നു വരാം. അതുകൊണ്ട് ആശാന്റെ വരികളിൽ നാമറിയാത്ത ദുർഘടങ്ങളുണ്ട്. അതിനു കാരണം ആശാൻ ദുർഘടങ്ങളെ സ്നേഹിച്ചിരുന്ന, ദുർഘടങ്ങളാണ് സത്യങ്ങൾ എന്ന് കരുതിയിരുന്ന ഒരാളായിരുന്നു എന്നതാണ്. ഇത് ഒരുപക്ഷേ അദ്ദേഹത്തിന് അദ്ദേഹത്തിന്റെ ശൈശവത്തിൽനിന്ന് ലഭിച്ച അരക്ഷിതത്തിന്റെ ഒരുഫലം ആയിരിക്കാം. ഏറ്റവും സുരക്ഷിതനായി ജീവിക്കുന്ന ഒരു മനുഷ്യൻ മുതിർന്നുവരുമ്പോൾ ഏറ്റവും അരക്ഷിതനായിത്തീരുന്നു. എല്ലാ പണക്കാരുടെയും മക്കൾ മുടിയരായമക്കളായിത്തീരുന്നത് മിക്കവാറും അതുകൊണ്ടാണ്. A protected life is defenitely an unprotected life. കാരണം ജീവിതം എന്നുള്ളതിന്റെ ഒരു പ്രത്യേകത അത് അന്യരെക്കൊണ്ട് ജീവിക്കാൻ സാധ്യമല്ല എന്നുള്ളതാണ്. ഗുരുവായൂർ നടയിൽ ശയനപ്രദക്ഷിണം നടത്തണമെങ്കിൽ അത്

വേറൊരാളെക്കൊണ്ട് ചെയ്യിക്കാം. പക്ഷേ ജീവിതത്തിന്റെ നടയിൽ ഒരു ശയനപ്രദക്ഷിണം നടത്തണമെങ്കിൽ അത് നാം സഹിച്ചുതന്നെ, നാം ഉരുണ്ടുതന്നെ നടത്തേണ്ടിയിരിക്കുന്നു എന്നുള്ളത് ജീവിതത്തിന്റെ ഒരു വലിയ തമാശയാണ്. അതുകൊണ്ട് നമ്മുടെ പ്രവൃത്തികൾ നമ്മുടെ ചോദ്യങ്ങളും നമ്മുടെ പ്രവൃത്തികൾ നമ്മുടെ തീരാത്ത ഉത്തരങ്ങൾ, ശൂന്യതകളും ആകുന്നു.

ആശാൻ അദ്ദേഹത്തിന്റെ മിക്കവാറും എല്ലാകൃതികളിലും അദ്ദേഹത്തിന്റെ നിഷേധാത്മകങ്ങളായ സന്യാസാത്മകങ്ങളായ കാഴ്ച്ചപാട് അവതരിപ്പിക്കുന്നു. അദ്ദേഹത്തിന് താരതമ്യേന ഉറപ്പുണ്ടായിരുന്ന ആദ്യകാലകൃതികളിലും, സന്ദേഹം ആരംഭിച്ച 'വീണപൂവി'നു ശേഷമുള്ള കൃതികളിലും, ജീവിതത്തെ ഒരിക്കലും ഉത്തരം കണ്ടെത്താനാവാത്ത ഒരു സമസ്യയായി ചിത്രീകരിക്കുകയും, അതിന്റെ ഫിലോസഫിക്കൽ ഡഫനിഷൻസ് അല്ലെങ്കിൽ ദാർശനികമായ വ്യാഖ്യാനങ്ങളും, ദാർശനികമായ സംശയങ്ങളും പലപാട് പ്രത്യക്ഷപ്പെടുന്നുണ്ട്. പ്രരോദനത്തിന്റെ പ്രത്യേകത കണ്ണീരല്ലാതെ ഈ ലോകത്തിൽ സത്യമൊന്നുമില്ല എന്ന് അത് നിങ്ങളെ മനസിലാക്കിക്കുന്നു എന്നുള്ളതാണ്. ഒരുപക്ഷേ വൈലോപ്പിള്ളിയും മറ്റൊരർത്ഥത്തിൽ ഇക്കാര്യം പറഞ്ഞിട്ടുണ്ട്.

"എങ്കിലുമെന്നാൽ അന്ധമെന്റെയാത്മാവിൽ
കർമ്മനിഷ്ഫലതയെച്ചൊല്ലിയുണ്ട് കയ്ച്ചൊരുതുള്ളി"
ജീവിതം മുഴുവൻ ജീവിച്ചിട്ട് എനിക്ക് കിട്ടിയത് ഒരു തുള്ളി
കണ്ണീരാണ്
"അതിനെ സൂക്ഷിപ്പൂ ഞാൻ ആനന്ദവിധികർത്താ-
വവന് നിവേദിപ്പാൻ അവന് നിവേദിപ്പാൻ"

എന്ന് പടച്ചവന്റെ മുഖത്തേക്ക് ജീവിതമാകുന്ന കയ്ക്കുന്ന നീർത്തുള്ളി ഞാൻ വലിച്ചെറിയുകയും ഞാനവനോട് പകരം ചോദിക്കുകയും ചെയ്യും എന്ന് വൈലോപ്പിള്ളി പറയുന്നു. ജീവിതം ഒര കയ്ക്കുന്ന തുള്ളിയാണ് എന്ന് കണ്ടെത്തുകയും ജീവിതം ഒരു കണ്ണീർക്കണമാണ് എന്ന് കണ്ടെത്തുകയും ജീവിതം ഒരു കരുണയുടെ ആമലകമാണ് എന്ന് കണ്ടെത്തുകയും പലപ്പോഴും ജീവിതമിങ്ങനെ ഒരു ശൂന്യതയാണ് എന്നുപോലും മനസ്സിലാക്കുകയും ചെയ്യുക എന്നുള്ളത് ജീവിതങ്ങൾക്ക് മാത്രം സാദ്ധ്യമായ ഒരു കാര്യമാണ്. ജീവിക്കാതിരിക്കുന്ന ആൾ ജീവിതം വളരെ മനോഹരമാണെന്നും ജീവിതം നിരന്തരമായി പുരോഗമിച്ചുകൊണ്ടേയിരിക്കുന്നു എന്നും വിശ്വസിച്ചുവരുന്നു. ആശാന് ഈ ദൗർബല്യം ഇല്ലായിരുന്നതുകൊണ്ട്, അല്ലെങ്കിൽ ആശാന് ഈ ദൗർബല്യം ഉണ്ടായിരുന്നത് കൊണ്ട്, അദ്ദേഹം തന്റെ ജീവിതത്തെ നിരന്തരമായ ഒരു അയോധനമാക്കിത്തീർക്കുകയും ഈ യുദ്ധത്തിൽ മരിക്കുന്നതാണ്

മനുഷ്യന്റെ പരമമായ മോക്ഷം എന്നറിയുകയും ചെയ്യുന്നു. അദ്ദേഹം ഒരനുഭവത്തേയും നിഷേധിക്കാതെ എല്ലാ അനുഭവങ്ങളെയും അംഗീകരിക്കുകയും എല്ലാ ലോകങ്ങളിലും സഞ്ചരിക്കുകയും സ്വർഗ്ഗത്തിന്റെ, ഭൂമിയുടെ, പാതാളത്തിന്റെ ലേകങ്ങളിൽ സഞ്ചരിക്കുകയും ഈ മൂന്ന് ലോകങ്ങളിലെ വസ്തുക്കളെ പ്രപഞ്ചനം ചെയ്യുകയും ചെയ്യുന്നു. ഇത് പ്രരോദനത്തിൽ അദ്ദേഹം പറഞ്ഞതിനെതിരായിട്ട് പറയുകയല്ല. എനിക്ക് സ്വർഗ്ഗം വേണ്ട, നരകം വേണ്ട, എനിക്ക് നാനാവർണ്ണമുള്ള നാനാരസമുള്ള ഭൂമിമതി എന്നദ്ദേഹം പ്രരോദനത്തിൽ പറയുന്നു. ഇതിന്റെയർത്ഥം ഈ ലോകത്തിന്റെ രസസങ്കുലത ഞാൻ ഇഷ്ടപ്പെടുന്നുഎന്നും ഇവിടുത്തെ കണ്ണുനീരിനെ ഞാൻ പുഞ്ചിരിയേക്കാൾ സ്നേഹിക്കുന്നു എന്നുമാണ്. അതുകൊണ്ട് ശൂന്യതയെ കണ്ടെത്തുക എന്നുള്ളത് പൂർണ്ണതയെ കണ്ടെത്തുക എന്നതുതന്നെയാണ്.

ഒരുപക്ഷേ ഇതുപോലുള്ള അനേകം സദസ്സുകളിൽ ചർച്ചചെയ്യാനും ഒരിക്കലും ഉത്തരം കണ്ടെത്താത്ത ഒരവസ്ഥയിലേക്ക് മനുഷ്യജീവിതത്തെ തുടർന്നും കൊണ്ടുപോകാനും സഹായിക്കുന്ന നിരന്തരമായ ഒരു ചോദ്യാവലിയാണ് എന്നു നാം മനസ്സിലാക്കുന്ന ഈ അസ്വാസ്ഥ്യമാണ്, ഈ അവസാനിക്കാത്ത അസ്വാസ്ഥ്യമാണ് ഈ അവസാനിക്കാത്ത ജാഗ്രതയാണ് ഒരുപക്ഷേ ആശാൻ മലയാളത്തിന്റെ ഭാവനയ്ക്കു നൽകിയത് എന്നതിന് സംശയമില്ല. മലയാളത്തിലെ മറ്റൊരു കവി ഇത്രയും അസ്വാസ്ഥ്യം, ഇത്രയും മനസ്സിന്റെ ഭാരം ഇത്രയും മനസ്സിന്റെ ശൂന്യതാബോധം, ജീവിതത്തിന്റെ വ്യർത്ഥതാബോധം, ജീവിത്തതിന്റെ സാഫല്യബോധം നമ്മുടെ ഭാഷയിൽ അവതരിപ്പിച്ചിട്ടുണ്ടോ എന്ന് സംശയമാണ്. നമ്മുടെ ഭാഷയെ എന്ന് നാം പറയുന്നത് നാം നമ്മുടെ ഭാഷയെ വളരെ വിനീതമായി നാട്ടുകടത്തപ്പെട്ട ഒരു ഭാഷയായി കരുതുന്നു എന്നതിനാലാണ്. ലോകത്തിലെ അപൂർവ്വം കവികൾ മാത്രമേ ജീവിതത്തേ ഈ നിലയിൽ കാണുകയും ജീവിതത്തെ ഒരിക്കലും ഉത്തരം കണ്ടെത്താത്ത ഉത്തരം കണ്ടെത്തുവാനുള്ള ഒരു പരിസ്രമമായി മാത്രം നടന്നുകൊണ്ടിരിക്കുന്ന, ഒരു യജ്ഞമായി ചിത്രീകരിക്കുച്ചിട്ടുള്ളു. അതുകൊണ്ട് ആശാന്റെ പ്രധാനമായ സംഭാവന ആശാൻ തന്റെ ജീവിത പ്രശ്നങ്ങൾക്ക്, ലോകത്തിന്റെജീവിത പ്രശ്നങ്ങൾക്ക് അന്തിമമായ ഉത്തരങ്ങൾ നൽകുന്നില്ല എന്നതാണ്.

കേരള യൂണിവേഴ്സിറ്റിയുടെ ആഭിമുഖ്യത്തിൽ 1987 ജനുവരി 28, 29, 30 തിയ്യതികളിൽ നടത്തിയ ആശാൻ സ്മാരക പ്രഭാഷണം- മൂന്നാം ദിവസം

ആശാന്റെ സ്നേഹസങ്കല്പങ്ങൾ

കുമാരനാശാനെ സ്നേഹഗായകൻ എന്ന് പറയുമ്പോൾ, പറഞ്ഞു കൊണ്ടേയിരിക്കുമ്പോൾ ആശാന്റെ സ്നേഹസങ്കല്പങ്ങൾക്ക് തന്റെ ജീവിത ഗതിയിൽ മഹാപരിണാമങ്ങൾ ഉണ്ടായിക്കൊണ്ടിരിക്കുന്നുണ്ട് എന്നും സ്നേഹം എന്നത് നമുക്കു ചുറ്റുമുള്ള ജീവിതത്തെയും നമുക്കകത്തുള്ള ജീവിതത്തേയും മാറ്റിത്തീർക്കുവാനുള്ള പ്രബലമായ, ആദിമമായ ശക്തിയാണ് എന്ന ബോധത്തിലേക്ക് ചെന്നെത്തുന്നു എന്നുമുള്ള അവസ്ഥ ഇന്ന് നാം മനസ്സിലാക്കേണ്ടതാണ്. അതുകൊണ്ട് ആശാന്റെ പിൽക്കാല കൃതികളിലെല്ലാം തന്നെ; ചണ്ഡാലഭിക്ഷുകിയിലും ദുരവസ്ഥയിലും ചിന്താവിഷ്ടയായ സീതയിലും സ്നേഹത്തെ അതിനെ മറ്റു പല തലങ്ങളിൽ പരീക്ഷിച്ചുനോക്കുകയും ഒരു സ്ഥലത്തെങ്കിലും ഭൗതികമായ, ജീവശാസ്ത്രപരമായ, ഉൽപാദനമായ ഒരു ശാരീരിക പ്രവർത്തനം കൊണ്ട് ഒരു സാമുദായികവിപ്ലവം ഉണ്ടാക്കിത്തീർക്കാമെന്നുള്ള ഒരാശയത്തിലേക്ക് ആശാൻ എത്തിച്ചേരുകയും ചെയ്യുന്നു. അത് തീർച്ചയായും ദുരവസ്ഥയിലാണ് എന്ന് നാം കാണുന്നു. ദുരവസ്ഥ വളരെയധികം ചർച്ച ചെയ്യപ്പെട്ടിട്ടുള്ള ഒരു ഗ്രന്ഥമാണ്. ആശാന്റെ ഒരു ചാപല്യമായി, ആശാന്റെ ഒരു അപരാധമായി, ആശാന്റെ ഒരു ഓർമ്മത്തെറ്റായി ദുരവസ്ഥ പലപാട് ചർച്ച ചെയ്യപ്പെട്ടിട്ടുണ്ട്. പക്ഷേ, ദുരവസ്ഥയിൽ ആശാൻ ഉന്നയിക്കുന്ന പ്രശ്നം എങ്ങനെ വിച്ഛിന്നമായിത്തീർന്നിട്ടുള്ള ഒരു സമുദായത്തെ, ആശാന്റെ മനസ്സിൽ അന്നുണ്ടായിരുന്ന ഹൈന്ദവസമുദായത്തെ അതിന്റെ പഴയ രൂപത്തിലേക്ക് തിരിച്ചു കൊണ്ടുവരാൻ കഴിയും എന്നും എല്ലാ നന്മകളുടെയും അടിസ്ഥാനം ആപത്താണ് എന്ന് കരുതിയിരുന്ന ആശാന് തന്റെ മുമ്പിലുള്ള ആപത്ത് അനുഗ്രഹമാണ് എന്ന് തോന്നുകയും ആപത്തിനേക്കാൾ വലിയ അധ്യാപകനില്ല എന്ന് മനസ്സിലാക്കുകയും ആപത്ത് ജാതി തെറ്റാണ് എന്ന ബോധം ഉണ്ടാക്കിത്തീർക്കുകയും ജാതിയുടെ ആപത്ത്

സമുദായത്തിന്റെ നാശമാണ് എന്ന ബോധത്തിലേക്ക് നമ്മെ കൊണ്ടെത്തിക്കുകയും അതുകൊണ്ട് വളരെ ദയനീയമായ ഒരവസ്ഥയിൽ ശാരീരികമായ ഒരു ബന്ധത്തിലേക്ക് ഏറ്റവും വിഭിന്നമായ ജാതിയിൽ നിൽക്കുന്ന രണ്ടാളുകൾ എത്തിച്ചേരുകയും ചെയ്യുന്നു. ഇത് കേവലമായ ഒരു ഭൗതിക കർമ്മത്തിൽ ഒരു സമുദായപരിവർത്തനം നടത്തുവാൻ കഴിയും എന്നതിനെക്കുറിച്ചുള്ള ആശാന്റെ ഒരു സ്വപ്നമായിരുന്നു എന്നു പറയാം. അതിന് ആശാൻ നിർമ്മിക്കുന്ന അവസ്ഥ ആപത്തിന്റേതാണ്. 'ദുരവസ്ഥ'യുടെ അവതാരികയിൽ, ആപത്തിനെപ്പോലെ മനുഷ്യന് നന്മ ചെയ്യുന്ന ഒരു ശക്തിയില്ലെന്നും അതുകൊണ്ട് മാപ്പിളലഹളയുടെ പാഠങ്ങളിൽനിന്ന് ഹിന്ദുസമുദായം ഏകീകരണത്തിന്റെ തത്വങ്ങൾ പഠിക്കും എന്ന് കുമാരനാശാൻ ചിന്തിച്ചിരുന്നു എന്ന് കാണാം. ഇത്തരത്തിൽ ചിന്തിച്ചിരുന്ന ഒരു കവിയായിരുന്നു വൈലോപ്പിള്ളി ശ്രീധരമേനോൻ. അതുകൊണ്ടാണദ്ദേഹം ചേറ്റുപുഴയെക്കുറിച്ചെഴുതിയ ക്രൂരമായ കവിതയിൽ, ചേറ്റുപുഴ ബസ്സപകടത്തിനു ശേഷം ഒരു വർഷംകഴിഞ്ഞ് എഴുതിയ 'ചേറ്റുപുഴ' എന്ന കവിതയിൽ,

> *"ജീർണ്ണത ചേറ്റിൽ താഴുന്നൂ, പുഴ*
> *പൂർണ്ണത നോക്കിപ്പായുന്നു."*

എന്ന ഈരടിയുണ്ട്. അതിൽ ജീർണ്ണത എന്നുപറയുന്നത് വളരെ സാധാരണമായ അർത്ഥത്തിൽ ബസ്സിൽനിന്ന് വീണ് മരിച്ച ആളുകളും പൂർണ്ണത എന്നത് കാലഗതിയുടെ പ്രവാഹവുമാണ്. നാം ആ കവിത വായിച്ചുപോകുമ്പോൾ, ഈ വരിയിലടങ്ങുന്ന ക്രൂരത, ആപത്ത് എന്നുള്ളത് ഒരു ശുദ്ധീകരണപ്രക്രിയയാണ് എന്നുള്ളത് ദുഃഖം എന്നത് അമൃതത്തെ നിർമ്മിക്കുവാനുള്ള ഒരു മാർഗ്ഗമാണ് എന്നത് ആശാന്റെ കവിതയിലെന്നപോലെ വൈലോപ്പിള്ളിയുടെ കവിതയിലെയും ചിരന്തനമായ ഒരു രീതി ആയി നിലനിൽക്കുന്നുണ്ട്. ഇതിനെയാണ് ആശാൻ ഒരുപക്ഷേ 'ദുരവസ്ഥ'യിലും പ്രയോഗിക്കുന്നത് എന്ന് കാണാം. ഒരു വലിയ explosion ഉണ്ടായിത്തീരുമ്പോൾ ഇവിടെ അങ്ങനെ ഉണ്ടാവുന്നത് രണ്ട് സമുദായങ്ങൾ തമ്മിലുള്ള ഏറ്റുമുട്ടലിൽ നിന്ന് വരുന്ന 'explosion' ആണ്. ഇത്തരത്തിലുള്ള ഒരു explosion ൽ നിന്ന് ഹിന്ദുസമുദായത്തെപ്പറ്റി പറയുമ്പോൾ അതൊരു 'implosion' ആണ്. ലെയിങ്ങിന്റെ ഭാഷയിൽ പറഞ്ഞാൽ, അതൊരു സമുദായശരീരത്തിൽ വരുന്ന ആത്മീയമായ പൊട്ടിത്തെറിയാണ്. ഇങ്ങനെ ഒരു പൊട്ടിത്തെറി ഉണ്ടാവുമ്പോൾ ഹിന്ദു സമുദായം വീണ്ടും ഏകീകരിക്കപ്പെടുകയും ഹിന്ദുസമുദായം അതിന്റെ മഹത്വം വീണ്ടെടുക്കുകയും ചെയ്യും എന്ന് ആശാൻ കരുതിയിരുന്നു എന്നുകാണാം. തീർച്ചയായും ഈ പ്രവചനം ശരിയായിരുന്നില്ല എന്ന് നാമറിയുന്നു. എല്ലാ പ്രവചനങ്ങളും

ശരിയാകണമെന്നില്ല; പ്രായോഗികമായും സൈദ്ധാന്തികമായും. പക്ഷേ, ആശാന്റെ ജീവിതവീക്ഷണത്തിന്റെ അടിസ്ഥാനമായ ദുഃഖത്തിന്റെ ഔഷധമൂല്യം എല്ലാ ആപത്തുകളും നമ്മെ നന്മയിലേക്ക് നയിക്കും എന്നുള്ള ചിന്ത, എല്ലാ സുഖങ്ങളും നമ്മെ ദുഃഖത്തിലേക്ക് നയിക്കുമെന്നു ള്ള ബൗദ്ധചിന്ത തന്റെ മുമ്പിൽ നടന്നുകൊണ്ടിരുന്ന ഒരു ആപത്തിനെ ഒരു അനുഗ്രഹമായിക്കാണാൻ ആശാനെ പ്രേരിപ്പിക്കുകയും ആശാൻ അതിൽനിന്ന് ഭൗതികമായൊരു പ്രക്രിയയിലൂടെ സമുദായത്തിന്റെ പുനരേകീകരണം ഉണ്ടാക്കാം എന്ന് ആഗ്രഹിക്കുകയും ചെയ്തു. വളരെ സാധാരണ അർത്ഥത്തിൽ ഇത് ലൈംഗികപ്രവർത്തനത്തെ ഒരു സമുദായ ഏകീകരണശക്തിയാക്കിത്തീർക്കാനുള്ള ഒരു ശ്രമം ആണ് എന്ന് കാണാം. ഈ അർത്ഥത്തിലാണ് അല്ലെങ്കിൽ ഇത്തരം അർത്ഥ ങ്ങളിലാണ് നാം കുമാരനാശാന്റെ സ്നേഹപ്രതിപാദനങ്ങളെ പിന്നീട് പിന്നീട് തിരിച്ചറിയുന്നത്.

(1997)

ആശാൻ

കുമാരനാശാന്റെ കവിതയേയും ജീവിതത്തെയും കുറിച്ചുള്ള ഈ ലഘുചിന്തകൾ സാമാന്യമായ അർത്ഥത്തിൽ സാഹിത്യനിരൂപണമല്ല; തീർച്ചയായും ഇതൊരു മൂല്യനിർണ്ണയവുമല്ല. ശാസ്ത്രത്തിന്റെ റിഡക്ടീവ് മാർഗ്ഗമവലംബിച്ചുകൊണ്ട് കുമാരകവിയുടെയും കവിതയുടെയും മൗലികമായ പാറ്റേൺ കണ്ടുപിടിക്കുവാനുള്ള ഒരന്വേഷണമായേ ഇതിനേ കണക്കാക്കേണ്ടതുള്ളൂ. അതുകൊണ്ട് മണ്ഡനഖണ്ഡങ്ങളിൽനിന്നും മതഭേദങ്ങളിൽനിന്നും കഴിയുന്നത്ര ഒഴിഞ്ഞുനിൽക്കുവാൻ ഞാൻ ആഗ്രഹിക്കുന്നു.

എങ്കിലും ഈ ആഗ്രഹം നിറവേറ്റുന്നതിനു ഗണ്യമായ തടസ്സങ്ങളുണ്ട്. ആശാൻ വ്യക്തിതലത്തിൽനിന്നു പ്രതിരൂപതലത്തിലേയ്ക്കുയർന്നു കഴിഞ്ഞ ഒരു കവിയാകുന്നു. ആശാന്റെ ഇന്നത്തെ മൂല്യം സിംബോളിക് മൂല്യമായി കഴിഞ്ഞിട്ടുണ്ട് എന്നാണിതിനർത്ഥം. പ്രതിരൂപങ്ങളെക്കുറിച്ചുള്ള പരാമർശങ്ങൾ വ്യക്തികളിൽ തീവ്രമായ പ്രതികരണങ്ങൾ ഉളവാക്കുകയും ചെയ്യും.

മഹാകവി നമുക്കു നഷ്ടപ്പെട്ടുവെങ്കിലും, അദ്ദേഹത്തിന്റെ ഉറ്റവരും ഉടയവരും നമുക്കു ചുറ്റുമുണ്ട്. ജീവചരിത്രപരമായ കർക്കശചർച്ചകൾക്ക് അതുകൊണ്ട് കൃത്യമായ പരിമിതികളുണ്ട്. ആശാന്റെ അതിബാല്യത്തിലെ മനശ്ശാസ്ത്രപ്രസക്തങ്ങളായ സംഭവങ്ങളും ഭാവബന്ധങ്ങളും ഒരു ജീവചരിത്രകാരനും സംഭരിക്കുവാൻ കഴിഞ്ഞിട്ടില്ല; ശ്രമിച്ചിട്ടുമില്ല എന്നുതോന്നുന്നു. ഈ വിടവു ഭാവിയിൽ നികന്നുകിട്ടുമെന്നു കരുതുവാൻ യാതൊരു ന്യായവും കാണുന്നില്ല. ക്രിസ്തുവിന്റെ ബാല്യം പോലെ ആശാന്റെ ബാല്യവും ഇനിയും ഇരുണ്ടുകിടക്കുവാനാണ് വഴിയുള്ളത്.

ഇതിനെല്ലാം പുറമെയാണ് മാനസികമായ അതിക്രമണങ്ങളുടെ നേർക്ക് ഭാരതീയർക്കെന്നുമുള്ള വിപ്രതിപത്തി.

അതുകൊണ്ട് ആശാന്റെ കാവ്യാത്മക വ്യക്തിത്വത്തെക്കുറിച്ചുള്ള ഈ പഠനത്തിൽ പ്രസിദ്ധങ്ങളായ ജീവിതസന്ദർഭങ്ങളും കാവ്യസന്ദർഭങ്ങളും മാത്രമേ ഞാൻ ഉപയോഗപ്പെടുത്തിയിട്ടുള്ളൂ.

ലീലയിലെ ജ്വലിക്കുന്ന ഒരു രംഗമാണ് ആശാന്റെ ചില സവിശേഷ കാവ്യരീതികളിലേയ്ക്ക് എന്റെ മനസ്സിനെ ആദ്യം ആകർഷിച്ചുകൊണ്ടുപോയത്. മൂന്നാം സർഗ്ഗത്തിന്റെ ആരംഭത്തിൽ കുസുമവനങ്ങളിൽ ഉദാസീനയായി കാമുകനെ തേടിപ്പോകുന്ന ലീലയുടെ ആത്മാവിനെ കവർന്നുണർത്തുന്നത് ചമ്പകഗന്ധമുള്ള, കുളിർത്ത ഇളംകാറ്റാകുന്നു. പ്രകൃതിയിലും കഥാസന്ദർഭത്തിലും ലീലയുടെ ഹൃദയത്തിലും ആശാന്റെ കാവ്യശില്പത്തിലും ഇവിടെ ചടുലസ്പഷ്ടമായ പരിവർത്തനമുണ്ട്.

"സുഖദമയി! വരുന്നതെങ്ങുനിന്നോ
സഖി,യിത,ചെമ്പകഗന്ധമെന്തു ചിത്രം!
മുഖരസമിതു മാറ്റി മിന്നുകല്ലീ?
നിഖില വനാവലി നിദ്രവിട്ടപോലെ."

സുപ്തവനത്തെയും ലീലയുടെ സുപ്തസ്മൃതികളെയും മന്ത്രശക്തിയാലെന്നപോലെ ഭേദിക്കുന്ന, വർത്തമാനത്തെ ഭൂതഭാവികളുടെ ഐശ്വര്യമാക്കി മാറ്റുന്ന ഈ അത്ഭുതം ഹിതകരമായ ഹേമപുഷ്പഗന്ധമല്ലാതെ മറ്റൊന്നുമല്ല.

"ഭിദുര,മഹഹ! പൂർവ്വവിസ്മൃതിക്കീ
മൃദുതരവായു തരംഗരംഗലോലം
ഹൃതഹൃദയ,മതാ വരുന്നു തോഴീ
ഹിതകരമീവഴി ഹേമപുഷ്പഗന്ധം."

ഓർമ്മയുടെ വാതിലുകൾ തള്ളിത്തുറക്കുകയും കാവ്യത്തിന്റെ മ്ലാനദീർഘമായ മുഖരസത്തെ ഹർഷഫുല്ലമാക്കുകയും ചെയ്യുന്ന ഈ സുരഭിവായു കുമാരനാശാന്റെ നിത്യസുഹൃത്താകുന്നു.

ഗന്ധത്തിന്റെ തീക്ഷ്ണമായ രതിരോഷങ്ങൾ നിബന്ധിക്കുന്ന ഈ ഭാവഘടന 'ആനൽ ഈറോട്ടിക്' സ്വഭാവത്തിന്റെ സവിശേഷതയാണ് എന്നു മനഃശാസ്ത്രത്തിൽ പ്രാഥമികജ്ഞാനമുള്ളവർക്കുപോലും ഊഹിക്കാൻ കഴിയുന്നതാണ്. ഈ ഉപന്യാസത്തിൽ ശ്രമിക്കുന്നത് ആശാന്റെ കവിതയിലെ മറ്റു 'ആനൽ' സ്വഭാവഘടകങ്ങളുടെ മുദ്രകളെയും സമാഹരിച്ച് സമന്വയിപ്പിക്കുവാനാകുന്നു.

മനുഷ്യസ്വഭാവം അബോധമാനസചോദനകളാൽ നിർണ്ണയിക്കപ്പെടുന്നു എന്ന ഫ്രോയിഡിയൻ സിദ്ധാന്തം പ്രസിദ്ധമായിക്കഴിഞ്ഞിട്ടുണ്ട്. ജീവിതത്തിലെ ആദ്യാനുഭവങ്ങൾ, ശൈശവാനുഭൂതികൾ സ്വഭാവഘടനയെ എന്നെന്നേക്കുമായി രൂപപ്പെടുത്തുമെന്നതാണ്, അത്രതന്നെ

പ്രസിദ്ധമല്ലാത്ത ഫ്രോയ്ഡിയൻ ആശയം. ജനനമാകുന്ന ഞെട്ടലിൽ നിന്നു തന്നെ ഈ പാറ്റേൺ ആരംഭിക്കുന്നു. പിറന്നു വീണ കുഞ്ഞിനു ലോകത്തെ അറിയുവാനും ഉൾക്കൊള്ളുവാനും ഉള്ള ആദ്യമാർഗ്ഗം തുറന്ന വായതന്നെ. മു ലക്കണ്ണു ചപ്പുമ്പോൾ കണ്ണനെപ്പോലെ പ്രപഞ്ചത്തെ അവൻ ആഹരിക്കാൻ ശ്രമിക്കുകയാണ്. ഇതും അവന്റെ സുഖദുഃഖങ്ങളുടെ, മോഹഭംഗങ്ങളുടെ ആദ്യത്തെ അടുക്കുകൾ നിർമ്മിച്ചുകൊടുക്കുന്നകയ്പും മധുരവുമുള്ള ജീവിതാനുഭവങ്ങളെ വേർതിരിച്ചെടുക്കുന്നു.

ആഭ്യന്തരസുഖത്തിന്റെ, ആത്മരതിയുടെ, ഈ ആദ്യസ്രോതസ്സിൽ നിന്നു രതിയുടെ മറ്റൊരു വളർച്ച വിസർജ്ജനപ്രക്രിയയിൽ നിന്നാരംഭിക്കുന്നു. ശരീരത്തിന്റെ ആദ്യത്തെ കവാടമായ വായപോലെ വിസർജ്ജനേന്ദ്രിയവും സുഖദുഃഖങ്ങളിലേയ്ക്കുള്ള, സ്വർഗ്ഗനരകങ്ങളിലേയ്ക്കുള്ള പ്രവേശനമാർഗമാണ്. ഈ കവാടത്തെ വലയം ചെയ്യുന്ന ശ്ലേഷ്മചർമ്മം ആണ് ഈ ഗൂഢ സൂക്ഷ്മാനുഭൂതിക്ക്കാരണമെന്ന് ഫ്രോയിഡ് വിശദമാക്കിയിട്ടുണ്ട്. വിസർജ്ജനം(വേഗം) സാധിക്കുകയും രോധിക്കുകയും ചെയ്യുക എന്നത് ശൈശവമായ ഇച്ഛാശക്തിയുടെ ആദ്യപ്രകടനമാണ്.

"നമുക്കനാമേ പണിവതു നാകം
നരകവുമതുപോലെ."

തന്റെ അമ്മയോ ആയയോ കല്പിക്കുമ്പോലെയല്ലാതെ വേഗം നിരോധിച്ചു കൊണ്ടുനിൽക്കുക ശിശുവിന് ഒരു ആഭ്യന്തരസുഖം മാത്രമല്ല, ഇച്ഛാശക്തിയും അഭിമാനബോധവും പ്രകടമാക്കുവാനുള്ള മികച്ച സന്ദർഭം കൂടിയാണ്. ധാരണയുടേയും നിരാസത്തിന്റെയും ഒരു ഭാവകർമ്മതാളം അവൻ ഇങ്ങനെ ഉണ്ടാക്കിയെടുക്കുന്നു. ഇച്ഛാധീനമായിത്തീരുന്ന വേഗം അതിനുവേണ്ടി ചെലവാക്കുന്ന ഇച്ഛാശക്തിയുടെ ഭാരത്താൽ കൂടുതൽ വിലയുറ്റതായിത്തീരും. അതെത്ര വലിയ ഒരായുധമാണ് എന്നത് കുഞ്ഞിനും ബുദ്ധിയുള്ള അച്ഛനമ്മമാർക്കും അറിയാം. വേലയാണ് സാമ്പത്തികശാസ്ത്രത്തിൽ മൂല്യമായിത്തീരുന്നത്. മനസ്സിന്റെ വ്യയശാസ്ത്രത്തിൽ ഇച്ഛാഭാരമാണ് വസ്തുവിന്റെ മൂല്യം.

തന്റെ വിസർജ്ജനത്തിന്റെ മന്ദോഷ്ണമായ ആർദ്രസ്പർശം അതിനോടുള്ള ചടുലമായ ഗന്ധമോക്ഷം ശിശുവിന് 'നിർവൃതികര'മായ ഒരനുഭവമാണ്. 'ആനൽ'ഘട്ടത്തിൽ ഉറഞ്ഞുപോകുന്ന സ്വഭാവങ്ങളിൽ ഗന്ധം, ഇങ്ങനെ മുഖ്യതാല്പര്യമായി, രതിയായി രൂപാന്തരപ്പെടും.

"മണമിതെവിടെ,യുതടവിപ്പു, വങ്ങെ-
ന്നവിതഥ ജീവിത ദൈവതം വസിപ്പൂ"
മരണം തന്നെയാകുന്നു മണവാളനും.

ലീല ആ സുഗന്ധത്തിൽ കൂടി ഓടിയടുക്കുന്നത് മുമ്പു താൻ മറന്നുവെച്ച അമൂല്യമായ നിധിയെ, ഭൂതകാലത്തെ, അന്വേഷിച്ചായിരുന്നു.

"കരുതിയ മുതൽ തേടുവാൻ വനത്തിൽ
പിരചിതയാമുടമസ്ഥ പോണപോലെ"

എന്ന് ആശാൻ തന്നെ ഇക്കാര്യം സൂചിപ്പിച്ചിട്ടുണ്ട്. കയ്യിലുള്ള മുതൽ ഒളിച്ചുവെച്ച് അനുരാഗദരിദ്രമായ ജീവിതം നയിച്ചവളായിരുന്നു ആശാൻ ലീല. ചെലവാക്കാതെ എണ്ണിക്കൊണ്ടിരിക്കുന്ന പിശുക്കന്റെ പണംപോലെ പ്രണയം അവൾ കരളിൽ സൂക്ഷിച്ചതേയുള്ളൂ.

"പിണയുമിനി വിപത്തശക്തയീ പ്രണയിനി" എന്ന ഘട്ടമെത്തുമ്പോൾ മാത്രമേ കവി അവളെ തന്റെ പ്രണയലുബ്ധതയിൽ നിന്ന് മോചിപ്പിക്കുന്നുള്ളൂ.

ദുർഗ്ഗമമായ വിന്ധ്യവനങ്ങളിൽ അലഞ്ഞുതിരിയുന്ന ലീലാമാധവിമാർക്കു കാറ്റുപോലെ കിറുക്കനായി തെണ്ടുന്ന മദനനെ എങ്ങനെ കണ്ടെത്താൻ കഴിഞ്ഞു.

"അവനെത്തിരവോർ തിരഞ്ഞുപോം
പവനൻ തന്നെ വനാന്തരങ്ങളിൽ"

എന്ന ആരംഭത്തിലുള്ള താക്കീത് വാസ്തവത്തിൽ ഒരു 'ആനൽ' മാർഗ്ഗസൂചനയായിരുന്നു എന്നു പിന്നീടു തെളിയുന്നുണ്ട്. ചമ്പകപ്പൂവിന്റെ രാഗഗന്ധമുള്ള പവനനാണ് ലീലയെ മദനസന്നിധിയിലെത്തിച്ചത്.

ചമ്പകമാകട്ടെ, മണം മാത്രമല്ല നിറവും കൂടിയാകുന്നു. അത് സുഗന്ധമുള്ള സ്വർഗ്ഗം തന്നെ.

"അനഘനവന ഹേമമഞ്ജരീ, ഹാ
മനതളിരിൽ പ്രിയരിങ്ങു രണ്ടുപേർ താൻ,
അനിതര സമഭ്രുതി പൂവിൽ നീയും
വനിതകളിൽ ബ്വത ഭാഗ്യഹീന ഞാനും."

എന്നു പ്രണയത്തിന്റെയും സ്വർണ്ണപുഷ്പത്തിന്റെയും ഐക്യം ലീല വിളംബരം ചെയ്യുന്നുണ്ട്.

ആശാൻ കാഴ്ചബംഗ്ലാവിൽ കണ്ടു വർണ്ണിച്ച കപോതപുഷ്പത്തെ കുറിച്ചോ, പ്രിയ ശിഷ്യർക്കു പോക്കറ്റിൽ നിന്നെടുത്തുകൊടുത്ത കരിഞ്ഞ പൂവിനെ കുറിച്ചോ എനിക്കിവിടെ ഒന്നും പറയുവാനില്ല.

ലീലയിലെ മൂന്നാം സർഗ്ഗത്തിൽ ആശാൻ പ്രത്യക്ഷമാക്കുന്ന ഗന്ധതാത്പര്യം കേവലം ആകസ്മികമല്ല. ആശാന്റെ കൂടെ പ്രണയത്തിന്റെ ദൂതനായി എന്നും സുഗന്ധം ഉണ്ടായിരുന്നു.

"പോകുന്നിതാ വിരവിൽ വണ്ടിവിടം വെടിഞ്ഞു
സാകൂതമാം പടി പറന്നു നഭസ്തടത്തിൽ
ശോകാന്ധനായ് കുസുമ ചേതന പോയമാർഗ്ഗ-
മേകാന്തഗന്ധമിതു പിൻതുടരുന്നതല്ലീ."

എന്നിങ്ങനെ പൂവിന്റെ ഹൃദയകാമുകനായ വണ്ടും ആത്മസുഗന്ധം തേടി ആകാശ ഭൂമിയിൽ അലഞ്ഞുതിരിയുന്നുണ്ട്. കുസുമത്തിന്റെ ചേതന സുഗന്ധമാണെന്നവനറിയാം. വീണുപോയ അനുഭവത്തിന്റെ ദൃശ്യസ്പൃശ്യ ഭംഗിയുടെ, വീഴാത്ത ആത്മാവാണ് ഗന്ധം- അത് ഓർമ്മയിൽ അനശ്വരമാക്കപ്പെട്ട അനുഭവമാകുന്നു. ഈ സ്മൃതിയുടെ ചെപ്പ് തന്നെയാണ് നളിനിയിലും ആശാൻ തുറന്നാസ്വദിക്കുന്നത്.

നളിനിയുടെ തുടക്കത്തിൽ നളിനീദിവാകരന്മാരുടെ താൽക്കാലിക ബാഹ്യശോഭ വർണ്ണിച്ചതിനുശേഷം അവരുടെ ഭൂതകാലത്തെ, കൗമാരസ്വരൂപങ്ങളെ, രണ്ടു സുഗന്ധങ്ങളുടെ സമാഗമം ആയാണല്ലോ ചിത്രീകരിച്ചിട്ടുള്ളത്.

"വന്യഭൂമിയിൽ വഹിച്ച പൂമണം
ധന്യനായഹഹ വന്നണഞ്ഞു നീ
തെന്നലേ കഴുവുകിന്നു ശങ്കവേ-
ണ്ടെന്നെ, ഞാൻ മലിന മേനിയല്ലെടോ."

ഭൂതകാലസ്മരണകൊണ്ട് പൂക്കുന്ന വസന്തവനത്തിലാണ് ആശാൻ തന്റെ നായികാനായകന്മാരെ അവതരിപ്പിക്കുന്നതെന്നു സഹൃദയർക്കറിയാം.

"പൂത്തിട്ടും ഭൂരുഹങ്ങൾ നിറയുന്ന കാട്ടുകൾ"

എന്ന് അക്കാര്യം മുമ്പ് സൂചിതമായിട്ടുമുണ്ട്. ഈ പുഷ്പങ്ങളുടെ, പുഷ്പകാലസ്മൃതികളുടെ മണം പുരണ്ടു ധന്യനായ നായകനെയാണ്, തന്റെ നിർമ്മലമായ ഉടൽ തഴുകുവാൻ നളിനി ക്ഷണിക്കുന്നത്. ദിവാകരസന്നിധിയിലേയ്ക്ക് അവൾ മറ്റൊരു സുഗന്ധമായി സ്വയം എത്തിച്ചേരുകയും ചെയ്യുന്നു.

"സാവധാനമെതിരേറ്റ ചെല്ലുവാ-
നാ വികസ്വര സരസ്സയച്ചപോൽ
പാവനൻ സുരഭി വായു വന്നുക-
ണ്ടാ വഴിക്കു പദമൂന്നിനാനവൻ."

നളിനീദിവാകരയോഗം രണ്ടു സുഗന്ധങ്ങളുടെ സംയോഗമാകുന്നു. കവിതയിൽക്കൂടി ആശാനും തേടി നടന്നിരുന്നത് ഈ വിദൂര സുഗന്ധമാണ് എന്ന് ഇന്നു വളരെ പ്രസിദ്ധി നേടി കഴിഞ്ഞിട്ടുള്ള 'കാവ്യകല'യിൽ നിന്നറിയാം.

"കൊഞ്ചൽ തേന്മൊഴി, നിത്യകന്യകേ, നിൻ
മഞ്ചത്തിൽ മണമറികില്ല മൂർത്തിമാരും."
(കാവ്യകല-8)

ഒരു ക്ഷണം കൊണ്ടും ഒരു കണം കൊണ്ടും ഭാവമണ്ഡലത്തിൽ പരന്ന ദുഃഖഭ്രൂയിഷ്ഠതയെ ആനന്ദപൂർണ്ണമാക്കിത്തീർക്കുവാൻ കഴിയുന്ന സുഗന്ധത്തിന്റെ 'ആനൽ' സിദ്ധിവിശേഷത്തെക്കുറിച്ച് ശിവസ്തോത്ര മാലയുടെ മുഖവുരയിൽ ആശാൻ ഇങ്ങനെ പറയുന്നു:

"ദുഖഃഭ്രൂയിഷ്ഠമായ ഈ ജീവലോകത്തിൽ അപ്രകാരമുള്ള ആനന്ദ ബാഷ്പത്തിന്റെ ഒരു കണം തന്നെ എത്ര ദുർല്ലഭവും അത്തർ, പനിനീർ മുതലായ സുഖോപചാരദ്രവ്യങ്ങളേക്കാൾ എത്ര വിലയേറിയതും ആയിരിക്കണം."

നമ്മുടെ പ്രശസ്തനായ മറ്റൊരു 'ആനൽ' കവി ഇക്കാര്യം തന്നെ പദ്യത്തിൽ പറഞ്ഞിട്ടുണ്ട്-മരണത്തെ ജയിച്ച മണത്തെ പറ്റി.

"എങ്കിലുമെട്ടുപേരാൾ ഞാൻ ശുദ്ധമെൻ കന്നിഫ്രാതൽ
പെൺകൊടിയാൾതൻ കൊച്ചു മധുര സ്മൃതി മാത്രം
വെറ്റിലത്തരിപോലെ ഞാനതു നുണയവേ
ചുറ്റിലും മഞ്ഞത്തൊരു മാമ്പൂവിൻമണം ചിന്നി."
(മരണം കനിഞ്ഞോതി)

* * *

ആനൽ സ്വഭാവങ്ങളെ കുറിച്ചുള്ള ആദ്യ പ്രബന്ധത്തിൽ (Character and anal erotism 1908)ചിട്ട, നിർബ്ബന്ധബുദ്ധി, മിതവ്യയം, എന്നീ മൂന്നു സവിശേഷതകളാണ് ഫ്രോയ്ഡ് എടുത്തു പറഞ്ഞിരുന്നത്. തനിക്ക് നഷ്ടപ്പെടുന്നതും മലിനവുമായ വസ്തുവിനോടുള്ള പ്രതിക്രിയാ പരിണാമമാണിത്. (reaction formation)

ആശാന്റെ ജീവിതത്തിലും കവിതയിലുമുള്ള അടുക്കം ചിട്ടയും പ്രസിദ്ധമായിക്കഴിഞ്ഞിട്ടുണ്ട്. ബാല്യം മുതൽക്കുള്ളതാണ് ആശാന്റെ ചിട്ട. തുണ്ടത്തിൽ പെരുമാളാശാന്റെ കീഴിൽ പഠിച്ചുകൊണ്ടിരിക്കുമ്പോൾ "കുമാരൻ ഒരിക്കൽ പോലും തന്റെ ഗൃഹപാഠത്തിനു വീഴ്ച വരുത്തുകയാവട്ടെ, ശിക്ഷയനുഭവിക്കുകയാകട്ടേ ചെയ്തിട്ടില്ല," എന്നു ജീവചരിത്രകാരൻ രേഖപ്പെടുത്തിയിട്ടുണ്ട്. കൽക്കത്തയിലായിരുന്നപ്പോൾ പ്രതിദിനം ഇരുപതു മണിക്കൂർ പുസ്തകം വായിച്ചുതന്നെ അദ്ദേഹം കഴിച്ചുകൂട്ടിയിരുന്നു. ആശാന്റെ കവിതകൾ കഠിനവും ദീർഘവുമായ അധ്വാനത്തിന്റെ ഫലമാണെന്നു പ്രചരിച്ചിരുന്ന ബോധം സി.വി. സ്മാരകം പെട്ടെന്നെഴുതിക്കിട്ടിയപ്പോഴാണ് തനിക്ക് നീങ്ങിക്കിട്ടിയതെന്ന് ഇ.വി. പറയുന്നുണ്ട്. ആശാന്റെ ചരിത്രത്തിൽ നിന്നു ബോധ്യമാകുന്നത് മഹാകവി കവിതകളെല്ലാം വളരെ ശ്രദ്ധാപൂർവ്വം പതുക്കെ എഴുതിയിരുന്നു എന്നാണ്. പ്രരോദന നിരൂപണത്തിന്റെ പ്രത്യാഖ്യാനത്തിൽ ആശാൻ തന്നെ ഇക്കാര്യം മറ്റൊരു തരത്തിൽ പ്രസ്താവിച്ചിട്ടുമുണ്ട്. ആശാന്റെ

സ്വഭാവത്തിനു വിരുദ്ധമായി വളരെ കുറച്ചു ദിവസം കൊണ്ട് വളരെ യധികം വരിയെഴുതിക്കൂട്ടി എന്നതാണ് ദുരവസ്ഥയെക്കുറിച്ചു പി.കെ. ബാലകൃഷ്ണനുന്നയിച്ചിട്ടുള്ള ഒരാക്ഷേപം.

(പാണ്ഡിത്യ)പ്രകടനാത്മകതയോളമെത്തുന്ന ശ്രദ്ധാലുത ആശാൻ സ്വഭാവത്തിന്റെ ഒരു സവിശേഷതയായി അബ്രഹാമും മറ്റും ചൂണ്ടിക്കാണിച്ചിട്ടുണ്ട്. പ്രരോദനത്തിനെങ്കിലും ഈ പരാതി നിരന്തരം സഹിക്കേണ്ടിവന്നുവെന്നു നമുക്കറിയാം. വിഷാദഭാവത്തെ കവിഞ്ഞുനില്ക്കുന്ന ആ വിലാപകാവ്യത്തിലെ തത്ത്വചിന്താപ്രസ്താവത്തെക്കുറിച്ച്. നളിനിയിൽ ദിവാകരൻ, ലീലയിൽ മാധവി, ചണ്ഡാലഭിക്ഷുകിയിൽ ശ്രീബുദ്ധൻ, ദുരവസ്ഥയിൽ കവി അനൗചിത്യത്തിലേയ്ക്കോ പ്രകടനാത്മകതയിലേയ്ക്കോ നീങ്ങുന്നുവെന്നു പല നിരൂപകന്മാരും പലപ്പോഴായി ചൂണ്ടി എടുത്തിട്ടുണ്ട്. ഞാൻ സംസാരിക്കുന്നത് കാവ്യൗചിത്യത്തെക്കുറിച്ചല്ല, സ്വഭാവഘടനയെക്കുറിച്ചു മാത്രമാണ്-ആശാൻ സ്വഭാവത്തിന്റേതായ വിശദാംശതാത്പര്യം-വർണ്ണനയിൽ മതിവരായ്ക-*കരുണ*യുടെ ആരംഭത്തിലുള്ള വിസ്തൃതമായ കാലദേശചിത്രണത്തിലും ചെട്ടിയാരുടെയും ചുടുകാടിന്റെയും ചിത്രങ്ങളിലും കാണാൻ കഴിയും. ചണ്ഡാലഭിക്ഷുകിയുടെ പ്രാരംഭം ഇതിലും ദീർഘവിശദമാകുന്നു. നാലാംഭാഗത്തിൽ ഭിക്ഷുണീമന്ദിരത്തെയും ആശാൻ തന്റെ നീണ്ട തൂവലുകൊണ്ടുഴിഞ്ഞിട്ടുണ്ട്. സീതയുടെയോ വാസവദത്തയുടെയോ സാവിത്രിയുടെയോ രൂപഭാവങ്ങളെയും അസാമാന്യമായി വിസ്തരിച്ചിരിക്കുന്നു എന്നതിന് സംശയം ഒട്ടുമില്ല. ഈ അസാമാന്യതയെ കാവ്യാത്മകതയായി മാറ്റി എടുക്കുന്നതിലാണ് ആശാന്റെ കാവ്യമർമ്മബോധം കണ്ടെത്തേണ്ടത് എന്നെനിക്കു തോന്നുന്നു.

കവിത കേവല വേദനയല്ല, ലഹരിയായി, മൃദുരവമായി രൂപപരിണതി വന്ന പ്രാണവേദനയാകുന്നു. ഉഭയജീവിയായ(amphibian) കവിയുടെ ഭൂമിക്കടിയിലേയ്ക്കുള്ള തിരിച്ചുവരവ് എന്നാണ് ഫ്രോയ്ഡ് ഇതിനെ വിശേഷിപ്പിച്ചത്.

ദിനകൃത്യങ്ങളിലുള്ള നിശിത പരിശീലനം ഒരു ശിശുവിന്റെ ആത്മാഭിമാനത്തോട്-നാർസിസത്തോടും ഈഗോവിനോടും-ഉള്ള വെല്ലുവിളിയാണ്. തന്റെ കൃത്യങ്ങൾ മറ്റുള്ളവർക്ക് ആവശ്യമുള്ളപ്പോൾ ചെയ്യുക എന്നതാണ് ഈ പരിശീലനത്തിന്റെ അടിസ്ഥാനതത്വം. മാതാപിതാക്കളോടുള്ള സ്നേഹവും, ആശ്രിതഭാവവും അവനെ അനുസരണശീലനാക്കാം. പക്ഷേ, തിരക്കിട്ട പരിശീലനം അവനെ എതിർപ്പുകാരനോ ശുണ്ഠിക്കാരനോ ആക്കിത്തീർക്കും. സ്വപ്രത്യയസ്ഥൈര്യം എന്നു നാം പുകഴ്ത്തുന്ന ഒരുതരം കടുംപിടുത്തം ഈ ഭാവബന്ധത്തിന്റെ ഫലമായി രൂപംകൊള്ളുന്നു. തന്റെ ആന്തരലോകത്തെ കർക്കശമായി

നിയന്ത്രിക്കുകയും അതിൽ മറ്റാരും കൈകടത്താൻ അനുവദിക്കാതിരിക്കയും ചെയ്യുന്ന, ആത്മപീഡാപരമായ ഭാവദാർഢ്യം കുമാരനാശാനുണ്ടായിരുന്നു. തന്റെ ഗുരുവിനെ(പിതൃപ്രതീകത്തെ) പോലും ആശാൻ അനുസരിച്ചിരുന്നുവോ എന്നു സംശയമാണ്.

"എന്റെ ജീവിതം എന്റെ സ്വന്തമാണ്. മറ്റുള്ളവർക്ക് ഉപദ്രവകരമല്ലാത്ത രീതിയിൽ എന്റെ ഉത്തമതാത്പര്യങ്ങൾ പരിരക്ഷിക്കുവാനും എല്ലാ കഴിവുകളെയും വികസിപ്പിച്ച് ഒരു പൂർണ്ണജീവിതം നയിക്കുവാനുമുള്ള അവകാശം എനിക്കുണ്ട്.'' വിവാഹത്തെക്കുറിച്ച് ആശാൻ ഇങ്ങനെ അനുസ്മരിച്ചിട്ടുള്ളതായി സദാശിവൻ അനുസ്മരിച്ചിട്ടുണ്ട്. സ്വാമികളുടെ അടുത്ത ശിഷ്യത്വം, പ്രായം എന്നിവയെ ചൊല്ലിയാണ് എതിർപ്പുകളുണ്ടായത് എന്നോർക്കുമ്പോൾ, ആശാന്റെ ഈ മറുപടി അസാധാരണവും കർക്കശവുമായി തോന്നും. സ്വകാര്യജീവിതത്തിലെന്നപോലെ കാവ്യജീവിതത്തിലും ആശാന് ഇതേ കടുംപിടുത്തമുണ്ടായിരുന്നു എന്നത് തീർച്ചയാണ്. ദുരവസ്ഥയുടെ ചരിത്രത്തിൽ ഈ വസ്തുത സരളസ്പഷ്ടമായി കിടക്കുന്നു. ചില പുതിയ നിരൂപകർ കരുതുംപോലെ കവി വേണ്ടത്ര അവധാനതയില്ലാതെ എഴുതിയതാണത് എന്നു വിചാരിക്കുവാൻ ഒരു ന്യായവും കാണുന്നില്ല. മുസ്ലിം യുവജനസംഘത്തിനുള്ള ആ മറുപടിയിൽ നിന്നോ, സി.നാരായണപിള്ളയുമായി നടത്തിയ സംഭാഷണത്തിൽ നിന്നോ ആശാന്റെ ആന്തരം ഊഹിക്കാവുന്നതേയുള്ളൂ.

"വൃഥാ തെറ്റിദ്ധരിച്ച ക്ഷോഭമുണ്ടാക്കരുത്,'' എന്നാണ് കവി സംഘക്കാരോടുപദേശിച്ചത്. തനിക്കല്ലാതെ തന്നെ ആർക്കും മനസ്സിലാകുകയില്ലെന്ന ബോധം ആനൽസ്വഭാവത്തിന്റേതാണ്. സാഡ്ഗർ ഈ സ്വഭാവഘടകം വിശദീകരിച്ചിട്ടുണ്ട്!1' ലോകത്തിൽ സാഹിത്യവിഷയകമായി നോക്കിയാൽ 'മുക്കാലും-മൂഢരാണല്ലോ' എന്ന് ആശാൻ പ്രരോദനപ്രത്യാഖ്യാനത്തിൽ തുറന്നടിച്ചതായിക്കാണാം. താനൊഴിച്ചെല്ലാവരും ന്യൂനരാണെന്ന ബോധം മഹാകവിയ്ക്കുണ്ടായിരുന്നില്ലേ? തെളിവുകൾ കൊണ്ട് അതുതന്നെയാണ് അനുമാനിക്കേണ്ടത്. എന്തുകൊണ്ടെന്നാൽ ദുരവസ്ഥാപ്രശ്നത്തെക്കുറിച്ച്, കേരളകൗമുദിയിൽ സി.വി ഇങ്ങനെയാണ് എഴുതിയിരിക്കുന്നത്.

"ആശാനവർകളുടെ ഉദ്ദേശശുദ്ധിയിൽ ഞങ്ങൾക്കു ലേശംപോലും സംശയമില്ലെങ്കിലും, ഈ കൃതി ഉദ്ദേശിക്കുന്ന ദുരവസ്ഥയെ വെളിപ്പെടുത്തുന്നതിന് ഈവക പദപ്രയോഗങ്ങൾ ആവശ്യമാണെന്നു ഞാൻ വിചാരിക്കുന്നില്ല... ഇവ നീക്കിക്കളയുവാൻ ശ്രമിക്കുന്നതാണ് നല്ലതെന്ന് ഞങ്ങൾക്കു തോന്നുന്നു.'' (കേരളകൗമുദി) അഭിപ്രായം ഇരുമ്പുലക്കയാണെന്നു സി.വി കരുതിയിരുന്നില്ല. ആനൽ സ്വഭാവഘടനയിൽ അഭിപ്രായം ഇരുമ്പുലക്കയാണ് താനും. ചൂണ്ടൽ വിഴുങ്ങിയ മീനിനെ

പിന്തുടർന്ന് പ്രാണഭയമില്ലാതെ നീന്തിനീന്തിപ്പോയ പഴയ കുമാരനു മറ്റൊരുതരത്തിൽ ചിന്തിക്കുവാനും കഴിയുമെന്നു തോന്നുന്നില്ല. താൻ നട്ടുവളർത്തിയ യോഗവൃക്ഷത്തിൽ നിന്നു പറന്നകന്നു പോകാൻ അചഞ്ചലമായ ഈ അഭിപ്രായദാർഢ്യം ആശാനെ പിന്നീട് കരുത്ത നാക്കുകയും ചെയ്തു. പക്ഷേ, 'കുയിലി'ൽ ആശാൻ ഇങ്ങനെ പാടുകയും ചെയ്തു.

"സ്വാരാജ്യസീമകളെ നിർമ്മലരാഗവീചി-
ധാരാർദ്രമാക്കുമൊരു നിൻ കളലോലഗീതം
ദാരാഢ്യരായ വിഹതേന്ദ്രിയരാം സുരന്മാ-
രാരാൽ ശ്രവിച്ചു പുളകോദ്ഗമമാവഹിപ്പൂ."

ദേവസമൂഹത്തെ-ഭാവിമനുഷ്യസമുദായത്തെ-തന്റെ കവിത കോൾമയിർ കൊള്ളിക്കുമെന്ന വിശ്വാസം ആശാന് അന്നും എന്നും ഉണ്ടായിരുന്നു. നളിനിയെക്കുറിച്ച് പാടിയറ്റിൽ വന്ന മണ്ഡനനിരൂപണം എല്ലാവരും വായിച്ചിരിക്കേണ്ടതാണെന്നു താൻ തന്നെ വിവേകോദയ ത്തിലെഴുതിയതും ഈ ആത്മധൈര്യം കൊണ്ടുതന്നെ.

ആശാനിലായതുകൊണ്ട് നാം ക്ഷമിക്കുന്ന ഈ സ്വഭാവം അദ്ദേഹ ത്തിൽ എന്നും ഉണ്ടായിരുന്നുവെന്ന് ജീവചരിത്രവസ്തുതകളിൽ നിന്നും വ്യക്തമാകുന്നുണ്ട്. "എന്തുകൊണ്ട് എനിക്ക് ഒരു മഹാനായിക്കൂടാ," എന്ന് കൽക്കത്തയിൽ ഹസ്തരേഖാവിദഗ്ധനോട് കയർത്തതും പൊട്ട ക്കവിയെന്നു എന്നെക്കുറിച്ച് പറഞ്ഞ നിങ്ങളെക്കൊണ്ട് തന്നെ ഒരിക്കൽ എന്നെ മഹാകവിയെന്ന് വിളിപ്പിച്ചേക്കാം എന്നു ഉള്ളൂരിന്റെ സുഹൃത്തി നോട് തിരിച്ചടിച്ചതും ആശാന്റെ അപ്രധൃഷ്യതയ്ക്കുദാഹരണമായി നാം മനസ്സിൽ കരുതിപ്പോകുന്നുണ്ട്. ദൗർബല്യങ്ങളെ ശക്തിയാക്കി മാറ്റാൻ പലപ്പോഴും കഴിഞ്ഞിരുന്നു എന്നതാണ് മഹാകവിയുടെ വലിയ ആഭ്യ ന്തരമഹത്വം. ഇതിനൊരു പാളിച്ച പറ്റിയാൽ എങ്ങനെയിരിക്കുമെന്ന റിയണമെങ്കിൽ, കായിക്കര മിഡിൽസ്കൂളിലേയ്ക്കു കയറിച്ചെന്നു "ഹലോ മി.സി.വി" എന്ന് ഇംഗ്ലീഷിൽ സംഭാഷണമാരംഭിച്ച, മറ്റൊരാശാന്റെ ചിത്രം നമ്മുടെ മനസ്സിലുണ്ടായിരിക്കണം.

"ആശാന്റെ ഇംഗ്ലീഷ് എന്റെ ഇംഗ്ലീഷിൽനിന്നു മേത്തരമല്ലെന്നു എനിക്കു ബോധ്യപ്പെട്ടതിനാൽ ഞാനും പിന്നെ ഇംഗ്ലീഷിൽതന്നെ മറുപടി പറഞ്ഞുതുടങ്ങി. സ്വല്പം കഴിഞ്ഞപ്പോൾ ആശാന്റെ സംഭാഷണം മലയാളത്തിലായി."

ആശാന്റെ അതിരറ്റ ആത്മവിശ്വാസത്തെക്കുറിക്കുന്ന ഒരു ഉദാഹരണം കൂടി ചൂണ്ടിക്കാണിച്ചിട്ട് മറ്റു ചില സ്വഭാവവിശേഷങ്ങളിലേ യ്ക്കു നമുക്കു പ്രവേശിക്കാവുന്നതാണ്. നമ്മുടെ നിരൂപകന്മാർ സാധാര ണയായി ഉദ്ധരിക്കാറുള്ള വരികൾ ഞാനും ഇവിടെ എടുത്തുപറയാം.

"ഞാൻ വളരെ കവിതകൾ എഴുതാറില്ലെങ്കിലും എഴുതുന്നിടത്തോളം സൂക്ഷിച്ച് എഴുതാറാണ് പതിവ്. ഒരു ഉൽകൃഷ്ടകലയുടെ നിലയിൽ കവിതയുടെ സാങ്കേതികമായ ഗുണദോഷങ്ങളുടെ എല്ലാ അംഗങ്ങളേയും പറ്റി ഗാഢമായും നിർദ്ദയമായും ചിന്തിട്ട് ത്യാജ്യങ്ങളെ പാടുള്ളത്ര ത്യജിച്ചും ഗ്രാഹ്യങ്ങളെ കഴിയുന്നത്ര ഗ്രഹിച്ചും അല്ലാതെ ഞാൻ ഒരു മുക്തകം പോലും രചിക്കാറില്ലെന്നത് എനിക്കു നല്ല നിശ്ചയമുള്ള സംഗതിയാണ്." ഈ ശപഥത്തിലുള്ള ഒരേ ഒരു ന്യൂനത അത് കവിക്കു മാത്രം നിശ്ചയമുള്ള സംഗതിയായാൽ പോരാ എന്നതാണ്. മറ്റുള്ളവർ തന്റെ കവിതയിൽ തലയിടുന്നത് തീരെ സഹിക്കാത്തവരാണ് ആനൽ സ്വഭാവമുള്ളവർ. അന്യവിമർശനത്തെ ഒഴിവാക്കുവാൻ അവർ ആത്മ വിമർശനം നടത്തുന്നു. കണ്ണുകൊണ്ട് കണ്ണുകാണാൻ കഴിയുകയില്ല എന്നവർ മനസ്സിലാക്കുന്നുമില്ല.

'The sensitiveness of the person with an anal character to external encroachments of every kind on the actual or supposed field of his power is well-known -Psycho- analysis must evoke the most violent resistance in such persons.' -Abraham

സ്നേഹഗായകമായ ആശാനെക്കുറിച്ച്, അനുദാരമായ ചില കാര്യങ്ങൾ കൂടി പറഞ്ഞുവയ്ക്കേണ്ടതുണ്ട്. തന്റെ കാവ്യനിർവഹണത്തിനുവേണ്ടി ആശാനവർകൾ ഇരട്ടക്കൊലപാതകം നടത്തി എന്ന വള്ളത്തോളിന്റെ ആക്ഷേപം പലരെയും രസിപ്പിക്കുകയും ചൊടിപ്പിക്കുകയും ചെയ്തിട്ടുണ്ടെന്നു നമുക്കറിയാം. ലീലയിൽ മാത്രമുള്ള ഒരു സവിശേഷതയല്ല ഇത്. നളിനിയിലെ ദിവാകരൻ സ്നേഹസാരം തേടിയലയുന്ന സ്നേഹശൂന്യനാകുന്നു.

"സ്നേഹമാണഖിലസാരമൂഴിയിൽ
സ്നേഹസാരമിഹ സത്യമേകമാം
മോഹനം ഭുവനസംഗമിങ്ങതിൽ
സ്നേഹമൂലമമലേ വെടിഞ്ഞു ഞാൻ."

എന്നിങ്ങനെ യോഗസംയതമായ, സ്തബ്ധമായ മനസ്സാണ് ദിവാകരന്റേത്. നളിനി പ്രാണത്യാഗം ചെയ്യുന്നതുവരെ അയാൾ അവളുടെ ആന്തരമഹത്വം അറിയുന്നതേയില്ല. അവളോ-താൻ സ്നേഹിക്കുന്ന പുരുഷനെത്തേടി തന്നെ സ്നേഹിക്കുന്ന മാതാപിതാക്കളുടെ ആത്മഹത്യയക്ക് കളമൊരുക്കുകയും ചെയ്തു.

"അച്ഛനും ജനനിതാനുമാർത്തിയാ-
ലിച്ഛയാർന്നു മൃതിതാൻ വരിച്ചപോൽ."

വീണപൂവ്, നളിനി, ലീല, കരുണ എന്നീ കൃതികളിൽ വിഷാദത്തിന്റെ മൂടിക്കെട്ടിയ അന്തരീക്ഷമാണുള്ളത്. ജീവിതത്തിന്റെ വിഷാദാംശത്തെ കാണുവാൻ ആശാന് നൈസർഗ്ഗികമായ കഴിവുണ്ടായിരുന്നു എന്നുതോന്നും. തണുത്ത മരണത്തെ തണുത്തതായിത്തന്നെയാണ ദ്ദേഹം ചിത്രീകരിച്ചുപോന്നിട്ടുള്ളത്.

"അവളുടെ ശയനീയശായിയാ-
മവനൊരുഷസ്സിലുണർന്നിടാതെയായ്....
ജനക ജനനിമാരെയോർത്തു
കാൽക്ഷണമിടരാർന്നിതു കുട്ടിപോലവൾ."

അച്ഛനമ്മമാരുടെ മൃത്യുദുഃഖത്തിന് കാൽക്ഷണം നൽകിയ ലീല വമ്പിച്ച സ്വത്തുപേക്ഷിച്ച് വനാന്തരങ്ങളിൽ കാമുകനെ തേടിപ്പോയി എന്നാണാശാൻ പറഞ്ഞിട്ടുള്ളത്.

"അവികലമഥ തന്നധീനമാ-
യവധി വെടിഞ്ഞ പിതൃസ്വമെങ്കിലും,"
എന്നും,
"പ്രതിഹതികളകന്നഭീഷ്ടനാം
പതിയുടെ വേഴ്ചയിലാശ തേടവേ,"

എന്നും പരാമർശിക്കുന്ന പ്രതിഹതികൾ അച്ഛൻ, അമ്മ, ഭർത്താവ് എന്നിവരാണെന്നോർക്കേണ്ടിയിരിക്കുന്നു. തന്റെ ലക്ഷ്യത്തിനു വേണ്ടി എത്രയെങ്കിലും ക്രൂരവും വികാരശൂന്യവും ആകാൻ കഴിയുന്ന മനസ്സാണ് ആശാന്റെ കഥാപാത്രങ്ങൾക്കുള്ളത്. ഇത് കവിയുടെ മനസ്സിന്റെ ഛായയായിരുന്നുവോ? ശ്രീനാരായണഗുരുവിന്റെ കൂടെ വീട്ടിൽ നിന്നിറങ്ങിപ്പോയ കുമാരൻ സ്വേച്ഛയാ വീട്ടിൽ മടങ്ങിച്ചെല്ലുകയോ മാതാപിതാക്കളെ ആശ്വസിപ്പിക്കുകയോ ചെയ്തതായി ജീവചരിത്രങ്ങളിലില്ല. തന്നെത്തേടി അരുവിപ്പുറത്തെത്തിയ ജ്യേഷ്ഠനെ കുമാരു കണ്ടതായി നടിച്ചില്ല.

"ആഗതർ സ്വന്തം ജ്യേഷ്ഠനും അമ്മാമനും ആണെന്നറിഞ്ഞിട്ടും കുമാരു അറിയാത്തഭാവത്തിൽ അവിടെത്തന്നെ സ്വസ്ഥനായി ഇരുന്നതേയുള്ളൂ." ഗുരുവിന്റെ നിർബ്ബന്ധംകൊണ്ട് ഓണത്തിനു വീട്ടിലെത്തിയ കുമാരു "രണ്ടുമൂന്നു പ്രാവശ്യം അച്ഛൻ വിളിച്ചിട്ടും മകൻ വിളികേട്ടതല്ലാതെ വീടിനുള്ളിൽ കയറിയിട്ടില്ല." വിദൂരസുഖങ്ങൾക്കുവേണ്ടി താൽക്കാലിക ദുഃഖം, വിദൂരസ്നേഹങ്ങൾക്കു വേണ്ടി താൽക്കാലിക ക്രൗര്യം, വിദൂരമായ അതിവ്യയത്തിനുവേണ്ടി നിരന്തരമായ മിതവ്യയം-ഇതാകുന്നു ആനൽ ഇറോട്ടിക് സ്വഭാവതാളം-ആശാൻ ലുബ്ധനായിരുന്നുവോ? സരളമായ ഈ ചോദ്യത്തിന് പോലും നമുക്കിന്നു കൃത്യമായ ഒരുത്തരമില്ല.

(കുമാരനാശാന്റെ കാവ്യപ്രപഞ്ചം എന്ന പുസ്തകത്തിൽ നിന്ന്)

ആശാൻ, പ്രേമം, കാളിദാസൻ

ഭാവന മനുഷ്യബന്ധങ്ങളുടെ ഒരു പുനഃസംവിധാനമാണ്. തോട്ടമു ണ്ടാക്കലോ ചിത്രം വരയ്ക്കലോ ആകാമത്. ജീവിതത്തിന്റെ ഒരു മറുപോംവഴിയെ സംബന്ധിച്ച കാഴ്ചപ്പാടാണ് ഭാവന. സൗഹൃദസംഭാഷണം നിറുത്തിവച്ച ശേഷം ചിന്തയുടെ ഒരു ബിന്ദുവിൽ നിന്നും പ്രൊഫ. എം. എൻ. വിജയൻ പറഞ്ഞു തുടങ്ങുകയായിരുന്നു. ഒരു വർഷം മുമ്പ് വിവാദമുയർത്തിയ ആവിഷ്കരണ സ്വാതന്ത്ര്യത്തെപ്പറ്റിയുള്ള തന്റെ അഭിപ്രായങ്ങൾ, അദ്ദേഹം ഇങ്ങനെ അവസാനിപ്പിച്ചു: ആവിഷ്കരണ സ്വാതന്ത്ര്യം മൗലികമായും ഒരു മാർക്സിയൻ ആശയമല്ല, ബൂർഷ്വാസങ്കല്പമാണ്. ഓരോരുത്തരും അവരുടെ കഴിവനുസരിച്ച് ഓരോരുത്തർക്കും അവരുടെ ആവശ്യമനുസരിച്ച് എന്നതാണ് മാർക്സിയൻ സ്വാതന്ത്ര്യസങ്കല്പം. സ്വാതന്ത്ര്യം വേണമെന്നാവശ്യപ്പെടുന്നത് ബൂർഷ്വാസിയാണ്.

പ്രേമവിപ്ലവം

പ്രകൃതിയിൽ ഉണ്ടെന്നു സങ്കല്പിക്കുന്ന ഏകപത്നീവ്രതത്തിന്റെ ആദർശവൽക്കരണമാണ് കുമാരനാശാന്റെ സ്നേഹം അഥവാ രതി. തികച്ചും ഭാവനാത്മകം, ദുഷ്യന്തന്റെ പ്രേമം ഒരു ആദർശമാണ്. രാജാവിന്റെ രാഷ്ട്രീയ വിവാഹവും ഈ പ്രേമാദർശവും തമ്മിൽ ബന്ധമൊന്നുമില്ല. പ്രേമം എന്നത് യഥാർത്ഥ ജീവിതത്തിന്റെ ഭാവനാത്മകമായ ഒരു സംഭാവ്യതയാണ്. രാജാക്കന്മാരെ സംബന്ധിച്ചിടത്തോളം ഏകപത്നീവ്രതം ഒരു അസാധാരണഗുണംതന്നെ ആയിരുന്നു. ആശാൻ പറയുന്നതാണ്.

'രതി നിത്യമൊരാൾക്കൊരാളിലായ്
സ്ഥിതിചെയ്കിൽ സഖി പെണ്ണിനാണിനും
അതിലും വലുതില്ലഹോ' (ലീല)
'യുവജനഹൃദയം സ്വതന്ത്രമാണ
വരുടെ കാമ്യപരിഗ്രഹേച്ഛയിൽ' (ലീല)

വിവാഹകാര്യത്തിൽ യുവജനഹൃദയം സ്വതന്ത്രമാണെന്നത് ഒരു വിപ്ലവാശയമാണ്. ആശാന്റെ സ്വതന്ത്രതാപ്രേമം ഇന്ന് ഏറെക്കുറെ യഥാർത്ഥമായിരിക്കുന്നു. ഇന്ന് പ്രേമകവിതയും ഇല്ല. സാഫോയുടെ ഗീതംപോലെയോ ചങ്ങമ്പുഴക്കവിത പോലെയോ ഇന്നാരും പ്രേമ കവിത എഴുതുന്നില്ല. പ്രേമം ഭാവനാത്മകം അല്ലാതെയായി. പ്രേമം എന്നത് യാദൃശ്ചികം (കാഷ്വൽ) മാത്രമായതിനാൽ അതിന് കവിതയിൽ സ്ഥാനമില്ലാതെയായി. വൈലോപ്പിള്ളിക്കവിതയിൽ നാം കാണുന്നത് പ്രായോഗിക ജീവിതബന്ധമാണ്.'

ക്ലാസിക് ജീവിതരീതിനോക്കാം. ജാതിസമൂഹത്തിനുവേണ്ടിയുള്ള വിദ്യാഭ്യാസത്തിനാണ് വർണാശ്രമം എന്നു പറഞ്ഞിരുന്നത്. ജാതിയെ ആസ്പദമാക്കിയുള്ള ഒരു ജീവിതചക്രമായിരുന്നു രാജാവിനും ഉണ്ടായി രുന്നത്. ജനങ്ങൾ വംശപരമായി നാലു വിഭാഗങ്ങൾ (വർണങ്ങൾ) ആക്കിയിരുന്നു. ഒരു മനുഷ്യന്റെ ജീവിതകാലത്തെ ജന്തുശാസ്ത്രപര മായി നാലു ആശ്രമങ്ങളാക്കി വിഭജിച്ചു. ഈ രീതി നടപ്പിലുള്ളപ്പോൾ ജീവിതം അർത്ഥവത്തായി തോന്നും. ഈ അർത്ഥബോധത്തെ നാം മൂല്യം (വാല്യുസിസ്റ്റം) എന്നുപറയും. സത്യം, ശിവം, സുന്ദരം എന്നത് അത്തരത്തിലുള്ള മൂല്യമാണ്.

ഈ മൂല്യസങ്കല്പങ്ങളാണ് കുമാരനാശാന്റെ കവിതയിൽ ചോദ്യം ചെയ്യപ്പെടുന്നത്. കാളിദാസന്റെയും ആശാന്റെയും മൂല്യസങ്കല്പം വ്യത്യസ്തമാണ്. ജാതിഒന്നേയുള്ളൂ, അത് ജനറ്റിക് ആണ് എന്ന ശ്രീനാ രായണ ഗുരുമതം ആശാൻ അംഗീകരിച്ചു. മനുഷ്യൻ എന്ന സ്പീഷീസിൽ സബ്സ്പീഷീസ് ഇല്ല എന്ന് വളരെ ശാസ്ത്രീയമാണ് ശ്രീനാരായണൻ പറഞ്ഞിരുന്നത്. ഇന്നത്തെ സമൂഹഘടന ഉപേക്ഷിച്ചിട്ട് ജാതിയെ അടിസ്ഥാനപ്പെടുത്തിയല്ലാതെ മറ്റൊരു സമൂഹത്തെ വിഭാവനം ചെയ്യു കയാണ് നാരായണഗുരു ചെയ്തത്. ഈ പുതിയ ഘടന 'യുവജനഹൃദയം സ്വതന്ത്രം' എന്ന ആശയത്തിലൂടെ നേടിയെടുക്കാമെന്ന് ആശാൻ കരുതി. ഇതൊരു പാശ്ചാത്യാശയമാണ്. ഭാരതീയമല്ല.

ശാകുന്തളത്തിൽ കണ്വൻ തനിക്ക് ധർമ്മഭ്രംശം വന്നില്ല എന്നുറപ്പിച്ച് പറയുന്നുണ്ട്. അതിനു വേണ്ടത്ര യുക്തികളും കണ്വൻ നിരത്തുന്നു. ഈ ധർമ്മബോധത്തെ ആശാൻ ചോദ്യം ചെയ്യുന്നു.

'ചണ്ഡാലിതൻ മെയ് ദ്വിജന്റെ, ബീജ പിണ്ഡത്തിനുഷരമാണോ' എന്നത് ജീവശാസ്ത്രപരമായ ചോദ്യമാണ്. അശ്ലീലമായ ഇതിലെ പ്രശ്നം മനുഷ്യരെ ജീവശാസ്ത്രപരമായ (ജനറ്റിക്) വിഭജിക്കുന്നതിനെ ആശാൻ എതിർക്കുകയാണ്.

ഈ സാമൂഹ്യപ്രശ്നത്തിന് ആശാൻ നിർദ്ദേശിക്കുന്ന പരിഹാരമാണ് 'യുവജനഹൃദയം സ്വതന്ത്രം' എന്ന തത്വം. 'യുവ' എന്ന പ്രയോഗം കാല്പനിക സങ്കല്പം. മനുഷ്യന് എന്തുകൊണ്ട് എല്ലാജീവിതഘട്ടങ്ങളിലൂടെയും കടന്നുപോകാതെ ക്ലൈമാക്സിൽ മരിച്ചുകൂടാ എന്ന ആശയം കാല്പനികമാണ്. 'നളിനി'യിലും 'പെർഫിറിയയുടെ കാമുക'നിലും ജീവിതം ഉച്ചസ്ഥ്ഥവസാനിക്കുകയാണ്. മേഘജ്യോതിസിനെപ്പോലെ ക്ഷണിക ജീവിതം മതി എന്ന് ആശാൻ പറയുന്നു. മൗലികത്തിൽ മരിച്ചുപോകുക എന്ന കാല്പനിക സങ്കല്പം മൗലികമായും കാലത്തിന്റെ ഒരു പുനഃസംവിധാനം (Restructuring of time) ആണ്. വൃദ്ധിയിലെത്തും മുമ്പ് മരിക്കുക എന്നത് ജീവിതത്തിന്റെ ഒരു സംഭാവ്യതയാണ്. നല്ല സമയത്ത് മരിക്കുക, മരണത്തിന് മദ്ധ്യാഹ്നമാണ് നല്ലത് എന്ന കാല്പനികാശയമനുസരിച്ചാണ് നളിനി മരിക്കുന്നത്. യേശുവിന്റെ ജീവിതത്തിലെന്നപോലെ മരണം തേജോമയം ആയിത്തീരുന്നു. (Death becomes bright). ഇത്തരം മരണത്തിൽ വാർദ്ധക്യത്തിന്റെ Pathos നാം കാണുന്നില്ല. ഇതും മനുഷ്യജീവിതത്തിന്റെ പുനർ നിർമ്മിതിക്കുള്ള ഒരു സാദ്ധ്യതയാണ്.

സന്യാസി, കർമ്മം

ഇന്ന് മനുഷ്യന് നീട്ടപ്പെട്ട ഒരു വാർദ്ധക്യമുണ്ട്. അത് പ്രകൃത്യായുള്ളതല്ല, മറിച്ച് പ്രകൃതി വിരുദ്ധമാണ്. പെട്ടന്ന് മരിക്കുക എന്നത് കാല്പനികം മാത്രമല്ല പ്രകൃതിസഹജം കൂടിയാണ്. കാർഷിക വ്യവസ്ഥയിൽ വൃദ്ധന്മാരെക്കൊണ്ട് പ്രയോജനമുണ്ട്. എപ്പോൾ വിത്തിടണം, എങ്ങനെ വളം ചേർക്കണം തുടങ്ങിയ കാര്യങ്ങളെക്കുറിച്ച് അവർ ജ്ഞാനസംഭരണികളാണ്.

താൻ ഇനി രാജ്യം ഭരിക്കില്ല എന്നതാണ് വാനപ്രസ്ഥം. യുവരാജാവിനെ രാജ്യമേല്പിച്ചിട്ട് രാജാവ് കാട്ടിൽ പോകുന്നു. ഇത് ശാശ്വതമായ ഒരു ഭാരതീയാദർശമല്ല. കാരണം നമ്മുടെ എല്ലാ രാജാക്കൻമാരും അങ്ങനെ ചെയ്തുവരല്ല. ഒരു തിരുവിതാംകൂർ രാജാവും സന്യസിക്കാൻ പോയതായി നമുക്കറിയില്ല. അതുകൊണ്ട് വാനപ്രസ്ഥം ഒരു വർക്കിംഗ് അറേഞ്ച്മെന്റ് മാത്രമായിരുന്നെന്ന് പറയാം. അങ്ങനെ ശാശ്വതികത്വത്തിന് പകരം ക്ഷണികത ഒരു മൂല്യമായിത്തീരുന്നു.

വ്യത്യസ്തമായ ഒരു സ്ട്രക്ചർ അവതരിപ്പിക്കുമ്പോഴാണ് കവിക്ക് വ്യക്തമായ ഒരു ജീവിത ദർശനമുണ്ടാകുന്നത്. ഇക്കാര്യത്തിൽ ആശാനും വൈലോപ്പിള്ളിയും തമ്മിൽ സാദൃശ്യം കാണാം. ഒരു സാമൂഹ്യ വ്യവസ്ഥ ജീർണ്ണിക്കുമ്പോൾ പൊട്ടുന്നു. പൊട്ടുന്ന ബിന്ദുവിലുണ്ടാകുന്ന സൂക്ഷ്മമായ അസ്വസ്ഥതകൊണ്ട് കവികൾ മുൻകൂട്ടി പ്രവചിക്കും.

അതിസംവേദനത്വം (over sensitivity) കൊണ്ടാണ് കവികൾ സമൂഹത്തിന്റെ യഥാർത്ഥ ജീർണ്ണതയെ സാധാരണക്കാരേക്കാൾ മുൻകൂട്ടി അറിയുന്നത്. വസ്തുക്കളോടുള്ള ഈ സംവേദക ശക്തികൊണ്ട് കവികൾ തൊട്ടതിനൊക്കെ കുറ്റംപറയും. ഉദാഹരണം ചങ്ങമ്പുഴയും വൈലോപ്പിള്ളിയും. അപ്പോൾ കവികൾ കൊള്ളരുതാത്ത വർഗ്ഗം (miserable class) ആയിത്തീരുന്നു. വ്യവസായവൽക്കരണം മൂലമുണ്ടായ കാല്പനിക കാലഘട്ടത്തിലെപ്പോലെ സാമൂഹ്യമാറ്റം നടക്കുന്ന കാലത്തുമാത്രമേ ഇങ്ങനെ സംഭവിക്കാറുള്ളൂ.

സന്യാസകാലത്ത് തെണ്ടിനടക്കുന്ന വൃദ്ധൻമാരെ സമൂഹത്തിന് താങ്ങാനാവാതെ വരും. അതുകൊണ്ടാണ് ഗീതയിൽ പറഞ്ഞത്, ഒരു സന്ന്യാസിയും കർമ്മത്തിൽ നിന്ന് രക്ഷപ്പെടാൻ നോക്കരുത് എന്ന്. (യോഗസ്ഥ കുരു കർമ്മാണി - യോഗസ്ഥന്മാർ കർമ്മം ചെയ്യണം.) സന്ന്യാസത്തിനെതിരായ ഒരു കൃതിയാണ് ഗീത. സന്ന്യാസിക്ക് ഗാർഹസ്ഥ്യത്തിന്റെ മനോഹാരിതയെ ബോദ്ധ്യപ്പെടുത്തുന്ന ശാകുന്തളം നാലാമങ്കത്തിൽ കാളിദാസനെ ഈ ആദർശമാണ് സ്വാധീനിച്ചിരിക്കുന്നത്. പിൽക്കാലത്ത് സന്ന്യാസം യുവത്വത്തിന് ഐഡിയൽ ആകുന്നത് വിവേകാനന്ദൻ വന്നശേഷമാണ്. അക്കാലത്ത് വിവാഹം ചെയ്യാൻ പലരും മറന്നു. അക്കൂട്ടത്തിൽ വളരെനാൾ വിവാഹം മറന്നു നടന്നയാളാണ് സുഭാഷ്ചന്ദ്രബോസ്.

പ്രേമലക്ഷ്യങ്ങൾ

കാളിദാസനിൽ കാണുന്നത് ഒരു ബദൽജീവിത ദർശനമാണ്. ശാകുന്തളത്തിന്റെ ലക്ഷ്യം നാലാമങ്കത്തിലുണ്ട്. ഗാർഹസ്ഥ്യം പ്രധാനമാണ് എന്നതാണ് ആ ലക്ഷ്യം. കുടുംബജീവിതത്തിന്റെ ഈ ഊന്നൽ ഇന്ത്യൻ സമൂഹം അംഗീകരിച്ചിട്ടുള്ളതാണ്. ബുദ്ധമതത്തിന്റെ ഫലമായ സന്ന്യാസത്തിൽ നിന്നും വിട്ട് ഗാർഹസ്ഥ്യ ജീവിതത്തിലേക്കുള്ള ഒരു ഊന്നൽ ആണ് കാളിദാസനിൽ കാണുന്നത്. ബുദ്ധമതകാലത്ത് നളന്ദയിലേയും തക്ഷശിലയിലേയും വിദ്യാവ്യസനികളായ വിദ്യാർത്ഥികളിൽ ഭൂരിപക്ഷവും തെണ്ടി നടക്കുന്ന ഒരവസ്ഥവന്നു. (ധർമ്മം എങ്ങനെ ധർമ്മക്കാരനായി എന്ന് വൈലോപ്പിള്ളി ചോദിക്കുന്നത് ഇതോർത്തിട്ടാണ്). ശങ്കരാചാര്യരുടെ വരവോടെ സന്യാസികളെ മഠങ്ങളുണ്ടാക്കി പാർപ്പിക്കാൻ തുടങ്ങി. ഉദരനിമിത്തം ബഹുകൃതവേഷം എന്ന് ബുദ്ധസന്ന്യാസികളെ ശങ്കരാചാര്യർ പരിഹസിച്ചു. അവരെ ഗുണവിഭജനം (temperamental classification) നടത്തി നാലു മാർഗ്ഗങ്ങളിലേക്ക് - കർമ്മം, ജ്ഞാനം, ഭക്തി, രാജ്യം തിരിച്ചുവിട്ടു.

സന്ന്യാസത്തിന്റെ ജീർണ്ണത ആണ് കാളിദാസനിൽ കാണുന്നത്. സന്ന്യാസജീവിതത്തിനെതിരെ ഭദ്രമായ ഒരു ഗാർഹസ്ഥ്യാദർശമാണ് കാളിദാസൻ കൊണ്ടുവന്നത്. പക്ഷേ, എന്തുതെറ്റു ചെയ്താലും രാജാവിന് തെറ്റുകയില്ല എന്ന കാളിദാസാദർശത്തെ കുമാരനാശാൻ എതിർക്കുന്നു. ഏതു മഹാത്മാവും ജീർണ്ണിക്കും എന്ന് സീത പറയുന്നുണ്ട്. ബുദ്ധമതത്തിനെതിരെ ഒരു പ്രചാരകനായിരുന്നു കാളിദാസനെങ്കിലും (cultural consciousness) ബുദ്ധമത സ്വാധീനം കാളിദാസനിലും കാണാം. കാളിദാസന്റെ ആശ്രമം എല്ലാ അർത്ഥത്തിലും ബുദ്ധമതാശ്രമം പോലെയാണ്.

മാറ്റം എന്നത് ഒരു ബൂർഷ്വാസങ്കല്പമാണ്. മാർക്സിസത്തിൽ മാറ്റം എന്നത് ആശാസ്യമായ ഒരു ഗുണധർമ്മമായിത്തീരുന്നു. അതുപോലെ കുമാരനാശാന്റെ സ്വതന്ത്രം എന്ന ആശയം പാശ്ചാത്യരുടെ റൊമാന്റിക് ഇന്റിവിഡ്വലിസം (കാല്പനികവ്യക്തി സ്വാതന്ത്ര്യവാദം) അല്ല. ഇന്ത്യൻ രീതിയിൽ ജാതിവിരുദ്ധ പ്രസ്ഥാനമായിരുന്നു ആശാന്റെ ലക്ഷ്യം. പ്രസ്ഥാനം ആയതിനാൽ അത് പാശ്ചാത്യരീതിയിലുള്ള സ്വതന്ത്രാശയമല്ല. ദുരവസ്ഥയിൽ നാം കാണുന്നത് വൈയക്തിക പ്രേമമല്ല. സാമൂഹ്യ വിപ്ലവത്തിനുവേണ്ടിയുള്ള ഒരു സാമൂഹ്യ ധർമ്മമാണ് ദുരവസ്ഥയിൽ പ്രേമം. ഈ സാമൂഹ്യധർമ്മത്തെ സാമൂഹ്യ പരിവർത്തനത്തിനുള്ള ഒരു വിപ്ലവകർമ്മമാക്കി ആശാൻമാറ്റുന്നു. രതി താന്ത്രികമതത്തിൽ നിർവൃതിക്കും, രാജാക്കന്മാർക്ക് രാഷ്ട്രീയത്തിനും നളിനിക്ക് ജീവിതനിഷ്ഠയ്ക്കും (life assertion), ദുരവസ്ഥയിൽ വിപ്ലവായുധത്തിനും വേണ്ടി ഉള്ളതാണ്.

കുടുംബനൈരന്തര്യമാണ്. ഭാരതീയർക്ക് രതികൊണ്ടുള്ള പ്രയോജനമെന്ന് ടാഗോർ പാശ്ചാത്യരെ ഓർമ്മിപ്പിക്കുകയുണ്ടായി. ഭാരതീയർക്ക് പ്രേമം ഇടയ്ക്ക് നിലച്ചുപോകുന്നില്ല. ആശാന്റെ പ്രേമമാകട്ടെ ചണ്ഡാലഭിക്ഷുകിയിൽ സാമൂഹ്യവിപ്ലവമായി രൂപാന്തരപ്പെടുന്നു. കൃതിയുടെ അവസാനം നായകനായ ആനന്ദനെ നാം കാണുന്നില്ല, ബുദ്ധനേ ഉള്ളൂ. സ്ട്രക്ചർ ഇല്ലാതെ ജീവിച്ച ഹരിജനായമാതംഗിക്ക് സ്ട്രക്ചർ ഉള്ള ജീവിതം ലഭിക്കുന്നു. ഇവിടെ ആനന്ദൻ ഒരു ഉപകരണംമാത്രം. ജാതിരഹിത സമൂഹം സൃഷ്ടിക്കുവാനുള്ള ഒരു ഉപകരണമായി ആശാൻ പ്രമത്തെ ഉപയോഗിക്കുകയാണ് ചെയ്തത്. താത്കാലികാവശ്യത്തിനുപയോഗിക്കുന്ന പഴയ പ്രേമത്തെ ആശാൻ വിപ്ലവായുധമാക്കി. സ്വാമി വിവേകാനന്ദൻ, ശ്രീനാരായണഗുരു അങ്ങനെ എത്രയെത്രപേർ. ഇന്റർവ്യൂചെയ്ത് റിപ്പോർട്ടെഴുതാനല്ല. ആദരവോടെ ഒന്ന് നോക്കിനിൽക്കാൻ. എന്താ, നിങ്ങൾക്കാഗ്രഹമില്ലേ?

(അപ്പോൾ എനിക്ക് സംസാരിക്കണമെന്ന് തോന്നിയാൽ ഏതു ഭാഷയിൽ സംസാരിക്കും. നോവലിസ്റ്റുകൾ പറയുന്നതുപോലെ

ആത്മാവിന്റെ ഭാഷയിൽ സംസാരിക്കും.)

പക്ഷേ അവിടെയും ഗുരുതരമായ ഒരു പ്രശ്നമുണ്ട്. ഇവരാരെങ്കിലും പുനർജനിച്ചെങ്കിലോ?

ഒന്നാലോചിച്ചുനോക്കൂ. കാറൽമാർക്സ് പുനർജ്ജനിച്ചു. അദ്ദേഹത്തിന്റെ ആത്മാവിനെ കാണണമെന്ന ഒറ്റ ആഗ്രഹവുമായി ചെല്ലുന്ന മറ്റൊരാത്മാവ് ഈ വിവരം അറിയുമ്പോൾ __ ആത്മാവിന് അടിയേറ്റ പോലാവും അല്ലേ.

ഇനിയൊരു കൂട്ടർ നരകത്തിൽപോകും. അവരാരൊക്കെയെന്നറിയാൻ ഒറ്റ മാർഗ്ഗമേയുള്ളൂ. സ്വർഗ്ഗത്തിൽ ഒരു 'ആത്മാവ് എൻക്വയറി' കൗണ്ടർ തുറക്കുക.

പരലോകത്ത് തന്നോട് എല്ലാവർക്കും വലിയ സ്നേഹമാണെന്ന് നീരദ്മിശ്ര, അമ്മയെ അറിയിച്ചത്രെ! അപ്പോൾ അവിടെയും സ്നേഹ, ബഹുമാനങ്ങൾക്ക് ഏറ്റക്കുറച്ചിലുകൾ ഉണ്ട്. അതായത് ഒരു ഐ. ജി. യുടെ ആത്മാവിനെ പോലീസുകാരന്റെ ആത്മാവ് കണ്ടാൽ ഉടനയാൾ സല്യൂട്ട് ചെയ്യും.

ആത്മഹത്യ ചെയ്തവരുടെ കാര്യം പോട്ടെ. അവർക്ക് മോക്ഷം കിട്ടില്ലല്ലോ. അവരുടെ ആത്മാവ് മുകളിലെത്തില്ല. അപ്പോൾ ദൈവം അറിഞ്ഞ് യഥാസമയം മരിക്കുന്നവരുടെ ആത്മാവ് മുകളിലേക്ക് പോകുമ്പോൾ ആത്മഹത്യക്കാർ വഴിയിൽ നിൽക്കും. കാറിലെവിടെയെങ്കിലും പോകുമ്പോൾ വഴിയിൽ പരിചയമുള്ളവരെ കണ്ടാൽ ചിലർ കൈവീശി കാണിക്കില്ലേ? അതുപോലെ ചെയ്തിട്ടങ്ങ് പോകുക. അതുകൊണ്ട് ഭഗവാനെ, അങ്ങ് എന്റെ അപ്പൂപ്പന്റെ കാര്യം ഒന്ന് ശ്രദ്ധിക്കുക. അതുപോലെ ഞങ്ങൾ എല്ലാവരും ഇഷ്ടപ്പെടുന്ന കുറെ മഹാന്മാരുണ്ട്, അവരെ ദയവുചെയ്ത് പുനർജനിപ്പിക്കരുതേ!

തയ്യാറാക്കിയത്: തോന്നയ്ക്കൽ വാസുദേവൻ/മാതൃഭൂമി വാരാന്തപ്പതിപ്പ്

ആശാന്റെ തത്ത്വചിന്ത

താൻ ജീവിക്കുന്ന ലോകവും മനുഷ്യനും തമ്മിലുള്ള സങ്കീർണ്ണമായ ബന്ധത്തേയും ആ ബന്ധത്തെക്കുറിച്ചുള്ള ബോധത്തേയുമാണ് തത്ത്വചിന്ത എന്ന് നാം പറഞ്ഞുപോരുന്നത്. ഈ ബന്ധങ്ങൾ മാറിക്കൊണ്ടിരിക്കുന്നവയാണെങ്കിലും ചില കാലഘട്ടങ്ങളിൽ വളരെ വേഗത്തിലും വിപുലമായും മാറിത്തീർന്നുവെന്നു വരാം.സാമാന്യശൈലിയിൽ പറഞ്ഞാൽ ഇവയെ ചരിത്രത്തിന്റെ വഴിത്തിരിവുകൾ എന്നു വിളിക്കാറുണ്ട്. വലിയ വിപ്ലവകരമായ പരിണാമങ്ങൾ സംഭവിക്കുന്ന ഈ ഘട്ടങ്ങളിൽ പഴയ മൂല്യങ്ങൾ ചോദ്യം ചെയ്യപ്പെടുകയും നിഷേധിക്കപ്പെടുകയും ക്രമത്തിൽ പുതിയ മൂല്യങ്ങൾ ഉണ്ടാവുകയും ചെയ്യുന്നു. ചട്ടുലങ്ങളായ ഈ ചരിത്രഘട്ടങ്ങളിലാണ് കവികളും തത്ത്വചിന്തകന്മാരായിത്തീരുന്നത്. മറ്റു യുഗങ്ങളിൽ അവർ കാളിദാസനെപ്പോലെയോ പഴയ മറ്റു മഹാകവികളെപ്പോലെയോ അതാതുകാലത്തിന്റെ തത്ത്വചിന്തയെ, ജീവിതദർശനത്തെ ഉൾക്കൊണ്ടുകൊണ്ടു ജീവിക്കുകയും ചെയ്യുന്നു. ഭാരതീയ നവോത്ഥാനത്തിന്റെ ആദ്യഘട്ടങ്ങളിൽ നമ്മുടെ തത്ത്വചിന്തയെ ഉണർത്തുകയും നയിക്കുകയും ചെയ്തിരുന്നത് ആത്മീയ ആചാര്യന്മാർ ആയിരുന്നു. ഭൗതിക സമ്പത്തിയുടേതായ പാശ്ചാത്യലോകവുമായി സാദൃശ്യപ്പെടുത്തുമ്പോൾ നമുക്കു അഭിമാനിക്കുവാൻ ആത്മാവുമാത്രമേ ഉണ്ടായിരുന്നുള്ളൂ എന്നതാണ് ഇതിന് ഒരു കാരണം. പുതിയ നാഗരികതയുടെ ആഘാതംകൊണ്ട് ഭാരതീയ ചേതന ഏതാനും പ്രതിഭാശാലികളായ ആത്മീയാചാര്യന്മാരെ കഴിഞ്ഞ നൂറ്റാണ്ടിൽ സൃഷ്ടിച്ചെടുത്തു. ശ്രീരാമകൃഷ്ണപരമഹംസനും ദയാനന്ദസരസ്വതിയും ആത്മാവിനെത്തേടി അലയുകയും കണ്ടെത്തുകയും പിന്നീട് മനുഷ്യസമുദായത്തെ സ്വന്തം ആത്മാവിന്റെ പ്രതിഫലനമായി അംഗീകരിച്ചു സേവിക്കുകയും ചെയ്ത അസാമാന്യ മനുഷ്യർ ആയിരുന്നു. ഈശ്വരനെ കാണുവാൻ വേണ്ടി ധ്യാനവും തപസ്സും ക്ഷേത്രവും അംഗീകരിക്കുക

മാത്രമല്ല അവർ ചെയ്തത്, വിദ്യാലയങ്ങളും ആശുപത്രികളും വിഹാരങ്ങളും നിർമിക്കുക കൂടി ചെയ്തു. ആത്മാവിനെ കണ്ടെത്തുവാൻ ഉള്ള പഴയ മാർഗങ്ങളുടെ കൂടെ ആര്യസമാജം, ബ്രഹ്മസമാജം തുടങ്ങിയ സംഘടനകളും മുദ്രാവാക്യങ്ങളും ഉണ്ടായി. കാൽപ്പന്തു കളിക്കുകയാണ് ഈശ്വരനിലേയ്ക്കുള്ള എളുപ്പവഴി എന്ന് വിവേകാനന്ദൻ പ്രഖ്യാപിച്ചു. കരുത്തുറ്റ മാംസപേശികൾ ഉള്ള ഒരുവന് മാത്രമേ കരുത്തുള്ള ആത്മാവും ഉണ്ടായിരിക്കൂ. എന്നും അദ്ദേഹം വിളിച്ചു പറഞ്ഞു. ഇന്ത്യയിലെ അതുല്യ വിപ്ലവകാരികളിലൊരാളായിരുന്ന അരവിന്ദഘോഷ് അത്ര തന്നെ വലിയ ഒരു യോഗിയും കവിയും നിരൂപകനും ഗവേഷകനും ആയിരുന്നു. ആത്മസുഖങ്ങൾ ഉപേക്ഷിച്ച്, പത്നിയെ പരിത്യജിച്ച് വനാന്തരങ്ങളിലേയ്ക്ക് രക്ഷപ്പെട്ട ശ്രീനാരായണഗുരു ലോകത്തിലേയ്ക്ക് തിരിച്ചുവന്ന് കേരളത്തിലെ ഏറ്റവും വലിയ സാമൂഹ്യ വിപ്ലകാരിയായിത്തീരുകയും ചെയ്തു. ഒരുപക്ഷേ, ഈ ആദർശം ഇന്ത്യയിൽ ആദ്യം ഉണ്ടായത് ഇതുപോലെ തന്നെ കുടുംബത്തെ ഉപേക്ഷിച്ച്, രാജ്യസുഖങ്ങൾ ത്യജിച്ച് തപസ്സനുഷ്ഠിക്കുവാൻ പോയ ഗൗതമബുദ്ധനിലാണ്. ബുദ്ധൻ തിരിച്ചു വന്നപ്പോൾ, ലോകത്തിന് മുഴുവൻ നിർവാണം ലഭിക്കുന്നതുവരെ തന്റെ ആത്മാവിന് നിർവാണം ലഭിക്കുകയില്ല എന്നു പ്രഖ്യാപിച്ചു. മഹാകവി കുമാരനാശാന്റെ ജീവിത പരിണാമം നവോത്ഥാനാചാര്യന്മാരുടെയും ശാക്യമുനിമാരുടെയും ജീവിതപരിണാമത്തിന്റെ താളം തന്നെയാണ് ഉൾക്കൊള്ളുന്നത് എന്ന് എളുപ്പം കാണുവാൻ കഴിയും.

ജീവിതത്തിന്റെ ആദ്യഘട്ടങ്ങളിലും കാവ്യജീവിതത്തിന്റെ ആദ്യ വർഷങ്ങളിലും യുവാവായ ആശാൻ ജീവിത നിഷേധിയായ ഒരദ്വൈതവാദിയായിരുന്നു. ശിവനും സുബ്രഹ്മണ്യനും ദുർഗയും ഉണ്ടായിരുന്ന മഹാകവിയുടെ അന്നത്തെ ലോകത്തിൽ മനുഷ്യർക്ക് പ്രത്യേകിച്ച് സ്ത്രീകൾക്ക് സ്ഥാനമുണ്ടായിരുന്നില്ല. തികഞ്ഞ ഒരദ്വൈതിയുടെ മൂഢ ശൈലിയിലാണ് 'കാമിനീഗർഹണം' എന്ന കവിതയിൽ ആശാൻ സ്ത്രീത്വത്തെ അപലപിക്കുന്നത്. സ്ത്രീയേയും വികാരത്തേയും സ്നേഹത്തേയും ബന്ധനമായി കരുതിയിരുന്ന ഒരു യുവാവിന്റെ രീതി ഈ ലഘുകവിതയിൽ ഉണ്ട്. പിന്നീട് നളിനി' എഴുതുന്ന കാലത്തുപോലും സ്നേഹമെന്ന വികാരം ഒരു പാശമോ വലയോ ആണ് എന്ന അബോധബോധം കുമാരനാശാന് ഉണ്ടായിരുന്നു. "പാവന പ്രേമമാം വലയിലാരുവീണിടാ" എന്ന വരി കവിയുടെ ചിന്തയിൽ ചുഴികുത്തിക്കിടക്കുന്ന ഈ വൈപരീത്യത്തെ ഉദാഹരിക്കുന്നുണ്ട്. നീണ്ട വിദേശസഞ്ചാരവും അഭാരതീയമായ തത്ത്വചിന്തകളുമായി നേടിയ പരിചയവും നമ്മുടേതല്ലാത്ത പല ജീവിതദർശനവുമുണ്ടെന്ന ആശാന് സംശയം ജനിപ്പിക്കുകയുണ്ടായി. ജീവിതത്തെ നിഷേധിച്ച് ആത്മാവിനെ രക്ഷിക്കുക എന്ന പരമവും

ദ്ദഢവുമായ വീക്ഷണം 'വീണപൂവിൽ' ചിതറിപ്പോകുകയും ജീവിതമെന്ന മായ ജീവിതമെന്ന അത്ഭുതമായിത്തീരുകയും ചെയ്യുന്നു. പാശ്ചാത്യ വിചാരധാരകളിൽ കൂടി ആശാൻ ജീവിതത്തെ അഭിവീക്ഷിക്കുവാൻ തുടങ്ങിയതിന്റെ ആദ്യത്തെ ലക്ഷണമാണ് 'വീണപൂവ്' എന്ന ധ്വന്യാത്മക കാവ്യം. ലോകം ഒരു കിനാവാണ് എന്ന (അവനിവാഴ്‌വു കിനാവു കഷ്ടം) എന്ന പ്രഖ്യാപനത്തോടുകൂടി അവസാനിക്കുന്നുവെങ്കിലും വീണപൂവിൽ കവിയുടെ പഴയ നിയതമായ അദ്വൈതവാദം ഉലഞ്ഞുനില്ക്കുന്നതായി കാണാം. സൗന്ദര്യത്തേയും മരണത്തേയും മുഖത്തോടുമുഖം കണ്ട് അമ്പരന്നു നില്ക്കുന്ന ആശാനിൽ ഒരു റൊമാന്റിക്കിന്റെ അത്ഭുതഭാവം വിരിഞ്ഞു വരുന്നതായും കാണാം. പനിനീർപൂവുപോലെ മനോഹരമായ ജീവിതത്തെ അതൊരു നശ്വരതയാണ് എങ്കിലും തനിക്ക് ഉപേക്ഷിക്കാൻ വയ്യാ എന്നതാണ് ഇവിടെ ആശാന്റെ നിലപാട്. ഇതോടുകൂടി സ്തോത്രകൃതികൾ എഴുതിപ്പോന്ന കുമാരകവി മഹാകവി കുമാരനാശാൻ ആകുവാൻ തുടങ്ങുകയും ചെയ്തു. ജീവിതമൂല്യങ്ങളെക്കുറിച്ചുള്ള ധർമസംശയങ്ങളുടെ തുടർച്ചയും ചർച്ചയുമാണ് രണ്ടാമത്തെ റൊമാന്റിക് കാവ്യമായ 'നളിനി'യിലും കവി വാസ്തവത്തിൽ അവതരിപ്പിക്കുന്നത്. തന്റെ ജീവന് ജന്മം നല്കിയ ജനപഥത്തെ വിട്ട് മനുഷ്യരില്ലാത്ത ഒരു കേവലസുന്ദര ലോകത്തിലേയ്ക്ക്, ഹിമാലയത്തിലേയ്ക്ക് ആത്മാവിന്റെ ഔന്നത്യത്തിലേയ്ക്ക് ഉയർന്നു ലയിക്കുവാനാണ് ദിവാകരൻ ആദ്യം ആഗ്രഹിച്ചത്. തന്റെ ജീവിത രതിയായ, ജീവിതസ്നേഹമായ നളിനിയെ അയാൾ മനുഷ്യരുടെ ലോകത്തിൽ ഉപേക്ഷിച്ചു പോന്നു. ആകാശത്തിന്റെയും പ്രകൃതിയുടെയും മടിത്തടങ്ങളിൽ മാറിമാറിമയങ്ങുന്ന ദിവാകരന്റെ അരികിലേയ്ക്ക് അയാൾ തന്നെ നിഷേധിച്ച ജീവിത പ്രേമം തേടി അലഞ്ഞ് എത്തിച്ചേരുന്നു. തന്റെ തന്നെ ഒരു അംശമായ അവളെ അവസാനമായി നിരാകരിക്കുവാനും ധീരമായി സ്വീകരിക്കുവാനും ദിവാകരന് കഴിയുന്നില്ല. ഈ സംശയിക്കുന്ന ദിവാകരനും സംശയിക്കുന്ന കുമാരനാശാനും ജീവിതവൈരാഗ്യങ്ങളുടെ നടുവിൽപ്പെട്ട് ഉഴന്നുകൊണ്ടിരുന്ന അന്നത്തെ ഭാരതീയ മനസ്സാക്ഷിയാണ്. ഇത് വ്യക്തിപരമായ ഒരു വിവാഹപ്രശ്നമായി കാണുന്നവർ ഒരു യഥാർത്ഥ കവിതക്കുള്ള വിപുലങ്ങളായ ചരിത്രധ്വനികൾ അറിയാത്തവരാണ്. സുന്ദരവും ഭോഗലോഭനവും നശ്വരവുമായ സംസാരത്തിൽ നിന്നു മാത്രമേ സർവവും ത്യജിക്കുന്ന, സർവവും സഹിക്കുന്ന തേജോമയമായ മനുഷ്യസ്വഭാവം ഉദയം കൊള്ളുകയുള്ളൂവെന്ന് ഈ കാവ്യത്തിൽ തെളിയിക്കുന്നത് ഇതിലെ ബുദ്ധനായ ദിവാകരൻ അല്ല, യശോധരയായ നളിനിയാകുന്നു. മനുഷ്യന്റെ എല്ലാ നന്മകളുടെയും സാക്ഷാത്കാരം ഈ ശരീരത്തിൽക്കൂടിയും ഈ ലോകത്തിൽക്കൂടിയും മാത്രമേ അറിയൂ എന്ന പരമമായ തത്ത്വം നളിനി ദിവാകരനെ അഭ്യസിപ്പിക്കുന്നു.

ഇതിലെ തത്ത്വചിന്താകലങ്ങളായ അനേകം വരികൾക്ക് നല്കവാൻ കഴിയാത്ത സന്ദേശം കഥയുടെ അവസാനത്തിൽ കവി തന്നെ പരോക്ഷമായി നല്കന്നു. സ്നേഹത്തെ ഭയന്ന്, ലോകക്ഷേമോത്സുകനായി, യതിയായി നളിനിയെ മാത്രം ചിന്തിച്ചുകൊണ്ട് സമുദായത്തിൽ ജീവിക്കുവാൻ ആരംഭിച്ചു എന്ന് ഇതിലെ ഇതിവൃത്തം അവസാനിക്കുന്നു. വീണപൂവിലെ സംശയം കലർന്ന അദ്ഭുതം 'നളിനി'യിൽ അദ്ഭുതം കലർന്ന ആദരമായി രൂപാന്തരം പ്രാപിക്കുന്നു. രാഗമാണ്, വൈരാഗ്യമല്ല ജീവിതത്തിന്റെ സത്യം എന്ന് ആശാന്റെ മനസ്സ് ഉണരുവാൻ തുടങ്ങുന്നത് ഈ കാവ്യത്തിൽ വെച്ചാണ്.

'നളിനി'യിൽ ഇഹലോകപരലോകങ്ങൾ തമ്മിലുള്ള സംഘട്ടനം, സന്ന്യാസജീവിതങ്ങൾ തമ്മിലുള്ള സംഘർഷം ലീലയിൽ തിരോഭവിക്കുന്നു. ഇതിലെ നായികാനായകന്മാർക്ക് തെരഞ്ഞെടുക്കുന്ന സന്ന്യാസവും ഗാർഹസ്ഥ്യവുമല്ല. ഇഹപരലോകങ്ങളല്ല, ഈ ലോകത്തിന്റെ തന്നെ ചിരന്തനമായ ആചാരമര്യാദയും മനുഷ്യാത്മാവിന്റെ ഉൽക്കട സ്വാതന്ത്ര്യവുമാണ്. ലീലയിലെ പ്രശ്നം ഒരു പൂർണമാനുഷിക പ്രശ്നമായിത്തീരുന്നു. ഈ ചർച്ചയുടെ തുടർച്ചയാണ് ലീലയുടെ നിർമാണകാലത്തോടടുത്തെഴുതിയ ചിന്താവിഷ്ടയായ സീതയിലും കവിയുടെ മനസ്സിൽ നിറഞ്ഞു നില്ക്കുന്നത് എന്നു സംശയമില്ല. അതുകൊണ്ട് വാല്മീകിയുടെ സീതയെ കൂടുതൽ അലങ്കാരങ്ങളോടുകൂടി അവതരിപ്പിക്കുകയല്ല, സീതയിൽ കൂടി മനുഷ്യജീവിതത്തിന്റെ ഒരു ധാർമികപ്രശ്നം അവതരിപ്പിക്കുകയാണ് കുമാരനാശാൻ ചെയ്യുന്നതെന്നു കാണാം.

"പ്രഭുതയിതഥവാ നിനക്കുതാൻ
അഭിജനസങ്കട ദേശചര്യമേ."

എന്ന് ലീലയിൽ ഏതു ദേശചര്യയെ. സാമൂഹ്യമര്യാദയെ, ഭാരതീയ സനാതനധർമത്തെ ആശാൻ വിമർശിച്ചുവോ, അതേ ധർമം തന്നെയാണ് ചിന്താവിഷ്ടയായ സീതയിലേയും പ്രതിനായകൻ.

"നിരുപിക്കിൽ മയക്കി ഭൂപനെ
തരുണീപാദജഗർഹിണീ സ്മൃതി."

എന്നിങ്ങനെ സീതയിലെ പ്രശ്നം ഭാരതീയ ധർമത്താൽ ചവിട്ടിമെതിക്കപ്പെട്ട സ്ത്രീത്വത്തിന്റെയും ശൂദ്രത്വത്തിന്റെയും പ്രശ്നമാണ് എന്നു കാണാം. ഈ കാഴ്ചപ്പാട് സീതയുടെ കാവ്യശില്പത്തിൽ പലരും ഉണ്ടെന്നു പറയുന്ന അനൗചിത്യം നിഷ്ഫലമാക്കിത്തീർക്കുകയും ചെയ്യും. താൻ പോറ്റി വളർത്തി സ്വപിതാവിന്റെ അരികിൽ പറഞ്ഞയച്ച ലവകുശന്മാരെക്കുറിച്ച് ഉത്ക്കണ്ഠപ്പെടുവാനല്ല ആശാന്റെ സീത ചിന്താകുലയായിത്തീരുന്നത്. മനുഷ്യജീവിതത്തേയും ധർമത്തേയും കുറിച്ചുള്ള പരമമായ പ്രശ്നങ്ങളും സംശയങ്ങളുമാണ് ക്ഷുഭിതമായ സീതയുടെ അന്തരാത്മാവിൽ

കൂടി കടന്നുപോകുന്നത്. ശ്രീരാമനെ വിമർശിക്കുകയും ലക്ഷ്മണനേയും ഒരുപക്ഷേ, രാവണനെയും പുകഴ്ത്തുകയും ചെയ്ത ശേഷം തന്റെ ചിന്തയുടെ അവസാനത്തിൽ ഏതെങ്കിലുമൊരു വ്യക്തിയിൽ പഴിചാരുവാൻ അല്ല, നമ്മുടെ ധർമത്തിൽ അടങ്ങിയിട്ടുള്ള അധർമ്മരൂപമായ വൈരുദ്ധ്യത്തെ ചൂണ്ടിക്കാണിച്ച് തന്നെയും കാവ്യത്തേയും വിരമിപ്പിക്കുവാനാണ് ഈ കാവ്യത്തിൽ സീത നിയോഗിക്കപ്പെട്ടിട്ടുള്ളത്. ലോകത്തിലെ ഏറ്റവും ആദർശശാലിയായ ഭർത്താവിന് ചിരവിരഹവും സ്ത്രീത്വത്തിന്റെ അനശ്വരമാതൃകയായ സീതക്ക് നിത്യവനവാസവും ഭാരതത്തിലെ ഏറ്റവും വിശിഷ്ട രാജവംശമായ രഘുവംശത്തിലെ ലവകുശന്മാർക്ക് അനാഥത്വവുമാണ് 'ധർമ്മം' സമ്മാനിച്ചത്. ഒരാശയത്തിന്റെ മൂല്യം അതിന്റെ ഫലം കൊണ്ടാണ് അളക്കേണ്ടതെങ്കിൽ ഭാരതീയ ധർമ്മം ഇവിടെ പരാജയപ്പെട്ടിരിക്കുന്നു. ഇതുപോലുള്ള ഒരു ജീവിതപരാജയത്തെയാണ് ആശാൻ മുമ്പ് ലീലയിലും ചിത്രീകരിച്ചത്. സ്നേഹധനനായ, സമ്പന്നനായ ഒരു പിതാവിന്റെ പുത്രിയായി ജനിച്ച ലീലക്ക് അവസാനം ലഭിച്ചത് ഭ്രാന്തനായിത്തീർന്ന കാമുകനും നാമാവശേഷനായിത്തീർന്ന ഭർത്താവും ജനാപവാദവും പിന്നെ ആത്മഹത്യയും മാത്രം ആയിരുന്നു.

"അകതളിരെയറപ്പ ഹന്ത!ധീ-
വികലതയേകി വലപ്പവെത്രതാൻ
അകരുണമനവദ്യ ലോകരെ-
പ്പകയൊടു കൊൽവു പിശാചവൃത്തി നീ."

ഇതിൽ നിർദ്ദേശിക്കപ്പെടുന്ന പിശാചവൃത്തിയായ 'നീ' ആശാന്റെ സ്ഥിരശത്രുവായ ദേശചര്യം അഥവാ ധർമ്മം ആകുന്നു. ഈ ധർമത്തെ ത്രിവിധകരണങ്ങളെക്കൊണ്ടും പൊളിച്ചെഴുതുകയായിരുന്നു ആശാന്റെ കവിതയുടെയും ജീവിതത്തിന്റെയും ലക്ഷ്യം. ഇതായിരുന്നു പിന്നീടുള്ള മൂന്നു ദ്രാവിഡഗാനങ്ങളിൽ ആശാൻ നിഷ്കൃഷ്ടമായി സ്വീകരിച്ച ലക്ഷ്യവും. ദുരവസ്ഥയിലും ചണ്ഡാലഭിക്ഷുകിയിലും കരുണയിലും ആദ്യകാലത്ത് ആശാനുണ്ടായിരുന്ന ധർമസംശയങ്ങൾ തിരോഭവിക്കുന്നു. ഈശ്വരൻ ഒരു കൈയിൽ ആദ്ധ്യാത്മകതയും മറുകൈയിൽ ലൗകികതയും വെച്ചുകൊണ്ട് ഇവയിലേതു വേണം എന്നു ചോദിച്ച നളിനിയുടെ കാലത്ത് ഉണ്ടായിരുന്ന സംശയം ആശാന് ഇപ്പോഴില്ല. ചണ്ഡാലഭിക്ഷുകിയിൽ മാതംഗിയുടെ ലൗകികസ്നേഹവും ആനന്ദന്റെ അലൗകികമായ കരുണയും തമ്മിൽ സംഘട്ടനം ഇല്ലെന്നു മാത്രമല്ല എല്ലാ മനുഷ്യർക്കും മനുഷ്യേതരജീവികൾക്കും പരിപൂർണ സമത്വം ഉള്ള ബൗദ്ധാശ്രമം എന്ന ആദർശലോകത്തിൽ ഈ കാവ്യത്തിന്റെ നിർവഹണം എത്തിനില്ക്കുകയും ചെയ്യുന്നു. ആശാൻ അതിൽ വർണിക്കുന്ന ആരാമം കവിയുടെ ഭാവനയിൽ ഉണ്ടായിരുന്ന

ആദർശമനുഷ്യലോകം തന്നെയാണ്. ഈ കൃതിയിലും ധർമ്മങ്ങൾ മാറ്റാവുന്നവയാണെന്നും, പല ധർമ്മങ്ങളും മൂഢതയിൽ നിന്നുദ്ഭവിച്ച വയാണെന്നും ഒരു പുതിയ ധർമ്മം ആവിഷ്കരിക്കാനുള്ള കാലമായി എന്നും ആശാൻ വാച്യമായി ദീർഘമായി പ്രസംഗിക്കുക തന്നെ ചെയ്യു ന്നുണ്ട്.

'ഇന്നലെ ചെയ്തോരബദ്ധം മൂഢർ-
ക്കിന്നത്തെയാചാരമാകാം
നാളത്തെ ശാസ്ത്രമതാകാം'

മലയാളത്തിലെ ആദ്യത്തെ റിയലിസ്റ്റ് കാവ്യമായ 'ദുരവസ്ഥ'യിലും കവിയുടെ മാർഗം ഭിന്നമെങ്കിലും ലക്ഷ്യം ഒട്ടും ഭിന്നമല്ല തന്നെ. ചണ്ഡാ ലഭിക്ഷുകിയിൽ ചണ്ഡാലികയുടെ സ്നേഹത്തെയാണ് ആശാൻ പുതിയ ഒരു സമുദായത്തിന്റെ സൃഷ്ടിക്ക് ഉപകരണമാക്കിയത്. സുഭഗനായ ആനന്ദന്റെ പിറകെ പോയ അവൾ, വിക്രമാദിത്യകഥകളി ലെന്നപോലെ എത്തിച്ചേരുന്നത് പുതിയ ഒരു സമുദായക്രമത്തിലാണ്. ഭൂകമ്പം കൊണ്ടു നശിച്ച ഒരു പഴയ നഗരത്തിന്റെ സ്ഥാനത്ത് ഒരു നവീന മനോഹര നഗരമെന്നതുപോലെ, മലബാർ ലഹളയുടെ ഫലമായി ഒരു നവ ഹൈന്ദവസമുദായം രൂപംകൊള്ളുമെന്ന സ്വ പ്നമാണ് ദുരവസ്ഥയ്ക്ക് പ്രചോദകം ആയിത്തീർന്നത്. റൊമാന്റിക് തത്ത്വമനുസരിച്ച പ്രേമസമത്വമല്ല, റിയലിസ്റ്റിക് രീതിയനുസരിച്ചുള്ള ശാരീരികസമത്വമാണ് ദുരവസ്ഥയിൽ ആശാൻ അംഗീകരിച്ച മാർഗം. ഇതിലെ നായികാനായകന്മാർക്ക് ശരീരങ്ങളേയുള്ളൂ. ആത്മാക്കൾ അല്പ നേരത്തേയ്ക്കെങ്കിലും അപ്രധാനമായിത്തീർന്നിരിക്കുന്നു. ആത്യന്തിക വിശകലനത്തിൽ, ഗായത്രിമന്ത്രങ്ങളും ശിഖയും പൂണൂലും ഇല്ലാത്ത ഒരവസ്ഥയിൽ അകൃത്രിമമായ മനുഷ്യശരീരങ്ങൾ ഏറെക്കുറെ ഒന്നുത ന്നെയാണെന്ന് തന്റെ പരുഷശൈലിയിൽ ദുരവസ്ഥയുടെ കവി പ്രഖ്യാ പിക്കുന്നു. തന്റെ അന്ത്യകൃതിയായ കരുണയിലും ആദ്ധ്യാത്മികതയുടെ പരമ പ്രധാനമായ സംഗതികളെന്തെന്ന് ആശാന് ആദ്യമാദ്യമുണ്ടായ സംശയങ്ങളെല്ലാം പൂർണമായി തിരോഭവിക്കുകയും പ്രപഞ്ചത്തെ മുഴുവൻ തന്റെ കുടുംബമായി കാണുന്ന ദിവ്യമായ കരുണയാണ് പരമമായ ജീവിതാദർശം എന്ന ബോധം സ്പഷ്ടമായി ഉരുത്തിരിയുകയും ചെയ്യുന്നു. ലോകത്തിന്റെ നിർവാണമാണ് വ്യക്തിയുടെ നിർവാണമെന്ന് പ്രഖ്യാപിച്ച ബുദ്ധന്റെ യഥാർഥ ശിഷ്യനായിട്ടാണ് ഇതിലെ ഉപഗുപ്തൻ അവതരിപ്പിക്കപ്പെട്ടിട്ടുള്ളത്. ഇത്തരം ഉപഗുപ്തന്മാരിൽ ഒരാളായിത്തീ രുക, ബുദ്ധന്റെ ആനന്ദനായിത്തീരുക, ശ്രീനാരായണ സന്ദേശത്തിന്റെ പ്രചാരകനായിത്തീരുക എന്നതായിരുന്നു ആശാന്റെ അവസാനത്തെ ജീവിതവേദാന്തം.

മതഭേദങ്ങളെ കവിഞ്ഞുനില്ക്കുന്ന ലക്ഷ്യം വേണം

പലരും പ്രകീർത്തിക്കുന്നപോലെ മതങ്ങൾ തമ്മിൽ സ്വാഭാവികമോ സാധാരണമോ ആയ മൈത്രിയൊന്നുമില്ല. അങ്ങനെ സംഭവിക്കുന്നുവെങ്കിൽത്തന്നെ അത് മതങ്ങൾക്കപ്പുറത്തുള്ള ആവശ്യങ്ങൾകൊണ്ടു മാത്രമായിരിക്കും, ഐക്യം അനിവാര്യമാക്കിത്തീർക്കുന്ന ലക്ഷ്യങ്ങൾ കൊണ്ടായിരിക്കും. സഹിഷ്ണുതപോലും ഇങ്ങനെയുണ്ടായിത്തീരുന്ന ഒരു മനോഭാവം മാത്രമാണ്. ഇന്നറിയുന്ന ഒരു മതവും ചിന്തയിലോ പ്രവൃത്തി എന്ന അനുഷ്ഠാനത്തിലോ ഔദാര്യം അനുവദിക്കുന്നില്ല. പരിഷ്കരിക്കാൻ തുടങ്ങുമ്പോഴേക്കും മതം പിളർന്നുപോകുന്നു.

സെമിറ്റിക് മതങ്ങളിലും അന്യമതങ്ങളിലും ഇതുതന്നെയാണ് സംഭവിക്കുന്നത്. വൻപിളർപ്പുകൾ ഉണ്ടായിത്തീരുന്നു. ഒരിക്കൽ പിളർന്നാൽ പിന്നെ നമുക്ക് സ്വന്തക്കാരും ശത്രുക്കളും എന്ന രണ്ടു വർഗ്ഗമേയുള്ളൂ.

ഏതു വിശ്വാസവും ഉറപ്പിക്കാൻ വ്യത്യാസങ്ങൾ പെരുപ്പിച്ചു കാണിക്കേണ്ടതുണ്ട്. മനുഷ്യർ വാസ്തവത്തിൽ ഒരു ജാതിയായതിനാൽ സഹജമല്ലാത്ത വ്യത്യാസങ്ങൾ ഉണ്ടാക്കുകയും പെരുപ്പിക്കുകയും വേണം. പക്ഷേ, ജൈവപ്രകൃതി അതിനു കൂട്ടുനില്ക്കുന്നില്ല. താടിയും മുടിയും നാം ഇതിനായി ഉപയോഗിക്കാറുണ്ട്. ഈ വാസ്തവം ബഷീർ ഒരിക്കൽ വിളിച്ചുപറഞ്ഞിരുന്നു. ബഹുകൃതവേഷം എന്നാൽ ബഹുകൃതവിന്യാസമാണ്. അതുകൊണ്ട് അടയാളങ്ങൾ മതങ്ങളുടെ തിരിച്ചറിവുകളും വിളംബരങ്ങളും ആയിത്തീരുന്നു. നീ അവനല്ല എന്നു വിപരീതമായി പറയുന്ന കൃത്യമായ ഒരു 'തത്ത്വമസി' ഉണ്ടാവുന്നു. അവൻ ചെയ്യുന്നതൊന്നും നീ ചെയ്യരുത് എന്ന നിർദ്ദേശം; മനുഷ്യരെ പിടിക്കുവാനും പിടിച്ചവരെ ഇണക്കി നിർത്തുവാനും ശത്രുത അനുപേക്ഷണീയമാണ്.

അതുകൊണ്ട് എല്ലാ മതങ്ങളുടെയും നന്മ കൊണ്ടുണ്ടാക്കുന്ന ഒരാദർശമതം എല്ലാ പക്ഷികളുടെയും തൂവലുകൾ ചേർത്തുണ്ടാക്കുന്ന ഒരു ഇല്ലാപ്പക്ഷിയാണ്. ആരും സമ്മതിക്കുന്ന ഒരു സർവസമ്മതം.

എന്നിട്ടും നാമിങ്ങനെ ജീവിച്ചുപോരുന്നത് മതത്തിന്റെ ആയുധങ്ങളെ കറിക്കത്തികൾ പോലെ നാം നിത്യോപയോഗ വസ്തുക്കളാക്കിത്തീർക്കുന്നതുകൊണ്ടാണ്. ചിലതിനെമാത്രം കാഴ്ചബംഗ്ലാവുകളാക്കി മാറ്റുന്നു. കുളിച്ച്, തൊഴുത്, കുറിയിട്ട് തീർക്കുകയും അഞ്ചുതവണ നിസ്കരിച്ച് ഒതുക്കുകയും പ്രാർത്ഥനയ്ക്കായി ഒരു ഞായറാഴ്ച നീക്കി വെക്കുകയും ചെയ്യുന്ന ഒരു സാധനമായി സാധാരണക്കാരൻ മതത്തെ രൂപാന്തരപ്പെടുത്തുന്നു. മതതീവ്രവാദികളാകട്ടെ തയഞ്ഞുപോയ (തേഞ്ഞുപോയ എന്നത് ഞങ്ങൾ കൊടുങ്ങല്ലൂർക്കാർ പറയുന്നത് ഇങ്ങനെയാണ്) മുനകളെയെല്ലാം മൂർച്ച വെപ്പിക്കുകയും വീണ്ടും അതിനെ ഒരായുധമാക്കി മാറ്റുകയും ചെയ്യുന്നു.

നമ്മുടെ ചില പഴമക്കാർക്ക് സ്വാതന്ത്ര്യ സമരക്കാലത്തെക്കുറിച്ചുള്ള ഓർമ്മകൾ ഉണ്ടാകും. 'സോദരർ തമ്മിലെ പോരൊരു പോരല്ല' എന്ന് വള്ളത്തോളെഴുതിയ കാലം. മതങ്ങളെയെല്ലാം കവിഞ്ഞു നില്ക്കുന്ന ദേശീയ സ്വാതന്ത്ര്യദാഹത്തിന് മതമൈത്രി ഉണ്ടാക്കാൻ കഴിയും എന്നാണ് ഇന്ത്യൻ സ്വാതന്ത്ര്യസമരത്തിന്റെ ഒരർത്ഥം. സ്വന്തം രാഷ്ട്രീയ വിധിയോടു പൊരുതുന്ന ഒരു ജനതയായി, അപ്പോൾ ഇന്ത്യക്കാർ മാറുന്നു. പക്ഷേ, സ്വാതന്ത്ര്യം യാഥാർത്ഥ്യമായിത്തീരുമ്പോൾ നാം വിഭാഗീയതയുടെ ഇരുട്ടിലേക്കു തന്നെ വളരുന്നുവെന്നാണ് 1947 കാണിച്ചുതന്നത്. രാഷ്ട്രീയത്തിൽ നിന്ന് വിഭാഗീയതയിലേക്ക്.

ഇതുപോലെ മതത്തെ മറികടക്കുന്ന മറ്റു സാംസ്കാരിക ഘടകങ്ങളും ഉണ്ടാകാം എന്നാണ് പാക്കിസ്ഥാന്റെ പിളർപ്പ് തെളിയിക്കുന്നത്. മതത്തിനു കഴിയാത്തത് ചിലപ്പോൾ ഭാഷയ്ക്കു കഴിയും. പൗരത്വമില്ലെങ്കിലും തിരിച്ചു പോകാത്ത മലയാളികളും ഈ വാസ്തവം നമ്മെ ഓർമ്മിപ്പിക്കുന്നുണ്ട്. മതാതീതമായ ഒരു ജീവിതശൈലി മലയാളികൾ പകുതിയോളമെങ്കിലും രൂപപ്പെടുത്തിയിട്ടുണ്ട്. മതങ്ങൾ വേറെ വേറെ ഭാഷകൾ സംസാരിക്കുന്ന ഉത്തരേന്ത്യൻ രീതികൾ കേരളത്തിലില്ല. ഉറൂബ് നല്ല മലയാളം കണ്ടെത്തിയത് പൊന്നാനിത്തെരുവുകളിൽ നിന്നായിരുന്നുവല്ലോ.

'ശപിക്കപ്പെട്ട' മുതലാളിത്തം ഒരുപാടു വികസനക്കെടുതികൾ ഉണ്ടാക്കുന്നുണ്ടെങ്കിലും പൊതുവിപണി പഴയ മതഭേദങ്ങളെ മറികടന്ന് ലാഭം എന്ന ഒരു മതാതീത മതത്തിൽ പുതിയ മനുഷ്യരെ കൊണ്ടെത്തിക്കുന്നു. പണ്ട് അജ്ഞേയമായത് ദൈവമായിരുന്നുവെങ്കിൽ ഇന്നത് സ്റ്റോക്ക് എക്സ്ചേഞ്ചുകളും ലോട്ടോയുമായി തീർന്നിരിക്കുന്നു. ഹിന്ദുത്വത്തേയും

മൗലികവാദത്തെയും വിഴുങ്ങുവാൻ സാമ്പത്തിക സാമ്രാജ്യത്വത്തിന് ഏറെ വിഷമമുണ്ടാകില്ല. വിശ്വാസത്തെ പിളർക്കുവാനുള്ള മുതലാളിത്ത ത്തിന്റെ കഴിവ് പശ്ചിമേഷ്യൻ സംഘർഷങ്ങൾ വിളിച്ചുപറയുന്നു.

ഗുജറാത്തിൽ എന്നപോലെ ന്യൂനപക്ഷപീഡനം ഒരു കേരളീയ അനുഭവമല്ല. പക്ഷേ, ഇന്ന് ന്യൂനപക്ഷങ്ങളിൽ സംശയവും ഭയവും വർദ്ധിച്ചുവരികയാണ്. ഒരിക്കൽ രാഷ്ട്രീയമായിരുന്ന ഹിന്ദുത്വഭയം ഇപ്പോൾ സാമുദായിക ഭയമായി മാറിയിരിക്കുന്നു. മതവൈരത്തിന്റെ വ്യാകരണം രാഷ്ട്രീയ ശത്രുതയുടെ വ്യാകരണത്തിൽ നിന്നും വിഭിന്നവും പൂർണമായി അന്ധവും ആയിരിക്കും എന്ന് ഇന്ത്യൻ ജനതയ്ക്ക് പണ്ടും മനസ്സിലാക്കേണ്ടിവന്നിട്ടുണ്ട്. കേരള രാഷ്ട്രീയത്തിന്റെ സന്തുലനത്തിൽ ലീഗിനു കിട്ടിയിരുന്ന നിർണ്ണായകമായ മുക്കം ഒരു അഭയം എന്നതു പോലെ നാളെയൊരു ഭയമായിത്തീർന്നുവെന്നു വരാം. അറബ് ദേശീ യവിമോചനം ഇവിടെയുണ്ടാക്കിയ സമൃദ്ധിയോടൊപ്പം മതത്തിന്റെ പേരിൽത്തന്നെയുള്ള അധികാധികാരവും പലർക്കും അസൂയാവഹമാ യിത്തീർന്നുവെന്നും വരാം. കേരളത്തിലെ ജനങ്ങൾ ഈയവസ്ഥകളെ ഇപ്പോൾ, ഇരുത്തത്തോടെ കൈകാര്യം ചെയ്യുന്നുണ്ട്. പക്ഷേ, മാറാട് പോലെയുള്ള ആസൂത്രിതമായ വങ്കത്തങ്ങൾ തിരുത്താൻ വിഷമമായ രാഷ്ട്രീയ പരിണാമങ്ങൾ ഉണ്ടാക്കുന്നു. മതത്താൽ ന്യായീകരിക്കപ്പെടുന്ന ഉന്മാദാവസ്ഥകൾ സൃഷ്ടിക്കുന്നു. രണ്ടു തവണയായി മാറാട് നടന്ന കൂട്ട ക്കൊലകൾ കേരളത്തിൽ വ്യാപിക്കുമെന്നോ ആവർത്തിക്കുമെന്നോ കരുതാൻ കാരണങ്ങളില്ല. അതൊരു ഒറ്റപ്പെട്ട അസംബന്ധമായി അവസാനിക്കാനാണ് ഇട. പക്ഷേ, രാഷ്ട്രീയമായി മാറാട് മാറ്റങ്ങൾ ഉണ്ടാക്കും. ലീഗിന്റെ ഏകശിലാരൂപം ശിഥിലമാവുകയും അതിന്റെ നിർണ്ണായകമായ രാഷ്ട്രീയസ്വാധീനം കുറയുകയും ചെയ്യും. ഇതിനപ്പുറം ഹിന്ദുത്വത്തെ മാറാട് സഹായിക്കുമെന്ന് ഇപ്പോൾ തോന്നുന്നില്ല.

മതഭേദങ്ങളെ കവിഞ്ഞുനില്ക്കുന്ന ലക്ഷ്യങ്ങൾക്കും ഭാഗധേയങ്ങൾക്കും മാത്രമേ നമ്മുടെ നാടിനെ രക്ഷിക്കാൻ കഴിയൂ എന്ന് മതേതരവാദികൾ പറഞ്ഞുകൊണ്ടേയിരിക്കുന്നത് ഇതിനാലാണ്. സ്വയം ചുരുങ്ങിക്കൊ ണ്ടിരിക്കുകയും സ്വയം മടങ്ങിക്കൊണ്ടിരിക്കുകയും ചെയ്യുന്ന ഒരു ജനസ മൂഹത്തിന് ഇങ്ങനെ ഒരു സ്വപ്നം എളുപ്പമാകണമെന്നില്ല. ഒന്നിച്ചുള്ള മാനുഷിക ജീവിതത്തിന്റെ ഇടങ്ങൾ വർദ്ധിപ്പിക്കുകയാണ് യാഥാർ ത്ഥ്യബോധത്തിലേക്കുള്ള ഒരേയൊരു വഴി. ഇതിന് മനപ്പൂർവ്വമായ യത്നങ്ങൾ ആവശ്യമായി വരും. ഒന്നിച്ച് അനുഭവിക്കുന്ന ദുരിതങ്ങളും അറിയാതെ ഒന്നിച്ച് കാണുന്ന സ്വപ്നങ്ങളും മാത്രമേ ഏകത്വത്തെക്കുറിച്ചു ള്ള ബോധം വളർത്തുകയുള്ളൂ. നമ്മുടെ ഭാവി നമുക്കു തന്നെ സൃഷ്ടിക്കുക.

മാതൃഭൂമി ആഴ്ചപ്പതിപ്പ് , 2003 ആഗസ്റ്റ് 31 - സെപ്തംബർ 6

വർഗ്ഗീയത ആഗോളവത്ക്കരണം മതവൽക്കരണം

ആഗോളവത്ക്കരണം വർഗ്ഗീയവത്കരണം

ശീതസമരത്തിനു പല മാർഗ്ഗങ്ങളിൽ ഒന്ന് റിപ്പബ്ലിക്കൻ മാർഗ്ഗമാണ്. പല കാര്യങ്ങളും ചെയ്തു കാണിക്കുക എന്നതിനാണ് പ്രാധാന്യം. അതു കൊണ്ടാണ് ആകാശം പ്രധാനപ്പെട്ട രാഷ്ട്രീയ സ്ഥാനമാക്കി മാറ്റിയത്. ഇത്തരത്തിലുള്ള വളരെ ചെലവേറിയ മാർഗ്ഗങ്ങളാണ് പലപ്പോഴും സ്വീകരിക്കുന്നത്. ഇതിനു പിന്നിൽ ഒരുപാട് കാര്യങ്ങളുണ്ട്. അതിലൊന്ന് അവികസിത രാജ്യങ്ങളെ സഹായിക്കുക എന്നതാണ്. മറ്റൊന്ന് സ്വയം മത്സരത്തിൽ ജയിച്ചിട്ട് മറ്റുള്ളവരുടെ ആദരവും പ്രശംസയും പിടിച്ചുപറ്റി അവർക്ക് ഒരു മാതൃകയായി തീരുക എന്നതാണ്. സോഷ്യലിസ്റ്റ് ചേരിയെന്നോ ഇംപീരിയലിസ്റ്റ് ചേരിയെന്നോ ഇതിനെ വിശേഷിപ്പിക്കാം. അതിന്റെ ഒരു ഫലം വളരെ എക്സ്പെൻസീവ് ആണെന്നുള്ളതാണ്. ഇത് നാടിനെ വളരെ ദരിദ്രമാക്കും. അങ്ങനെ ഒരുപാടു പണം ആകാശത്ത് ചെലവാകുമ്പോൾ വളരെ കുറച്ച് മാത്രമേ ഭൂമിയിൽ ചെലവുചെയ്യുന്നുള്ളൂ. ഇങ്ങനെയുള്ളൊരു രാജ്യത്തിൽ സോഷ്യലിസ്റ്റ് ചേരികൾ മുഴുവൻ ഉദാരവൽക്കരിക്കപ്പെടുകയും അങ്ങനെ മത്സരാധിഷ്ഠിത മുതലാളിത്ത രാജ്യത്തിലേക്കുള്ള പാതകൾ തുറക്കുകയും ചെയ്യും. ഇങ്ങനെയുള്ള പ്രവർത്തനങ്ങളാണ് സോവിയറ്റ് റഷ്യയിൽ ഉണ്ടായത്. അതിന് രണ്ട് ഫലങ്ങളുണ്ട്. ഒന്ന് 1917 ലുണ്ടായ വിപ്ലവത്തിന്റെ ഓർമ്മയോ പീഡാനുഭവങ്ങളോ ഇല്ലാത്ത വളരെ അകന്ന ഒരു തലമുറയെ സംബന്ധിച്ചിടത്തോളം സോവിയറ്റ് വിപ്ലവം ഒരു ചരിത്രമാണ്, അനുഭവമല്ല. നമ്മുടെ ഇന്ത്യയുടെ സ്വാതന്ത്ര്യസമരമെന്നത് ചിലരുടെ ഓർമ്മയും മിക്കവരുടെയും ചരിത്രവുമാണ്. ഇന്ന്

ചരിത്രത്തിൽ ആക്ടീവ് പാർട്ടിസിപ്പേഷനില്ല. ഇത്തരം ഒരു ഉദാസീനത മൂന്നാമത്തേയോ നാലാമത്തേയോ തലമുറ വന്നപ്പോൾ സോവിയറ്റ് റഷ്യയിലും സംഭവിച്ചു. ഇങ്ങനെയുള്ളൊരു രാജ്യത്തിന്റെ മുന്നിലാണ് 'വിന്റോ ഡ്രസ്സിംഗ്' അഥവാ മുതലാളിത്തരാജ്യത്തിന്റെ ഉത്പ്പന്നങ്ങൾ അടക്കിവെച്ചിരിക്കുന്ന പുതിയ ലോകത്തിലേക്ക് വാതിൽ തുറക്കുന്നത്. ഇതിലേക്കു തുറന്നുവിടുമ്പോഴുണ്ടാകുന്ന വ്യാമോഹങ്ങൾ, ഇതും ഒരു വാസ്തവമാണ്. ഐഡിയോളജിക്കിലായ ഒരു ദൗർബല്യമായി ഇത് മാറുന്നുണ്ട്. ഒരു പക്ഷേ അതിന്റെ ഒരു പാരമ്യമായിട്ടാണ് സോവിയറ്റ് യൂണിയന്റെ വിഘടനമുണ്ടാകുന്നത്. ഇങ്ങനെയുള്ള ഒരു വ്യാമോഹത്തെ (ഡിസ്നി ലാന്റ്) കാണിക്കുകയും നീണ്ടകാലത്തെ അകൽച്ചകൊണ്ട് അന്യമായിത്തീർന്ന വിപ്ലവബോധവും ജനങ്ങൾക്കിടയിൽ സംഭവിക്കു ന്നുണ്ട്. ഇതിന് ഒരു കാരണം സാമ്പത്തിക ദുരിതമാണ്. അവികസിത രാജ്യങ്ങളെ സഹായിച്ച് സ്വാധീനിക്കുകയും ആകാശത്തേക്ക് കടക്കാൻ ശ്രമിക്കുകയും ചെയ്യുന്ന മത്സരകാലഘട്ടത്തിലെ അതുണ്ടാക്കുന്ന ചെലവ്, ഈ ചെലവുകൊണ്ട് ഒരു രാജ്യത്തിലെ ജീവിതത്തിനു ശോഷ ണമുണ്ടാകുന്നു. അങ്ങനെ ശോഷിച്ച ഒരു സമ്പത്‌വ്യവസ്ഥയുടെ വളരെ ആകർഷകമായ പരിണാമമാണ് സോവിയറ്റ് യൂണിയന്റെ വിഘടനത്തിന് മൗലീകമായ കാരണം. അത് ഒരു നിലയിൽ 1917 ൽ ആരംഭിച്ച ഒരു ബദൽ നാഗരികതയുടെ തിരോധാനം വഴി ഒരു തരത്തിൽ ഇല്ലാതായി എന്ന് ആളുകളെ ധരിപ്പിക്കാനുള്ള കൗശലം മുതലാളിത്തം കാണിച്ചിട്ടുണ്ട്. അതോടുകൂടി രാഷ്ട്രീയം അപ്രധാനമായി ത്തീർന്നു. രാഷ്ട്രീയത്തിന്റെ സ്ഥാനത്തേക്ക് മറ്റു ഗ്രൂപ്പുകളുടെ ആശയ ങ്ങൾ കടന്നുവരികയും ചെയ്തു. ഇങ്ങനെ രാഷ്ട്രീയം പിന്നോട്ടുപോകുന്ന അവസ്ഥ നിലവിൽവന്നു. അങ്ങനെ പലതരത്തിലുള്ള 'ഐഡന്റി റ്റി ക്രൈസിസ്' ജാതിയുടെയും വർഗ്ഗത്തിന്റെയും, പാശ്ചാത്യരും അറബികളും തമ്മിലുള്ളതും മറ്റും നിലവിൽ വന്നു. അതുവരെ നമ്മൾ ഉയർത്തിപ്പിടിച്ചിരുന്ന വർഗ്ഗഭേദത്തെ അടിസ്ഥാനപ്പെടുത്തിയുള്ള ചരി ത്രവികാസം എന്നുള്ള ആശയത്തെ നേരിടാനുള്ള ഒരു അവസ്ഥവന്നു. വർഗ്ഗമാണോ ജാതിയാണോ യാഥാർത്ഥ്യം എന്നുള്ള ചോദ്യമുയർന്നു. അതിന്റെ ഒരു പ്രത്യേക അവസ്ഥയിൽ 'ക്ലാസ് റിയാലിറ്റി'യെക്കുറിച്ചുള്ള ബോധം കുറയുകയും അങ്ങനെ നാം പിന്നോട്ട് പോവുകയും ചെയ്യുന്നു. ക്ലാസ് പറയുമ്പോഴും കാസ്റ്റ് പറയുമ്പോഴും ജാതിയെക്കുറിച്ചുള്ള പരാമർശമുണ്ട്. പുതുതായി കൊണ്ടുവരാത്ത ഇവിടെ നിലവിൽ സ്ഥി തിചെയ്യുന്ന ജാതിയിലേക്ക് നമ്മൾ തിരിച്ചുവരികയാണ് ചെയ്യുന്നത്. ഇതിനുശേഷം ചരിത്രത്തെ നാം നോക്കികാണേണ്ടത് വർഗ്ഗനിഷേ ധത്തെ അടിസ്ഥാനപ്പെടുത്തിയാണ് എന്നുള്ള ആശയത്തിന്

പ്രായോഗിക തലത്തിലുണ്ടാകുന്ന പരാജയങ്ങളിലൂടെയും തിരിച്ചടികളിലൂടെയുമാണ്. അങ്ങനെ വരുമ്പോൾ ആളുകൾ പിന്നോട്ട് പോകുന്നു. അപ്പോൾ കമ്മ്യൂണിസ്റ്റുകാരനും കോൺഗ്രസ്സുകാരനും ഹിന്ദു മുസ്ലീം ആയിട്ട് തിരിച്ചുപോകുന്നു. ഈ പിൻമടക്കത്തിൽ ഗുണം നമ്മൾ തിരിച്ചു ചെല്ലുന്ന സ്ഥലം ഭദ്രമായിരിക്കും എന്നതാണ്. മതത്തിലേക്ക് തിരിച്ചുവരാനുള്ള കാരണം സാമ്പത്തിക അവസ്ഥമാറാം പക്ഷേ മതം മാറില്ല എന്നുള്ളതാണ്. മതം എന്നും വളരെ ഉറപ്പുള്ളതാണ്. എന്നാൽ ഈ ഉറപ്പ് ബി.ജെ.പിക്കാർ ഉണ്ടാക്കിയതല്ല. അവർ മതത്തിലേക്ക് കൊണ്ടുവരികയാണ് ചെയ്യുന്നത്. അങ്ങനെ വരുമ്പോൾ നിങ്ങൾക്ക് ഒരുപാട് സംസാരിക്കേണ്ട ആവശ്യം വരുന്നില്ല. നമ്മൾ പതിനായിരം വാക്കുകളിൽ പറയുന്നത് ഒരു വർഗ്ഗീയവാദിക്ക് പത്ത് വാക്കുകളിൽ പറയാൻ സാധിക്കും. രാഷ്ട്രീയത്തിൽ ഒരു പ്രത്യയശാസ്ത്രത്തെ പറഞ്ഞുവരുമ്പോൾ മതത്തിൽ അങ്ങനെ വരുന്നില്ല. വസ്ത്രധാരണം കണ്ടോ, നെറ്റിയിലുള്ള പൊട്ടുകൊണ്ടോ തിരിച്ചറിയാവുന്ന ഗ്രൂപ്പുകളിലേക്ക് മനുഷ്യനെ കൊണ്ടുവരിക എന്നതാണ് വർഗ്ഗീയതയുടെ ലക്ഷ്യം.

ഇന്ത്യയിലാണെങ്കിൽ ദേശീയതയെക്കുറിച്ചുള്ള ഒരു പുനർവിചാരണ, 1947 വരെ ഇല്ലാതിരുന്നത് 47 ന് ശേഷം ഉണ്ടാകുന്നുണ്ട്. 47 വരെ നമ്മൾ ഒരേയൊരിന്ത്യ എന്നാണ് പറഞ്ഞിരുന്നത്. അതിനുശേഷം രണ്ട് ഇന്ത്യ വന്നപ്പോൾ വർഗ്ഗീയ ലോബിക്ക് പ്രവർത്തിക്കാൻ വളരെ എളുപ്പമായി. അപ്പുറത്ത് ഒരു ശത്രുവന്നപ്പോൾ നമുക്ക് ഐഡന്റിറ്റി ഉണ്ട് എന്നുവന്നു. ദേശീയത വളർന്ന് രാജ്യസ്നേഹം ഉണ്ടായി. അപ്പുറത്ത് ഒരു പാക്കിസ്ഥാൻ ഉണ്ടായപ്പോൾ നമുക്ക് ദേശീയതയുണ്ടായി. ഹിന്ദുത്വമാണ് നമ്മുടെ ദേശീയത എന്നു പറയുവാനും ആളുകളെ ധരിപ്പിക്കുവാനും എളുപ്പമുള്ള കാലാവസ്ഥ രൂപപ്പെട്ടുവന്നു.

വർഗ്ഗീയത എന്നുള്ളത് ഫാസിസത്തിലേക്കുള്ള ഒരു ഉപകരണമാണ്. അധികാരം പിടിച്ചുപറ്റാനാണ് അല്ലാതെ ഹിന്ദുക്കളെ നന്നാക്കാനോ മറ്റോ അല്ല വർഗ്ഗീയവാദികൾ ശ്രമിക്കുന്നത്. വർഗ്ഗീയത മനുഷ്യനെ തരം തിരിക്കാനുള്ള ഒരെളുപ്പവഴിയാണെന്ന് മനസ്സിലാക്കുകയും ഹിന്ദുക്കളെ ആട്ടിപ്പായിച്ച് ഒരിടത്ത് കൊണ്ടെത്തിക്കുകയും ഇപ്പോൾ ഗുജറാത്തിൽ ചെയ്യുന്നതുപോലെ ഒരു ഹിന്ദു ധ്രുവീകരണം ഉണ്ടാക്കിയാൽ 12 ശതമാനത്തോളം വരുന്ന മുസ്ലീംകൾക്ക് ഒരിക്കലും ഗുജറാത്ത് പിടിച്ചെടുക്കാൻ കഴിയില്ല എന്നുള്ളതുകൊണ്ട് അത് 88ഉം 12ഉം എന്നാക്കാൻ ശ്രമിക്കുക. ഇത് യാഥാർത്ഥ്യമല്ല. കാരണം അവിടെ പണ്ടു തൊട്ട് കോൺഗ്രസ്സുകാരും കമ്മ്യൂണിസ്റ്റുകാരും ബി.ജെപിക്കാരും ഉണ്ട്. ഇവരൊക്കെ ഡി-പൊളിറ്റിക്കലൈസ് ചെയ്യപ്പെട്ടിട്ടുണ്ട്. 88ഉം 12ഉം ആക്കാൻ കഴിഞ്ഞാൽ വർഗ്ഗീയതയെ പൊളിറ്റിക്കൽ പോളറൈസേഷനുള്ള

ഒരുപകരണമാക്കി മാറ്റാൻ സാധിക്കും. അതായത് ഹിന്ദുമതം എന്നുള്ളത് ഇവിടത്തെ ഫാസിസ്റ്റുകളുടെ ലക്ഷ്യമല്ല, ഉപകരണമാണ്. ദേശീയത എന്താണ് എന്ന് അഞ്ചാറുവർഷം മുമ്പാണ് ബി.ജെ.പി പ്രഖ്യാപിച്ചത്. ഹിന്ദുത്വമാണ് ദേശീയതയെന്ന് അവർ പറയുവാനുള്ള കാരണം ദേശീയതയെ നിർവചിക്കാനുള്ള അധികാരവും അവകാശവും ഭരണകൂടത്തിനും ഭരണകക്ഷിക്കും ആണെന്നുള്ളതാണ്. അതുകൊണ്ട് ഇന്ത്യയുടെ ദേശീയത എന്താണ് എന്ന് ശ്രീധരമേനോൻ, രാജൻഗുരുക്കൾ, പണിക്കർ തുടങ്ങിയ ചരിത്രകാരന്മാരല്ല പറയേണ്ടത് അത് ഞങ്ങൾ ഭരണാധിപൻമാർ പറയും നിങ്ങളത് സ്വീകരിച്ചാൽ മാത്രം മതി എന്നാണിതിനർത്ഥം. അതുകൊണ്ട് ദേശീയത എന്നത് ഒരു ഗവേഷണ വിഷയമല്ല, ഹിന്ദുത്വമാണ് എന്നവർ തറപ്പിച്ചുപറയുന്നു. ഇന്ത്യയുടെ ദേശീയത ഹിന്ദുത്വമാണ് എന്നുള്ളത് ഒരു ഫാസിസ്റ്റ് ഐഡിയോളജിയുടെ പ്രഖ്യാപനമാണ്. ഫാസിസം തീരുമാനിക്കുന്നത്, ഒരു സ്റ്റേറ്റിനാണ് ദേശീയത തീരുമാനിക്കാനുള്ള അധികാരം എന്നാണ്. അങ്ങനെ നിർവ്വചിക്കുമ്പോൾ ഈ ആശയത്തെ ജനങ്ങളെക്കൊണ്ട് അംഗീകരിപ്പിക്കാനുള്ള അടവുകളാണ് പിന്നീട് സ്വീകരിക്കുന്നത്. ഫോഴ്സും, പോളറൈസേഷനും ഭരണശക്തി ഉപയോഗിച്ച് ഹിന്ദുത്വം ഉറപ്പിക്കുക മറ്റുള്ളതിനെയൊക്കെ നശിപ്പിക്കുക. ഇതൊരു ഹിന്ദു ടെക്നോളജിയല്ല, ഫാസിസ്റ്റ് ടെക്നോളജിയാണ്. മതമല്ല വലുത് ക്ഷേത്രം പൊളിക്കണമെന്നു തോന്നിയാൽ ക്ഷേത്രം പൊളിക്കും പള്ളിയെന്നു തോന്നിയാൽ പള്ളിപൊളിക്കും. അതുകൊണ്ടാണ് ഹിറ്റ്ലർ ജൂതന്മാരെ ചുട്ടുകരിക്കുകയും അധികാരം കിട്ടിയപ്പോൾ കത്തോലിക്ക പള്ളി പൊളിക്കുകയും ചെയ്തത്. ഗ്രൂപ്പിങ്ങിനാവശ്യമായ ലാഭകരമായ മതവികാരങ്ങൾ അവർ എപ്പോഴും ഉണർത്തിവിട്ടുകൊണ്ടിരിക്കുന്നു. ഇന്ത്യയുടെ യാഥാർത്ഥ്യം വാസ്തവത്തിലിതാണ്, മാത്രവുമല്ല നമ്മൾ ഓർക്കാതെ പോകുന്ന മറ്റൊരുകാര്യം 1947 ൽ പരസ്പരം ഒരു പരിചയവുമില്ലാത്ത ഒരു ജനവിഭാഗം ഭാഷകൊണ്ട്, ജാതികൊണ്ട്, ദേശംകൊണ്ട് ഭക്ഷണരീതികൊണ്ട് വ്യത്യസ്തമായിട്ടുള്ള അനേകം ജനവിഭാഗങ്ങളെ ഒന്നിച്ചുചേർത്ത ഒരു മോഹം സ്വാതന്ത്ര്യമായിരുന്നു. അതായിരുന്നു യൂണിഫൈംഗ് ഫാക്ടർ. ഇത് ഒരൊറ്റ രാത്രികൊണ്ട്, ഒരൊറ്റ ഒപ്പുകൊണ്ട് അവസാനിക്കുകയാണുണ്ടായത്. 1947 ആഗസ്റ്റ് പതിനാലാം തിയ്യതി അർദ്ധരാത്രി മുതൽ ചരിത്രം വേറൊരുവഴിയേയാണ് പോകുന്നത്. കണ്ണടച്ചുതുറക്കും പോലെ വളരെ വേഗത്തിലാണ് ചരിത്രത്തിന്റെ വഴി തിരിഞ്ഞുപോയത്.

രാഷ്ട്രീയ പരിസ്ഥിതി

1947 വരെ ഫാസിസ്റ്റുകൾ ആരും രംഗത്തുണ്ടായിരുന്നില്ല. ഇവർ പത്ത് പന്ത്രണ്ടുപേർ നാട്ടിൽ അലഞ്ഞു നടക്കുന്നു എന്നല്ലാതെ കാര്യമായി രംഗത്തില്ലായിരുന്നു. ഒരു ദിവസം വരികയും ഒരു കൊല്ല ത്തിനുള്ളിൽ ഗാന്ധിയെ വെടിവെച്ചുകൊല്ലുകയും ചരിത്രത്തെ ആകെ മാറ്റി മറിക്കുകയും ചെയ്തു. അതായത് നൂറോ അതിലധികം കൊല്ലമോ സ്വാതന്ത്ര്യസമരം നടത്തിയതിന്റെ പരിസമാപ്തി ഒരു കൊല്ലംകൊണ്ട് നടത്തുകയും ചെയ്തു. അപ്പോൾ ചരിത്രം മുഴുവൻ തലകീഴായി മറിയു കയാണുണ്ടായത്. അതു സംഭവിച്ചത് സ്വപ്നത്തിൽ നിന്ന് ഉണരും പോലെയാണ്. അപ്പോൾ കോൺഗ്രസ് അപ്രത്യക്ഷമായിത്തീരുകയും മറ്റ് രാഷ്ട്രീയകക്ഷികളെല്ലാം പ്രത്യക്ഷമായിത്തീരുകയും ചെയ്തു. ഇന്ത്യ യുടെ റിയാലിറ്റി എന്നുപറയുന്നത് അവർ നിർവചിക്കുന്ന റിയാലിറ്റി ആണെന്ന അവസ്ഥയിൽ വന്നുചേർന്നു. അതുകൊണ്ടാണ് ഇത്രയും കാലമായിട്ടും നടക്കാതിരുന്ന വേഗത്തിൽ ഫാസിസത്തിനു വളരുവാൻ കഴിഞ്ഞത്. കാരണം ഈ പറയുന്ന 'ഹിസ്റ്റോറിക്കൽ റിവേർഷൻ'അല്ലെ ങ്കിൽ ചരിത്രത്തിൽ നടക്കുന്ന വലിയ അട്ടിമറിയാണ് സ്വാതന്ത്ര്യസമരം അവസാനിച്ചപ്പോൾ സംഭവിച്ചത്. അത് ചരിത്രത്തിനു ശക്തമായ ഒരു മുന്നറിയിപ്പു നൽകി. 1948ൽ ഒരു നേതാവ് പറഞ്ഞത് അവരുടെ ശബ്ദം ലോകം മുഴുവൻ മുഴങ്ങിയെന്നാണ്. ഗാന്ധിയെ കൊന്നപ്പോൾ ലോകം മുഴുവൻ ആർ.എസ്.എസ്സിനെക്കുറിച്ച് അറിഞ്ഞു. ഒരാളെ കൊന്നിട്ടാണ് അല്ലാതെ മറ്റൊരു പണിയും ചെയ്തിട്ടല്ല ഇവർ പ്രസിദ്ധരായത്. ലോകം മുഴുവൻ മുഴങ്ങിയ ആ വെടിയൊച്ചയാണ് ഇവരെ ഇത്രയും പരിചിതരാക്കിയത്. ഇത്തരമൊരു റിവേഴ്സൽ ഹിസ്റ്ററി ആണ് നടക്കുന്നത്. ഇതിനു ശേഷം രാഷ്ട്രീയ താൽപര്യം ചിലയിടങ്ങളിൽ വളർത്തുവാനും സാധിച്ചു. തമിഴ്നാട്ടിൽ നമ്മളെക്കാളും കൂടുതൽ ജനങ്ങൾ ഉണ്ടെങ്കിലും 'പൊളിറ്റിക്കൽ അഡിക്ഷൻ' അധികമൊന്നും പ്രചരിപ്പിക്കുവാൻ സാധിച്ചിട്ടില്ല. കാരണം അവിടത്തെ പ്രൊലട്ടേറിയൻ പ്രവർത്തനം ഒരർത്ഥത്തിൽ കൾച്ചറൽ ആയിട്ടുള്ള പ്രവർത്തങ്ങളാണ്. ദ്രാവിഡം-അതിദ്രാവിഡം ബ്രാഹ്മണ-ബ്രാഹ്മണേതര എന്നിങ്ങനെ വിഭ ജിച്ചുകൊണ്ടാണ് പാർട്ടിക്ക് വളരാൻ കഴിയാതിരുന്നത്. കാസ്റ്റ്-ക്ലാസ് മത്സരങ്ങളാണ് ഇവിടെ കൂടുതലായി കണ്ടുവരുന്നത്. Upper cast in the upper class, lower cast in the lower class എന്നുള്ളൊ രുവിഭജനം നിലനിന്നിരുന്നതുകൊണ്ടാണ് കഴിവുള്ള, പ്രഗത്ഭരായ നേതാക്കന്മാരുടെ പരിശ്രമത്തിനും അണികളുടെ ആത്മാർത്ഥമായ പ്രവർത്തനത്തിനും പാർട്ടിയെ വളർത്തുവാൻ കഴിയാതിരുന്നത്. എന്തു കൊണ്ടെന്നാൽ അവിടെ മുഴുവൻ ബ്രാഹ്മണ-അബ്രാഹ്മണ ചിന്തയാണ്.

ഇന്ത്യയിലെ രണ്ടോ മൂന്നോ സംസ്ഥാനങ്ങളിൽ മാത്രമേ ഇടതുപക്ഷ ചിന്താഗതി എന്നു പറയുന്ന വർഗ്ഗത്തെ അടിസ്ഥാനമാക്കിയുള്ള വിഭജനചിന്തകൾ ഉണ്ടായിരുന്നത്. ഇതു മുഴുവൻ ഉപയോഗപ്പെടുത്താൻ ബി.ജെ.പിക്ക് പിന്നീട് കഴിഞ്ഞില്ല.

ഇടതുപക്ഷത്തിന്റെ പ്രസക്തി

ഇടതുപക്ഷത്തിന്റെ പ്രസക്തി എന്നു പറയുമ്പോൾ കേരളത്തിൽ നമുക്ക് ഒരുപാട് ചെയ്യുവാൻ സാധിച്ചു. ഗുജറാത്തിൽ ഒന്നും ചെയ്യുവാൻ സാധിച്ചില്ല. കാരണം ഗുജറാത്തിലും ബീഹാറിലും ഒക്കെ വളരെ കുറച്ചേയുള്ളൂ. ഏറ്റവും ഭീകരമായ അന്തരീക്ഷമുള്ള ഗുജറാത്തിലും വിഭജനം മുഴുവൻ ക്ലാസ് വിഭജനമായിട്ടല്ല വരുന്നത്. മറിച്ച്, കാസ്റ്റ് വിഭജനമായിട്ടാണ്. ക്ലാസ് ഓപ്പറേഷൻ ഉള്ളതുകൊണ്ടാണ് ബംഗാളിലും കേരളത്തിലും ബി.ജെ.പിക്ക് മുന്നേറാൻ കഴിയാത്തത്. കാസ്റ്റ് വിഭജനം വളരെ റൂട്ടഡ് ആണ്. നമ്മൾ ചെയ്യുന്ന തെറ്റ് റൂട്ടിനുപോകാൻ ഒരതിരുണ്ട് എന്നു മനസ്സിലാക്കാതിരിക്കുന്നതാണ്. ഏതു വമ്പൻ ആൽമരത്തിന്റെ വേരും കുറേ ദൂരെ മാത്രമേ പോവുകയുള്ളൂ. അതിനപ്പുറം ഉണ്ടാവില്ല. നട്ടു കഴിഞ്ഞാൽ വളർന്നുകൊള്ളും എന്ന ചിന്ത രാഷ്ട്രീയത്തിൽ നടക്കുകയില്ല. ഇതൊരു പോസ്റ്റ് കമ്മ്യൂണിസ്റ്റ് ഐഡിയോളജി ആണ്. കമ്മ്യൂണിസ്റ്റ് പ്രസ്ഥാനത്തെ വിമർശിച്ചുകൊണ്ട് വളർന്ന പ്രസ്ഥാനമാണ് ഫാസിസം. അതുകൊണ്ട് ഫാസിസ്റ്റുകൾക്ക് കമ്മ്യൂണിസം എന്താണെന്ന് അറിയാം. കമ്മ്യൂണിസ്റ്റ് പ്രാക്ടീസ് എന്താണെന്നറിയാം. ഇതിനെയൊക്കെ വച്ചുകൊണ്ടാണ് മുസ്സോളിനിയും ഹിറ്റ്ലറുമെല്ലാം ഭരിച്ചിരുന്നത്. അതുകൊണ്ട് അവർക്ക് വിവരമില്ല എന്നു കരുതരുത്, നമ്മുടെ അറിവില്ലായ്മകൊണ്ടാണ്. അതുകൊണ്ടാണ് നമ്മൾ മെറ്റീരിയലിസം എന്നുപറയുമ്പോൾ അവർ സ്പിരിച്വലിസം എന്നുപറയുന്നത്. ഭൗതികവാദത്തെ നിഷേധിച്ചുകൊണ്ട് ഞങ്ങൾ ആത്മീയവാദികളാണെന്ന് അവർ പറയുന്നു. ആത്മീയവാദമെന്നത് അമ്പലമാക്കുക, പള്ളിയാക്കുക, പ്രാചീന ചരിത്രമാക്കുക ഇങ്ങനെയൊക്കെ പറയുമ്പോഴും അവരുടെ മനസ്സിലുള്ളത് ഒരുതരം Hawks ആണ്, കെണികളാണ്. ഉദ്ദേശ്യം നമ്മുടെ ഓർമ്മയെയും ചരിത്രത്തെയും പിടിച്ചെടുത്ത് അതിനെ അധികാരത്തിലേയ്ക്കുള്ള ഒരുപകരണമാക്കിത്തീർക്കുക എന്നതാണ്. വേണ്ടപ്പോൾ വേണ്ടാത്തതിനെ ഉപേക്ഷിക്കുക എന്നതാണ് നയം. മതത്തെ എപ്പോഴാണ് ഉപേക്ഷിക്കേണ്ടതെന്ന് ബി.ജെ.പിക്ക് അറിയാം. അപ്പോൾ അവരത് ഉപേക്ഷിക്കും. നാളെ ഉണ്ടാവാൻ പോകുന്നതിതാണ്. എല്ലാ മതങ്ങളെയും ഉപേക്ഷിക്കും. ഹിന്ദുത്വം പറഞ്ഞിട്ട് കാശ്മീരിൽ ഫറൂഖ് അബ്ദുള്ളയെയും ഫെർണാണ്ടസിനെയുമാണ് അവർ ആദ്യം പിടിച്ചെടുത്തത്. ഇവരാരും പിടിച്ചിട്ട് കിട്ടാത്ത ആളുകൾ ഇവർക്ക്

പിന്നാലെ പോവുകയാണുണ്ടായത്. പ്രസിഡണ്ടായിട്ട് കലാമിനെയാണവർ ഉയർത്തിപിടിച്ചത്. ഇതൊക്കെ ചെയ്യുമ്പോൾ വാക്കും പ്രവർത്തിയും ചിന്തയും തമ്മിൽ ബന്ധമുണ്ടാവണം എന്ന നിർബന്ധം ഇവർക്കില്ല. അപ്പോഴുണ്ടാകുന്ന താൽപര്യങ്ങൾക്കാണ് മുൻതൂക്കം കൊടുക്കുന്നത്. താൽപര്യമെന്നു പറഞ്ഞാൽ നാട്ടിലൊരു ഗുണ്ടയുണ്ടെങ്കിൽ ആ ഗുണ്ടയ്ക്ക് പ്രൊട്ടക്ഷൻ കൊടുക്കുകയും അവനെയായിരിക്കും ആദ്യ പാർട്ടി പ്രവർത്തകനാക്കുന്നതും. തെരുവുഗുണ്ട എന്ന ലേബലിൽ നിന്നും പാർട്ടി പ്രവർത്തകനാകുമ്പോൾ അവനെ സംരക്ഷിക്കാനും രക്ഷിക്കാനും ആളുകൾ ഉണ്ടാകുന്നു. മാത്രമല്ല സാധാരണ പാർട്ടി പ്രവർത്തകർക്കില്ലാത്ത സാഹസവും പാർട്ടിക്ക് ലഭിക്കുന്നു. സാഹസമെന്നത് വിലകൊടുത്താൽ കിട്ടാത്ത സാധനമാണെന്നിരിക്കെ സാഹസമുള്ള ആളുകളെ വിലയ്ക്കെടുത്തിട്ട് അവർക്കൊരു പൊളിറ്റിക്കൽ സ്റ്റാമ്പ് കൊടുത്ത് അവരെ വളരെ ശക്തിയുള്ള ആക്രമണകാരികളാക്കിത്തീർക്കുകയാണ് ഇന്നത്തെ ലക്ഷ്യം. വിലയ്ക്കെടുത്തിട്ട് രാഷ്ട്രീയവൽക്കരിക്കുക അതിനുശേഷം അവർക്ക് പ്രൊട്ടക്ഷൻ നൽകി മുന്നണിപ്പോരാളികളാക്കി വാഴിക്കുക. അവർ രാഷ്ട്രീയവാദികളാകണമെന്നില്ല.

ക്യാമ്പസ് വിദ്യാഭ്യാസലക്ഷ്യം

ക്യാമ്പസിന്റെ ഭാവപരിണാമത്തിന്റെ പ്രധാന കാരണങ്ങളിലൊന്ന് ആഗോളവത്ക്കരണത്തിന്റെ കടന്നുകയറ്റമാണ്. ഇവിടെ ജനിക്കുന്ന കുട്ടികളെല്ലാം കയറ്റി അയക്കപ്പെടുവാനുള്ളതാണ് എന്നൊരു അവസ്ഥ ആഗോളവത്ക്കരണം കൊണ്ടുവന്നതാണ്. പുതിയതലമുറ ഇവിടെ ജീവിക്കാനുള്ളതല്ല, ഇവിടെ അവർക്കു ജോലിയില്ല. ജനനവും മരണവും ഇവിടെത്തന്നെയാണെങ്കിലും അതിനിടയ്ക്കുള്ള കാലഘട്ടം ഇവിടെയുള്ളതല്ലെന്നും ഉള്ളിന്റെയുള്ളിൽ നമ്മൾ കയറ്റി അയക്കപ്പെടുവാനുള്ളതാണെന്നുമുള്ള ചിന്ത ആഗോളവത്ക്കരണം വളർത്തിയെടുക്കുന്നു. അതിന്റെ ഫലമായി നമ്മളെ നമ്മളും നമ്മുടെ ആളുകളും ചേർന്ന് എക്സ്പോർട്ട് ചെയ്യുവാൻ തയ്യാറാക്കുന്നു. അതും എക്സ്പോർട്ട് മാർക്കറ്റിലെ ആവശ്യങ്ങൾക്കനുസൃതമായിട്ടുതന്നെ. ഇങ്ങനെ വരുമ്പോൾ നമ്മുടെ നാട്ടിലെ രാഷ്ട്രീയം അപ്രസക്തമായിത്തീരുന്നു. ഇവിടെ ഇപ്പോൾ ഒരു രാഷ്ട്രീയമേ ഉള്ളൂ. അത് എൻട്രൻസ് എക്സാമിന്റെ രാഷ്ട്രീയമാണ്. ഏത് പാർട്ടിയിൽ അല്ലെങ്കിൽ ക്ലാസിൽ ചേർന്നാലാണ് എൻട്രൻസ് പരീക്ഷയ്ക്ക് ജയിക്കാൻ പറ്റുക, അവിടെ പോയി ചേരുക എന്നതാണ് രീതി. ഇപ്പോൾ തൃശ്ശൂരാണ് കേന്ദ്രം. അങ്ങനെയാണെങ്കിൽ തൃശ്ശൂർ പാർട്ടിയിൽ ചേർന്നാൽ ജയിക്കാം എന്ന ചിന്തയാണ് ഉടലെടുക്കുന്നത്. ഇങ്ങനെ ഡീപൊളിറ്റിക്കലൈസ് ചെയ്യുമ്പോൾ ഇവിടെ രൂപം കൊള്ളുന്നത് മത്സരസമുദായം അല്ലെങ്കിൽ ടോട്ടലി കോംപറ്റിറ്റീവ്

സൊസൈറ്റിയാണ്. ഇവിടുത്തെ ജനത ഇപ്പോഴും ഒന്നാം സ്ഥാനത്തി നുവേണ്ടിയുള്ള കുതിപ്പിലാണ്. പക്ഷേ എപ്പോഴും എങ്ങനെ ഓടിയാലും ഉഷ മാത്രമേ മുന്നിലെത്തുകയുള്ളൂ എന്ന സത്യം ഇവർ അറിയുന്നില്ല. ഇതിന്റെയൊക്കെ പിന്നിലുള്ള സത്യം എന്തെന്നാൽ we are meant for export എന്നുള്ളതാണ്. ഇവിടുത്തെ സ്ത്രീകൾക്ക് മറ്റ് രാജ്യങ്ങളിൽ നഴ്സുമാരാകുക, പുരുഷന്മാർക്ക് അവിടുത്തെ ഡോക്ടർമാരോ എഞ്ചിനി യർമാരോ മറ്റു ജോലിക്കാരോ ആകുക എന്നതാണ് നമ്മുടെ അജണ്ട. ഇങ്ങനെ വരുമ്പോൾ നമ്മൾ അറിഞ്ഞോ അറിയാതെയോ നമ്മുടെ ജീവിതശൈലിതന്നെ മാറിപ്പോകുന്നു. ഇവിടെ അധികാരം പിടിച്ചെടു ക്കാനല്ല അവിടെ ഒരു ജോലി പിടിച്ചെടുക്കാനാണ് നമ്മുടെ ജീവിതം ലക്ഷ്യമാക്കുന്നത്. അതുകൊണ്ട് വളരെ വേഗം വിദ്യാഭ്യാസം നടത്തു കയും വളരെ വിലകൂടിയ വിദ്യാഭ്യാസം വിലക്കെടുക്കുകയും ചെയ്യുന്ന പ്രവണത എക്സ്പോർട്ട് മെന്റാലിറ്റിയിൽ കൂടിയാണ് ഉണ്ടാവുന്നത്. എക്സ്പോർട്ട് ക്വാളിറ്റി എന്നുള്ളതും അത് മാർക്കറ്റ് ക്വാളിറ്റി എന്നുള്ള തും തമ്മിൽ വ്യത്യാസമുണ്ട്. നമ്മുടെ ആവശ്യം തീരുമാനിക്കുന്നത് നമ്മെ വേണോ വേണ്ടയോ എന്ന് തീരുമാനിക്കുന്നതും അവരാണ്. അവരുടെ ആവശ്യത്തിനനുസരിച്ച് നമ്മെ വാർത്തെടുക്കുകയാണ് ഇപ്പോൾ നടക്കുന്നത്. ഇങ്ങനെ ഒരു ടോട്ടലി റിസ്ട്രക്ച്ചർ നടക്കുന്നതുകൊണ്ട് നമ്മൾ വലിയൊരു വിദ്യാഭ്യാസ വ്യവസായ രാജ്യമായി മാറുന്നു. ഈ അവസരത്തിൽ വരുന്ന കുഴപ്പമെന്തെന്നാൽ മറ്റു വ്യവസായത്തിലെ പോലെ ആവശ്യത്തിലധികം ഉത്പാദിപ്പിച്ചിട്ട് ഒരുപാട് ഡെഡ് സ്റ്റോക്ക് വരുന്നു എന്നതാണ്. ടൂറിസത്തിലും ഐ.ടിയിലും കൂടി രാജ്യത്തിനു വിമോചനം നേടാം എന്നതാണ് ഇപ്പോഴത്തെ സ്വപ്നം. എന്നാൽ ഇത് രണ്ടും സാധ്യമാകാൻ വിഷമമാണ്. കാരണം നിസ്സാരമായ കാരണങ്ങൾ മാത്രമാണ്. ഒന്നാമത്തേത് ഇൻഫർമേഷൻ ടെക്നോളജിയിലെ ഉത്പ ന്നങ്ങൾ പുറത്തുനിന്നും ഓർഡർ വരുന്നത്, അമേരിക്കയ്ക്കു പുറത്തുള്ള രണ്ടും മൂന്നും ലോകരാജ്യങ്ങളിലെ ഉത്പാദനച്ചെലവ് അമേരിക്കയുടേതി നേക്കാൾ 50-60 ശതമാനം കുറവായതിനാലാണ്. നമ്മൾ നിർമ്മിക്കുന്ന സോഫ്റ്റ്വെയറുകൾ വില കുറയുന്നതിന്റെ കാരണം നമ്മൾക്കിത്രയേ ആവശ്യമുള്ളൂ എന്നതുകൊണ്ടാണ്. നമ്മുടെ ജീവിത നിലവാരം കുറയു ന്നതു കൊണ്ടാണ്. നമ്മുടെ ജീവിതനിലവാരം കുറയുന്നതുകൊണ്ടാണ് നമ്മുടെ ഉത്പന്നങ്ങൾക്കും വിലകുറയുന്നത്. വേറൊരു കാരണവുമില്ല കണ്ടെത്താൻ. അങ്ങനെ നമ്മുടെ ഈ ജീവിതനിലവാരം നിലനിർ ത്തിക്കൊണ്ട് മറ്റുള്ളവർ ആദായമുണ്ടാക്കുക എന്നുള്ള മുതലാളിത്ത പ്രവർത്തനമാണ് നമ്മൾ ചരക്ക് കയറ്റി അയക്കുമ്പോഴും ഇറക്കുമതി ചെയ്യുമ്പോഴും ഉണ്ടാവുന്നത്.

പുതിയ തലമുറയോട്

ആരോ തരുന്ന ലൈഫ് പാറ്റേൺ (ജീവിതരീതി) സ്വീകരിക്കുക എന്നതിലുപരി നമ്മുടെ ജീവിതത്തെപ്പറ്റി വ്യക്തമായ ഒരു ധാരണയുണ്ടാകണം. വിദ്യാർത്ഥികളും യുവത്വങ്ങളും ചോദിക്കേണ്ട ഒരു ചോദ്യം who set the agenda? എന്നതാണ്. എന്റെ ജീവിതം ആരാണു പ്ലാൻ ചെയ്തിരിക്കുന്നത്. അത് പ്ലാൻ ചെയ്യുവാനുള്ള എന്റെ അവകാശം ആരാണു തിരിച്ചെടുക്കുന്നത് എന്നുള്ള ചോദ്യം അനിവാര്യമാണ്. എല്ലാതരത്തിലും എന്റെ പ്രവർത്തനങ്ങൾ എന്റെ വിശ്വാസങ്ങൾ, ഞാൻ ജീവിക്കുന്ന ലോകം ഇതൊക്കെ നിങ്ങൾ ഉണ്ടാക്കിയിരിക്കുന്നതാണോ എന്നു കൂടി ചോദിക്കേണ്ടതാണ്. അങ്ങനെയുള്ള അവകാശങ്ങൾ മുഴുവൻ പിടിച്ചെടുത്ത് ഞാൻ ഏതോ മുൻകൂട്ടി നിർമ്മിക്കപ്പെട്ട ആവശ്യത്തിനുവേണ്ടിയുള്ള ഉപകരണമാണെന്ന് വരുത്തിത്തീർക്കുന്ന അവസ്ഥയെയാണ് അപമാനവീകരണം എന്നുപറയുന്നത്. അങ്ങനെ മനുഷ്യന്റെ ഇനീഷ്യേറ്റീവ് നഷ്ടപ്പെടുന്നു. നമ്മളറിയാതെ തന്നെ നാം ഇതു പോലെയുള്ള ഒരോ പ്രവർത്തനങ്ങൾക്കുള്ള ആളുകളാണ് എന്നും അവർ നേരത്തേ തീരുമാനിച്ചിട്ടുള്ള ടെക്നോളജിക്കൽ ലോകമാണ് ലോകത്തിൽ ഏറ്റവും നല്ലതെന്നുമുള്ള മുഴുവൻ ശരിയല്ലാത്തൊരു കാരണം. Technology in destiny എന്നുള്ള ആശയമാണ്. We don't accept the verdity of technology as destiny അതായത് സാങ്കേതികമായിട്ടൊരു വളർച്ചയുണ്ടായാൽ അത് നമ്മുടെ തലയിലെഴുത്താണെന്നല്ല നമ്മൾ തീരുമാനിക്കേണ്ടത്. അത് ഉപയോഗിക്കണമോ വേണ്ടയോ എന്ന് തീരുമാനിക്കേണ്ടത് നമ്മളാണ്. വിഷം കണ്ടുപിടിച്ചാൽ അത് എല്ലാവരും സമമായിട്ട് ഷെയർ ചെയ്ത് കുടിക്കണം എന്നല്ല തീരുമാനിക്കേണ്ടത്. വിഷം കഴിയുന്നിടത്തോളം കുടിക്കരുത് എന്നാണ് തീരുമാനിക്കേണ്ടത്. ഡയനാമൈറ്റ് കണ്ടുപിടിച്ചയാൾ ഡയനാമൈറ്റ് ലോകത്തിന് ആപത്താണെന്ന് കണ്ട് നോബൽ സമ്മാനം ഏർപ്പെടുത്തുകയാണ് ചെയ്തത്. ഇതുപോലെ സാങ്കേതികകാര്യങ്ങളിൽ ഡാം കണ്ടുപിടിച്ചു എന്നതുകൊണ്ട് അതു നിർമ്മിച്ച് വെള്ളത്തിന്റെ ഒഴുക്ക് തടയണം എന്ന് നിർബന്ധമില്ല എന്ന് മേധാപട്കർ പറയുന്നതിന്റെ അർത്ഥം അതാണ്. വെള്ളം തടഞ്ഞുനിർത്തുക എന്നുള്ളത് ഒരു സാങ്കേതിക കൗശലമാണ്. ഇതുകൊണ്ട് ദോഷമുണ്ടായാൽ അത് ഉപേക്ഷിക്കുക. നമ്മുടെ ലോകം നിർമ്മിക്കുവാനുള്ള നമ്മുടെ അവകാശം ആരോ കവർന്നെടുക്കാനും അറിവില്ലാത്തവർ നമ്മെ ഭരിക്കാനും അനുവദിച്ചുകൂടാ എന്നുള്ളതാണ് വാസ്തവത്തിൽ വേണ്ടത്. ഇത് ഐ.ടി യുഗത്തിന്റെ കാലമാണെന്നു പറയുമ്പോൾ ഈ കാലം ആരാണ് ഉണ്ടാക്കുന്നത് എന്ന് നമുക്ക് തിരിച്ചു ചോദിക്കാൻ സാധിക്കണം. ആരെങ്കിലും

ഉണ്ടാക്കിയിട്ട് നമുക്ക് തരുന്നതാണോ കാലം, അതോ നമ്മൾ കൂടിച്ചേർന്ന് ഉണ്ടാക്കുന്നതാണോ കാലം എന്ന് നമ്മൾ മനസ്സിലാക്കണം. ഐ.ടി യുഗം എന്നുപറഞ്ഞാൽ യുഗത്തിന്റെ സ്രഷ്ടാവ് മനുഷ്യനാണ് എന്ന ബോധത്തിലേക്ക് തിരിച്ചുവരുവാൻ എത്ര ചെറുതായിട്ട് പ്രവർത്തിക്കുക എന്നതാണ് വാസ്തവത്തിൽ ഒരു യുഗത്തിന്റെ കടമ. കാരണം അവർക്ക് ജീവിക്കേണ്ടത് വരാനിരിക്കുന്ന ലോകത്താണ്. ഒരു പൊല്യൂറ്റഡ് ലോകത്തിലല്ല ജീവിക്കേണ്ടത് എന്നുള്ളതുകൊണ്ട് നിങ്ങൾക്ക് പുക വിടാനുള്ളതല്ല ആകാശം എന്ന് നിങ്ങൾ പറയണം. ഇതിനെ വേണമെങ്കിൽ അപരബോധം അല്ലെങ്കിൽ an utter conciousness എന്നുപറയാം. ഇത് ഒരുതരം വികാസമാണ്. ഒരേ സമയത്ത് അതിന്റെ വിപരീത ഫലവും ഉണ്ടാകും, നഗരവൽക്കരണം ചേരികളെ ഉണ്ടാക്കും. നമുക്ക് വേണ്ടത് ചേരിയും നഗരവുംകൂടിയുള്ള ഒരു ജീവിത മല്ല വാസ്തവത്തിൽ ചേരിയില്ലാത്തൊരു ജീവിതമാണ്. അതായത് ഒന്നാം ലോകത്തിന്റെ കുപ്പയിടാനുള്ളതല്ല മൂന്നാം ലോകം എന്നുള്ള ആശയം നമ്മൾ തിരസ്കരിച്ചതുപോലെ, ഇതിപോലുള്ള മേലാളന്മാരെ കൊണ്ടുനടക്കാനുള്ള ചുമതല നമ്മുടേതാണെന്ന് നമ്മൾ അംഗീകരിക്കുന്നില്ല എന്ന് നമ്മൾ പറയണം. So we have the right to choose our lives and to create our own lives. ഒരു സ്വന്തം ജീവിതമുണ്ടാക്കുവാനുള്ള, ജീവിതം സ്വീകരിക്കുവാനുള്ള അവകാശം ആരോ ഉണ്ടാക്കിയിട്ടുള്ള ജീവിതം സ്വീകരിക്കുവാനുള്ള അവകാശമല്ല നമുക്കുള്ളത്. ഇതിന്റെയർത്ഥം സാങ്കേതികവിദ്യയെ തിരസ്കരിക്കണം എന്നുള്ളതല്ല മറിച്ച് നല്ലവമാത്രം സ്വീകരിക്കുകയും ദോഷഫലം ചെയ്യുമെന്ന് തോന്നുന്നത് നാം തിരസ്കരിക്കുകയും വേണം എന്നാണ്.

തയ്യാറാക്കിയത്: സെന്റ്പോൾസ് കോളജ് കളമശ്ശേരി, മാഗസിൻ കമ്മിറ്റി.

സമ്പാദകൻ: അനസ്. സി.എ.

സംസ്കാരത്തിന്റെ വീട്

മാമ്പഴം പ്രസിദ്ധീകരിച്ചിട്ട് ഇപ്പോൾ എഴുപത് വർഷമാകുന്നു. ഒരു കവിതകൊണ്ട് ഒരു ജനതയെ കീഴടക്കിയ മറ്റൊരാൾ ചങ്ങമ്പുഴ മാത്രമാണ് കേരളത്തിൽ. 'മാമ്പഴം' കരയാത്ത കണ്ണുകളെ കരയിക്കുകയും കവിതയെ എല്ലാവരുടേയും അനുഭവമാക്കിത്തീർക്കുകയും ചെയ്തു. എത്രവേഗത്തിലാണ് പണ്ഡിതന്മാർ ചരിത്രം മറന്നുപോകുന്നത്.

ഞങ്ങൾ ഒരു സന്ധ്യക്ക് കലൂരിലുള്ള വീട്ടിൽ ചെല്ലുമ്പോൾ വൈലോപ്പിള്ളി തുണിയലക്കി നീലത്തിൽ മുക്കുകയായിരുന്നു. വളരെ പതുക്കെ അത് മുഴുവനാക്കിയിട്ടേ കവി തിരിഞ്ഞുനോക്കിയുള്ളൂ. അത്രയും ശ്രദ്ധ കവിതയിലും ഉണ്ടായിരുന്നു. പായും കുടയും നെയ്യുന്ന പാണന് പാട്ടിലും ഏകാഗ്രതതന്നെ. ഒരനുഭവത്തേയും അദ്ദേഹം വെറുതെവിട്ടിരുന്നില്ല. അതുകൊണ്ടാണ് ഒരു എണ്ണപ്പുഴുവിനെ കവിതയിൽ ഇഴഞ്ഞുകടക്കാൻ വിട്ടത്. അങ്ങനെയാണ് തന്റെ വീട്ടുകാര്യത്തിൽ വൈലോപ്പിള്ളിയുടെ പരിവർത്തനം കണ്ടത്. പാത്തുമ്മയുടെ ആട് മനുഷ്യന്റെ കുടുംബ കഥയായതുപോലെ 'കുടിയൊഴിക്കൽ' ചരിത്രത്തിന്റെ കാലപ്പകർച്ചയുടെ ഗാഥയായിത്തീർന്നു- വിപ്ലവത്തിന്റെ ആർക്കിയോളജി. വീണ്ടുമൊരിക്കൽ കലൂരിലെ വീട്ടിലെത്തി. അത് രാവിലെ ആയിരുന്നു. കൂടെയുള്ള പത്രാധിപർക്ക് കവിത വേണം. പുതിയതൊന്നും ഇല്ല. ഒരു പരിഭാഷയിൽ ഒത്തുതീർപ്പായി.

പ്രാതലിനു രണ്ടു കാക്കയെ തരാം. തിന്നാനല്ല കാണാൻ. കാക്കച്ചന്തം കാലത്ത് നല്ലതാണ്. സർക്കാരധ്യാപകനായ കവി ചൂളമടിച്ചപ്പോൾ രണ്ടു കാക്ക പറന്നു മുറ്റത്തെ മാവിൻകൊമ്പിൽ വന്നിരുന്നു.

"കാക്കേ വന്നിത് തിന്നോളൂ ഹാ
കാണുവതെന്തേ നിൻ കൊക്കിൽ
അരിയൊരു ചമ്പകമലരോ കൊള്ളാം
നന്ദികുറിക്കാനായിട്ടോ"

ഇപ്പോൾ കവിയുടെ പേര് അമ്മാളു എന്നാണ്. കാക്കയുടെ കൂട്ടുകാരി. കാക്കയുടെ കവി. ഇരുളിൽ വെളിച്ചം കാണുന്നവൻ. ഉറക്കത്തിൽമാത്രം കിനാവ് കാണുന്നവൻ. 'രാത്രി കവിതയുടെ കാലമാകുന്നു' എന്ന് വൈലോപ്പിള്ളി പിന്നീടെഴുതി. കണ്ണുകെട്ടിയാലേ കണ്ണുകാണൂ എന്നും.

"നീ ഞങ്ങളെക്കൺ കെട്ടിയടുപ്പിച്ച്
കാണിച്ച പരസ്പരം"

ജന്മംകൊണ്ട് ജന്മിയായാലും കൊയ്ത്തു പാടത്താണ് ജീവിതം വിളയുന്നതെന്നും കൊയ്ത്തു പായിലാണ് വാർത്തകൾ വിരിയുന്നതെന്നും പണിയുടെ തിരക്കിനിടയിൽ തിരിഞ്ഞുനിന്നുള്ള എത്തിനോട്ടമാണ് പ്രണയവും കവിതയും എന്നും, വീണ്ടും കണ്ടെത്തിയ കവിയായി തന്നു വൈലോപ്പിള്ളി. ഒരു സംസ്കാരത്തിന്റെ സങ്കീർണ്ണ സ്മരണ. ആംഫീബിയൻ ദർശനം- ചീവിടിന്റെ പാട്ട്.

മലയാളത്തിന്റെ ഓർമ്മയിൽ കുടിവെക്കുവാൻ ഈ പാണന് സംസ്കൃതി ഭവനത്തിന്റെ ഉപസർഗ്ഗമാകേണ്ടതില്ല. 'ആരാണ് ആളുകളെക്കൊണ്ട് പാപം ചെയ്യിക്കുന്നത്"?.

സംസ്കാരത്തിന്റെ ഗ്രാഫ്

നവോത്ഥാനകാലത്തിലൂടെ കടന്നുവന്നതുകൊണ്ട് കേരളീയർക്ക് സംസ്കാരത്തിന്റെ ശക്തിയെക്കുറിച്ച് വലിയ പ്രതീക്ഷകളും വിശ്വാസവും ഉണ്ടായിത്തീർന്നു. ദൈവം, വിദ്യ, യുക്തി എന്നിവയെല്ലാമടങ്ങുന്ന സാംസ്കാരിക മണ്ഡലത്തെ അട്ടിമറിച്ചുകൊണ്ട് പുതിയ ലോകം സൃഷ്ടിക്കാം എന്ന ഉറപ്പ് നവോത്ഥാനത്തിന് ഉണ്ടായിരുന്നു. വിദ്യ വിമോചനമാണ് എന്നും വിദ്യകൊണ്ട് അമൃതം ഭക്ഷിക്കാമെന്നും ഇന്ന് ആരും പറയുന്നില്ല. എങ്കിലും അന്ന് അത് നിഷേധിക്കപ്പെട്ട എന്തിന്റെയോ തിരിച്ചുപിടിക്കലായി തീർന്നിരുന്നു. സംസ്കാരം വിധ്വംസകവും സർഗാത്മകവുമായ ചരിത്രപ്രവർത്തനം തന്നെയായിത്തീർന്നു. സാഹിത്യമടക്കമുള്ള സാംസ്കാരിക മണ്ഡലങ്ങൾക്ക് അവയേക്കാൾ കവിഞ്ഞ പ്രാധാന്യം ഉണ്ടായിത്തീരുകയും ചെയ്തു. ഞങ്ങൾ ഋഷികളാണ് എന്ന് സ്വകാര്യമായിട്ടെങ്കിലും അന്ന് കവികൾ കരുതിയിരിക്കണം. നഷ്ടമഹത്ത്വങ്ങൾ തിരിച്ചുപിടിക്കുക, ചങ്ങലകൾ പൊട്ടിക്കുക, നെല്ലും പുല്ലും തിരിച്ചറിയുക, നവലോകത്തിന്റെ പുലരിക്കു കാത്തിരിക്കുക എന്നിവ ലക്ഷ്യങ്ങളായിരുന്നു നവോത്ഥാനത്തിന്റെ അജണ്ടയിൽ. അതുകൊണ്ട് സാംസ്കാരികപ്രവർത്തനം കാലത്തെ മുന്നോട്ടുനയിക്കുന്ന പ്രവർത്തനമായി പെരുമ നേടുകയും ചെയ്തു.

സാംസ്കാരിക പ്രവർത്തനത്തിൽ നിന്നോ, അതിന്റെ ഭാഗമായ സാഹിത്യത്തിൽനിന്നോ ഇപ്പോൾ അത്രയൊന്നും പ്രതീക്ഷിക്കാവുന്നതല്ല. അടുക്കളയിൽനിന്ന് അരങ്ങത്തേയ്ക്ക്, നിങ്ങളെന്നെ കമ്മ്യൂണിസ്റ്റാക്കി എന്നീ നാടകങ്ങൾ നിർവ്വഹിച്ച ദൗത്യം പുതിയ നാടകങ്ങൾക്ക് അപ്രാപ്യമാണ്. അവയുടെ സൗന്ദര്യശില്പങ്ങൾ സാംസ്കാര വ്യവസായത്തിന്റെ ഒരു ഭാഗമായി തീരുന്നതേയുള്ളൂ. ഉപയോഗിക്കാത്ത ആയുധം അരയിൽ തൂങ്ങുന്ന അലങ്കാരമാകും. അവയെ കൂടുതൽ ശില്പമനോഹരമാക്കാനേ നമുക്കു കഴിയൂ. അതുകൊണ്ട് സാങ്കേതികമായി മികച്ചതും ഫലത്തിൽ

വളരെ കുറഞ്ഞതുമായ സാംസ്കാരികോത്പന്നങ്ങളുടെ ഒരു വിപണി തനിയെ ഉണ്ടായിത്തീരുന്നു. സമ്മാനങ്ങൾ കൊണ്ടും വില്പന കൊണ്ടും ഉത്പന്നങ്ങൾ വാഴ്ത്തപ്പെടുകയും ചെയ്യുന്നു. എതിർപ്പിന്റെ പരാജയകൃതികൾ കുറയുന്നു എന്നു മാത്രമല്ല, അവയുടെ ഫലം വളരെ പരിമിതമായിരിക്കുകയും ചെയ്യുന്നു.

ഇപ്പോൾ കലയുടെ മുഖ്യപ്രയോജനം ആഘോഷമാണ്. എന്തിന്റെയെങ്കിലും അനുബന്ധമായി ഇരിക്കുകയാണ്. സംസ്കാരത്തിന്റെ ഈ വേലിയിറക്കത്തിൽ ആക്രമിച്ചുകൊണ്ടിരിക്കുന്നതിനു പകരം കലകൾ പിൻവാങ്ങുകയാണ് ചെയ്യുന്നത്. ചിത്രത്തിനും സംഗീതത്തിനും സാഹിത്യത്തിനും വിറ്റഴിക്കപ്പെട്ട് നിഷ്ഫലമാകാനുള്ള സാദ്ധ്യത വളരെ വർദ്ധിച്ചിരിക്കുന്നു. മറ്റു ജീവിതങ്ങളെ തൊടാതെ അവയ്ക്കിന്ന് സുഖമായി ജീവിക്കാൻ കഴിയും. സുഖകരമായ ഒരു ദാസ്യം നമ്മെ പതുക്കെ പൊതിഞ്ഞുകൊണ്ടിരിക്കുന്നു.

ജനുവരി 2007

സംസ്കാര വ്യവസായം

ജീവിതാസ്വാദനരീതികളിൽ ഒരു സാർവത്രികത വന്നുപെട്ട കാലമാണ് നമ്മുടേത്. ഒന്നും രഹസ്യമല്ല. വൈവിധ്യങ്ങളും വൈരുധ്യങ്ങളും വ്യക്തമായി തെളിഞ്ഞുകാണാവുന്ന കാലം. ഒരേ സർക്കാരിന് കീഴെ ജോലിചെയ്യുന്നവരെ ഗസറ്റഡ് എന്നും നോൺഗസറ്റഡ് എന്നും വേർതിരിക്കുന്ന അവസ്ഥ ജാതീയതയുടെ വേർതിരിവു പോലെതന്നെയാണ്. ഒരു കാലത്ത് ഇവിടെ സിനിമാ തിയേറ്ററിൽ ഗസറ്റഡ് ഉദ്യോഗസ്ഥർക്ക് അക്കൗണ്ട് പോലും ഉണ്ടായിരുന്നു. ഇന്ന് അങ്ങനെയൊന്നില്ല. അധ്യാപകർക്കും ഗസറ്റഡ് ഉദ്യോഗസ്ഥർക്കും ഇന്നാരും ആ സൗകര്യം ചെയ്തു കൊടുക്കില്ല. വ്യവസായസമുദായത്തിൽ സ്ഥാനങ്ങളല്ല സമ്പത്താണ് പ്രധാനം. അത് കടന്നുചെന്നിട്ടില്ലാത്ത ഒന്നാണ് സംസ്കാരം എന്നതാണ് നാം വിശ്വസിച്ചു പോന്നത്. എന്നാൽ ഇന്ന് ഇന്ത്യയിൽ ഏറ്റവും വലിയ വ്യവസായം സംസ്കാരമായി മാറിയിരിക്കുന്നു. സാംസ്കാരിക അടയാളങ്ങൾ നാടിനെ അടിമപ്പെടുത്താനുള്ള ഉപാധിയായിത്തീർന്നിരിക്കുന്നു.

മുതലാളിത്തം ജനങ്ങളുടെ വികാരങ്ങളെയും വിചാരങ്ങളെയും ആഗ്രഹങ്ങളെയും വില്പനച്ചരക്കാക്കുന്നു. വിശപ്പിനെയല്ല നാവിനെയാണ് അവർ കൈകാര്യം ചെയ്യുന്നത്. നാവിനെ പ്രലോഭിപ്പിക്കുക, കൊതിപ്പിക്കുക, വാങ്ങിപ്പിക്കുക എന്ന രീതിയാണ് അവർ പുലർത്തിപ്പോരുന്നത്. വ്യവസായസമുദായത്തിന്റെ കാലംവരെ എല്ലാവരും ഭക്ഷണം കഴിച്ചിരുന്നത് ഒരേ തരത്തിലുള്ള പാത്രത്തിലാണ്. കറിയെടുത്തിരുന്നത് മരത്തിന്റെ പാത്രത്തിലാണ്. പക്ഷേ പെട്ടെന്നൊരു ദിവസം ചെമ്പ് വരുന്നു, അലൂമിനിയം വരുന്നു, പ്ലാസ്റ്റിക്ക് വരുന്നു, പാത്രങ്ങളുടെ രൂപമെല്ലാം മാറുന്നു. പാത്രങ്ങൾ മാറ്റാം എന്നു വരുന്നു. ഭക്ഷണത്തിലും വസ്ത്രത്തിലും ആചാരത്തിലും ഉള്ള പാരമ്പര്യം മുഴുവൻ നശിപ്പിക്കുന്നത് മാറ്റമാണ് സത്യമെന്ന പുതിയ യാഥാർഥ്യം കൊണ്ടുവന്നിട്ടുള്ളത് ഈ

വ്യവസായ സമുദായമാണ്. ടെലിവിഷൻ സംസ്കാ രവ്യവസായത്തിന്റെ വലിയ ഉദാഹരണമാണ്. ഇതിൽ പരിപാടികൾ സ്പോ ൺസർ ചെയ്യുന്നവർ യഥാർഥത്തിൽ നമ്മളെ വിലയ്ക്കെ ടുക്കുകയാണ്. എത്ര എപ്പിസോഡിൽ നമ്മെ കൊണ്ടുപോവണമെന്ന് അവർക്ക് അറിയാം. അനുഭവങ്ങളെല്ലാം എപ്പിസോഡുകളായി നമ്മെ ആഹരിച്ചുകൊണ്ടേയിരി ക്കുകയാണ്. നാം അറിയാതെ നമ്മുടെ അഭിരുചി കൾ മാറ്റിമറിക്കുകയാണ്. കലയ്ക്കും വിദ്യാഭ്യാസത്തിനും വ്യാവസായിക മായ ഉന്നമനം കിട്ടിയിരിക്കു കയാണ്. ഒരു പോസ്റ്റർ നിങ്ങൾ വരച്ചാൽ അത് വിൽക്കാനുള്ള സാധ്യത തെളിഞ്ഞിരിക്കണം. പോസ്റ്ററടിക്കുമ്പോൾ രണ്ടായിരമോ രണ്ട് ലക്ഷമോ മാത്രമേ അടിക്കാൻ പറ്റുകയുള്ളൂ. എന്നാലേ ലാഭമുണ്ടാവുകയുള്ളൂ രണ്ടുലക്ഷം അടിക്കണമെന്നും അവ വിൽക്കണമെന്നും അങ്ങനെവിൽക്കാ ൻ പാകത്തിനുള്ള പോസ്റ്ററുകൾ ഉണ്ടാക്കണ മെന്നും അങ്ങനെ ഉണ്ടാക്കാൻ കഴിയുന്ന ആൾ അംഗീകരിക്കപ്പെട്ട കലാകാരനാണെന്നുമുള്ളത് മാത്രമാണ് വ്യവസായയുഗത്തിൽ ഒരു കലാകാരന്റെ സ്വാതന്ത്ര്യം. ജാതിയുടെ പേരിൽ, വ്യക്തിയുടെ പേരിൽ, പ്രസ്ഥാനത്തിന്റെ പേരിൽ എത്ര വിദ്യാഭ്യാസ സ്ഥാപ നങ്ങളാണെന്ന് ഓർത്ത് പറയാനാവില്ല. നഷ്ടമില്ലാത്ത വ്യവസായം വിദ്യാഭ്യാസവും നഷ്ടം മാത്രമുള്ള വ്യവസായം കൃഷിയും ആയിത്തീർന്നിരിക്കുന്നു. വിദ്യാഭ്യാസത്തിന്റെ ഒരു പ്രത്യേകത അതൊരു മുടക്കുമുതലും വേണ്ടാ ത്ത ഒരു വ്യവസായമാകുന്നു എന്നതാണ്.

വ്യവസായസംസ്കാരത്തിലെ ഉദാരവൽക്കരണം രോഗത്തെയും പിടികൂ ടിയിരിക്കുന്നു. വൈദ്യശാലയ്ക്ക് പകരം സൂപ്പർ സ്പെഷ്യാലിറ്റി ആശുപ ത്രികളാണിവിടെ ഉയർന്നു വരുന്നത്. തുമ്മലിനെ രാജകീയ തുമ്മലാക്കുകയാ ണ്. ഇങ്ങനെ മഹാന്മാരുടെ തുമ്മൽകൊണ്ട് ചരിത്രം മാറുന്നു എന്ന് നമ്മെ തെറ്റിദ്ധരിപ്പിക്കുന്നു. ആയുർവേദം ഇന്നൊരു നല്ല വ്യവസായമായി മാറിയിരി ക്കുന്നു. ചികിത്സയുടെ മുതലാളിമാർ രോഗത്തെ നിയന്ത്രിക്കുകയും ഒരു രോഗിക്കും മരുന്നിനെക്കുറിച്ച് ആലോചിക്കുവാൻ അവകാശമില്ലെന്നും വ്യ ക്തമാക്കിയിരിക്കുകയാണ്. മുതിർന്നവരെ കുട്ടികളെപ്പോലെതന്നെ ചികിത്സി ക്കണമെന്നാണ് അവരുടെ പക്ഷം. മുതിർന്നവർക്ക് തേക്കുവാനുള്ള ഒന്നായി തീർന്നിരിക്കുന്നു ബേബി ഓയിലുകൾ. ഇന്ദ്രിയാനുഭവത്തെയാണ് കാര്യമാ യും വ്യവസായം പിടിച്ചെടുത്തിരിക്കുന്നത്.

എല്ലാം സ്വാശ്രയത്തിലേയ്ക്ക് ഒടുങ്ങുന്ന ഒരു സമ്പദ്വ്യവസ്ഥ സൃഷ്ടിക്കുവാൻ നാം ശ്രമിച്ചുകൊണ്ടിരിക്കുകയാണ്. വാസ്തവത്തിൽ നമ്മുടെ സ്വാ ശ്രയപദ്ധതികളെല്ലാം പരാശ്രയപദ്ധതികളാണ്. തന്നെത്തന്നെ ആശ്രയിച്ചു ള്ള ഒരു നിലനിൽപ്പ് ആർക്കുമില്ലെന്ന് നാം അറിയുന്നേയില്ല.

സ്വകാര്യവൽ ക്കരണത്തിന്റെ ഏറ്റവും വലിയ ഗതികേട് അത് മനുഷ്യ ന്റെ സ്വകാര്യതയെ നശിപ്പിക്കുന്നു എന്നതാണ്. ഇതൊരു വിപരീത സംസ്കാര മാണുണ്ടാക്കു ന്നത്. മുതലാളിത്തം എക്സറേ പോലെ ശരീരഭാഗങ്ങളിലും മന:ശാസ്ത്ര ജ്ഞനെപ്പോലെ മനസ്സിലും പ്രവേശിക്കുന്നു. ഒറ്റയ്ക്കൊറ്റയ്ക്ക് സ്നേഹിക്കു ക എന്നത് കൂട്ടമായി സ്നേഹിക്കുക, കൂട്ടമായി തുള്ളുക, കൂട്ട മായി ചുംബി ക്കുക എന്നായി മാറി. ഏകാന്തത എന്ന ഒന്ന് മുതലാളിത്ത ത്തിൽ ഇല്ലാതാ യിരിക്കുന്നു. ഇതൊരു ചെറിയ കാര്യമെന്ന് തോന്നാമെങ്കിലും അത്ര ചെറുതല്ല എന്ന് കരുതേണ്ടിയിരിക്കുന്നു. കച്ചവടത്തിനുമപ്പുറം വികാരത്തി ന്റെ, സ്നേഹത്തിന്റെ തലങ്ങൾ കാണുന്നവർ ഉണ്ടാവണം. അക്ബറും അശോകനുമല്ല, തെരുവിലെ കുശവനും ആശാരിയുമാണ് ചരിത്രം രചിച്ചതെ ന്ന സത്യം തിരിച്ചറിയണം. വാഷിങ്ങ്മെഷീൻ അല്ല, ഉടുമുണ്ടാണ് വേണ്ട തെന്ന യാഥാർത്ഥ്യം നമ്മൾ മനസ്സിലാക്കണം. വികസനകാഴ്ചപ്പാട് ഇവിടെയാണ് കടന്നുവരേണ്ടത്.

ജൂൺ 1996

സംസ്കാരവും പാവങ്ങളും

'ആരാണ് പൊരുതുന്ന ബുദ്ധിജീവികളെ പാവങ്ങളിൽനിന്നകറ്റിയത്?' എന്ന രൂക്ഷമായ ചോദ്യം രണ്ട് വർഷം മുമ്പ് ഉന്നയിച്ചത് ഡേവിഡ് എഡ്ഗർ എന്ന നാടകമെഴുത്തുകാരനായിരുന്നു. ജീവിതത്തിന്റെ പൊതുവൃത്തത്തിൽ സാംസ്കാരികാംശം ഏറിവരുന്തോറും അത് അധികമധികം അരാഷ്ട്രീയവത്കരിക്കപ്പെടുകയും പൊതുവിപണിയുടെ വിലയുടെ ഒരിനമായി മാറിക്കൊണ്ടിരിക്കുകയും ചെയ്യുന്നു. കല ഇന്ന് ദരിദ്രവാസികളുടെ വിലാപമല്ല; വിനോദവ്യവസായത്തിലെ ഉത്പന്നമാണ്. കിട്ടാവുന്ന കേളികൾകൊണ്ടെല്ലാം ആൾക്കൂട്ടത്തെ മയക്കുകയും മയങ്ങുകയുമാണ് വേദനകളെ മറികടക്കുവാനുള്ള വഴിയെന്ന് വരുത്തിത്തീർത്തുകൊണ്ട് പ്രതിരോധത്തെയും ഒരു വേദനസംഹാരിയാക്കി മാറ്റിയിരിക്കുന്നു. അലങ്കാരമായി തൂങ്ങുന്ന ഉടവാളുകൾ. ലാവണ്യ വ്യവസായത്തിന്റെ അനുബന്ധമായി മാറുവാൻ വിപ്ലവത്തിന് കഴിയുമോ?

കടക്കെണിയെക്കുറിച്ചും മറ്റ് സാമൂഹ്യ പ്രതിസന്ധികളെക്കുറിച്ചും ഉത്കണ്ഠ ഇല്ലാതെയാവാൻ സാംസ്കാരിക പ്രവർത്തകർക്ക് കഴിയുന്നതെന്തുകൊണ്ട്? ജീവിതത്തെ കളിയാക്കുന്ന, പ്രത്യയശാസ്ത്രത്തെ അലിയിച്ചുകളയുന്ന ഉത്തരാധുനികഔദാര്യം മാത്രമായി നമ്മുടെ പ്രവർത്തനങ്ങൾ വളരുകയാണോ? കടൽവെള്ളത്തിന്റെ ഉപ്പ് ഊറ്റിയെടുത്ത് ശുദ്ധജലമാക്കി ശുദ്ധകലയാക്കി മാറ്റുന്നതും തിരമാലകളെ സമചിത്തരാക്കിത്തീർക്കുന്നതും ഏത് മാസ്മരമാണ്! ഏതാനും ആളുകളുടെ കേവല സാമർത്ഥ്യങ്ങളായി, നല്ലതും ചീത്തയും മാത്രമായി കലയെ വിഭജിക്കുവാൻ പ്രത്യയശാസ്ത്രത്തിന്റെയോ പുരോഗമനത്തിന്റെയോ ഒത്താശ വേണമെന്നില്ല. അപ്പോൾ കല ഒരു വിപണന വസ്തുവായി ത്തീരുന്നു, പ്രസ്ഥാനങ്ങൾ വിനോദയാത്രകളായി വളരുന്നു, ഡീ ലിങ്ക്

ചെയ്ത വാഗണുകളെപ്പോലെ തിരുമുറ്റങ്ങളിൽ നിർലക്ഷ്യമായി ചിതറിക്കിടക്കുന്നു. കാഴ്ചകൾ കാണുകയാണ് കാലത്തെ നയിക്കുകയല്ല നമ്മുടെ ലക്ഷ്യമെന്ന് നാം തന്നെ തീരുമാനിച്ചതുപോലെ.

പുതിയ മുതലാളിത്തം വിതയ്ക്കുന്ന വ്യാമോഹങ്ങളിൽ നിന്ന് പുറത്തു കടക്കുകയും യാഥാർഥ്യത്തെ മുഖാമുഖം കാണുകയും ചെയ്യേണ്ട ചുമതലകൂടി ഇന്ന് കലാകാരനുണ്ട്. അപ്പോൾ മാത്രമേ അവന്റെ വർഗ്ഗപരമായ കടമ നിറവേറ്റപ്പെടുകയുള്ളൂ. സുതാര്യതയിൽ ഒളിഞ്ഞിരിക്കുന്ന ഇരുട്ടുകൂടി കാണാൻ അവന് കഴിയണം. കല വലുതാണെങ്കിലും കലയേക്കാൾ എത്രയോ വലുതാണ് ജീവിതം.

2001 ആഗസ്റ്റ്

സംസ്കാരികരാഷ്ട്രീയവും ആധുനികലോകവും

നമുക്ക് ചുറ്റും ആകർഷകമായ പ്രലോഭനങ്ങളുണ്ട്. നാലുപാടുനിന്നും വരുന്ന ശംഖനാദങ്ങൾ മനുഷ്യന്റെ നിലവിളി കേൾക്കുന്നതിൽനിന്നും നമ്മെ തടയുന്നു. എല്ലാവരും സ്വാതന്ത്ര്യത്തെപ്പറ്റിയാണ് സംസാരിക്കുന്നത്. 'സ്വാതന്ത്ര്യം' ആഘോഷിക്കുന്ന ഈ വേളയിൽ നാമതിന്റെ ഉള്ളടക്കം, അർത്ഥം, പ്രയോജനം, സാക്ഷാത്കാരം എന്നിവയെപ്പറ്റി ചിന്തിക്കാൻ നേരം കിട്ടാത്തവരായിപ്പോകുന്നു. സ്വാതന്ത്ര്യത്തെപ്പറ്റി എല്ലാവരും ശപഥം ചെയ്യുന്നു. ഇന്നത്തെ ആദായകരമായ ഒരു സാംസ്കാരിക വ്യവസായമാണിത് എന്നു നാം മനസ്സിലാക്കുന്നു. സാംസ്കാരിക സ്വാതന്ത്ര്യത്തിനുവേണ്ടി പ്രവർത്തിക്കുന്ന ആഗോളസംഘടനയുടെ പത്രമായ എൻകൗണ്ടറിന്റെ പത്രാധിപന്മാരിൽ ഒരാളായ സ്റ്റീഫൻ സ്പെൻഡർ തൽസ്ഥാനം രാജിവെച്ചത് ആ പത്രം സി.ഐ.എ.യുടെ പണം കൊണ്ടു നിലനില്ക്കുന്നു എന്ന കാര്യം മനസ്സിലാക്കിയിട്ടാണ്. 1940-കളിൽ ഇംഗ്ലീഷ് അറിയാത്തവർക്കുപോലും പരിചിതമായ ഒരു ഗ്രന്ഥമുണ്ടായിരുന്നു - 'പരാജയപ്പെട്ട ദൈവം.' ഇതിന്റെ അർത്ഥം ദൈവം പരാജയപ്പെട്ടത് ഇന്നല്ല, പണ്ടും പരാജയപ്പെട്ടിട്ടുണ്ട് എന്നാണ്. ഒരു ദൈവം പലതവണ മരിച്ചു എന്നു പറഞ്ഞാൽ 'മരിച്ചിട്ടില്ല' എന്നാണർത്ഥം. രാവണനെപ്പോലെ പലതവണ കൊന്നു എന്നുപറഞ്ഞാൽ രാവണൻ മരിച്ചിട്ടില്ല എന്നാണർത്ഥം. സ്വാതന്ത്ര്യപ്രചരണത്തിനുവേണ്ടിയുള്ള പത്രം ഒടുവിൽ കണ്ടെത്തുന്നത് സ്വാതന്ത്ര്യം ഒരു പരിഹാസമാണ് എന്നാണ്. 1947 ആഗസ്റ്റ് 14ാം തീയതി അർദ്ധരാത്രി കിട്ടിയ സ്വാതന്ത്ര്യത്തിന് ചോരയുടെ നിറമായിരുന്നുവെന്ന് കുറേ പേർക്കെങ്കിലും അറിയാമായിരുന്നു. രക്തസാക്ഷികളെ കിടത്തിയാണ് സ്വാതന്ത്ര്യം ആഘോഷിച്ചത്. ഇവിടെയാണ് ഇതിന്റെ പിന്നിലുള്ള ഹാസ്യം

കടന്നുവരുന്നത്. കാത്തിരുന്ന ആളുകൾ പുറത്താവുകയും ഉച്ഛിഷ്ടം ഭക്ഷിച്ചവർ അകത്തിരിക്കുകയും ചെയ്ത ഒരവസ്ഥ സംജാതമായി. 'ഒരേ കൊടി' എന്ന കവിതയിൽ വൈലോപ്പിള്ളി ഈ സത്യം പറഞ്ഞിട്ടുണ്ട്.

സ്വാതന്ത്ര്യം വിശുദ്ധമായ ഒരു പദമല്ലാതെ വരുന്നു. സ്വാതന്ത്ര്യം നമുക്കു മുകളിൽ കെട്ടിത്തൂക്കിയിട്ട ഒരു കാരറ്റ് മാത്രമാണ്. ഒരിക്കലും കടിക്കാൻ കിട്ടാത്തതും നമ്മെ വിഴുപ്പുവണ്ടി വലിപ്പിക്കുന്നതുമായ കാരറ്റ് മാത്രമാണത്. അതുകൊണ്ടാണ് വെളുത്തവരുടെ ആധിപത്യ ത്തിനു പകരം കറുത്തവരുടെ ആധിപത്യമല്ല ഇവിടെ വരേണ്ടത് എന്ന് ഗാന്ധിജി പറഞ്ഞത്. വിനോബഭാവെ തന്റെ 'സ്വരാജ് ശാസ്ത്ര' എന്ന ഗ്രന്ഥത്തിൽ ഭരിക്കുന്നത് എല്ലാവരും ആയിരിക്കണം എന്നു പറയുന്നു. ജയിക്കുന്ന 75 ശതമാനമോ 65 ശതമാനമോഅല്ല എന്നർത്ഥം. ബാക്കി ശതമാനം വിസ്മരിക്കപ്പെട്ടുന്നവരാണ്. അങ്ങനെ വിസ്മരിക്കപ്പെട്ടുന്നു എന്നത് അസുഖകരമായ ഒരു സത്യമാണ്.

സ്വാതന്ത്ര്യം എന്നതിന് പല അർത്ഥങ്ങളുണ്ടാകാം. ഞങ്ങളുടെ ചെറു പ്പകാലത്ത് പട്ടയം ഉള്ളവനും പത്താംക്ലാസ് പാസായവനുമായിരുന്നു തെരഞ്ഞെടുപ്പിൽ വോട്ടുണ്ടായിരുന്നത്. എന്നാൽ എല്ലാ വിഭാഗക്കാർ ക്കും (അവസാനത്തെ ആൾ വരെ) തെരഞ്ഞെടുപ്പിൽ സ്ഥാനമുണ്ടാ കണം എന്ന് ഗാന്ധിജി പറഞ്ഞിരുന്നു. സർവ്വോദയം എന്ന വാക്കാണ് അദ്ദേഹം ഉപയോഗിച്ചത്. സർവ്വോദയം എന്നു പറഞ്ഞാൽ എല്ലാവരു ടേതും എന്നാണർത്ഥം. എല്ലാവർക്കും ജീവിക്കുവാനും ചിന്തിക്കുവാനും പ്രവർത്തിക്കുവാനും കഴിയുന്നിടത്താണ് ജനാധിപത്യം ഉണ്ടാവുക എന്നു മാർക്സ് പറഞ്ഞിട്ടുണ്ട്. എന്നാൽ മറ്റൊരു തരത്തിലുള്ള ജനാ ധിപത്യത്തെപ്പറ്റിയാണ് ഇവിടുത്തെ ജനാധിപത്യവാദികൾ നമ്മോട് പറയുന്നത്. ഹരിജൻ പത്രത്തിൽ ഗാന്ധിജി വനസ്പതി നിരോധിക്കണം എന്ന് പറഞ്ഞു. പത്ത് തലമുറ വനസ്പതി കഴിച്ചാൽ അടുത്ത തലമുറ അന്ധരായിത്തീരും എന്നതാണ് കാര്യം. വനസ്പതിയിൽ വിറ്റാമിൻ എ അടങ്ങിയിരിക്കുന്നു എന്നാണ് ഉത്പാദകർ പറയുന്നത്. എന്നാൽ ഒരു സസ്യത്തിലും വിറ്റാമിൻ എ അതിന്റെ തനിരൂപത്തിൽ ഉത്പാദിപ്പിക്ക പ്പെട്ടുന്നില്ല. 'കരോട്ടിൻ' ആണ് സസ്യത്തിലുള്ളത്. അത് ശരീരത്തിൽ പ്രവേശിച്ചാണ് വിറ്റാമിൻ എ ആവുന്നത്. അപ്പോൾ വനസ്പതിയിൽ വിറ്റാമിൻ എ ഉണ്ട് എന്ന പരസ്യത്തിന്റെ അർത്ഥം അതിൽ മൃഗക്കൊഴു പ്പ് തുടങ്ങിയ വസ്തുക്കൾ കലർന്നിരിക്കുന്നു എന്നാണ്. അതുകൊണ്ടാണ് ഗാന്ധിജി അത് നിരോധിക്കണമെന്ന് പറഞ്ഞത്. അത് ഹൈന്ദവ ജനതയെ അഹൈന്ദവമായ മൃഗക്കൊഴുപ്പ് തീറ്റിക്കുന്നതുകൊണ്ടാ യിരുന്നു. പിന്നീട് വനസ്പതി പച്ചനിറത്തിൽ ഇറക്കുകയുണ്ടായി.

ഗാന്ധിസത്തിന് കുടീരങ്ങൾ നിർമ്മിക്കുകയും വിശ്രമസങ്കേതങ്ങൾ നിർമ്മിക്കുകയുമാണ് നമ്മൾ ചെയ്തത്. ഒരാഴ്ച ഗാന്ധിസവും പിന്നീട് നമ്മുടെ തോന്ന്യാസവും എന്നാണ് ഇന്നത്തെ ഗാന്ധി ശിഷ്യന്മാരുടെ പരിപാടി. ഇതിനാണ് അധരസേവ എന്നു പറയുന്നത്.

വാക്കുകൾകൊണ്ട് ലോകങ്ങളെ ഉണ്ടാക്കി സാംസ്കാരിക മേധാവിത്വം സ്ഥാപിച്ചെടുക്കുന്ന രീതി ഇവിടെയുണ്ട്. അതുകൊണ്ടാണ് പഴയ കാരണവന്മാർ സ്ത്രീകൾ നോവൽ വായിക്കരുത് എന്നു പറഞ്ഞത്. സ്ത്രീകൾ നോവൽ വായിക്കുമ്പോൾ വീട്ടിലെ പാൽ തിളച്ചുമറിയുകയും കഞ്ഞി വെന്തുചീയുകയും കുട്ടികളെ കിണറ്റിൽ നിന്ന് എടുക്കേണ്ടി വരികയും ചെയ്യുന്നു. കൃത്രിമമായ മാനസികലോകം സൃഷ്ടിക്കുന്നതു കൊണ്ടുള്ള കുഴപ്പമാണിത്. അയഥാർത്ഥം യഥാർത്ഥത്തിനേക്കാൾ സ്വാഭാവികമായി തോന്നുക പതിവാണ്. ഉപദേശിക്കുന്ന ആൾക്ക് നമ്മേക്കാൾ കൂടുതൽ അറിയാം എന്ന ഒരു വിശ്വാസം നാം വെച്ചുപുലർത്തുന്നു. അയഥാർത്ഥമായ ആശയം യഥാർത്ഥ്യമാണ് എന്ന തോന്നൽ ഉണ്ടാകുന്നു എന്നർത്ഥം.

വാതം വന്നു കിടപ്പിലായ ആളോട് അതിനുള്ള ചികിത്സയായി പശുവിനെ പോറ്റാനും കാശിക്കു പോകാനും നമുക്ക് പറയാവുന്നതാണ്. വാതരോഗിയോട് മാത്രമേ ഇത് പറയാൻ പറ്റൂ. രോഗാവസ്ഥയിൽ എന്തും ചെയ്യാം എന്നാണ് ഇതിനർത്ഥം. ചികിത്സാമാറ്റം മതംമാറ്റം പോലെ തന്നെയാണ്. ഹോമിയോപതിയിൽനിന്നും ഒരാൾ അലോപ്പതിയിലേയ്ക്കും ആയുർവേദത്തിലേയ്ക്കും മാറുന്നത് ഈ തരത്തിലാണ്. രോഗാവസ്ഥ ആശയവിനിമയത്തിന് പറ്റിയ സന്ദർഭമാണ്. ആശയങ്ങൾ പ്രലോഭനമായും പേടിപ്പിക്കലായും നല്കാവുന്നതാണ്. വിഷകന്യകയും മേനകയും ഈ ആശയവിനിമയത്തിന്റെ രൂപങ്ങളെ കാണിക്കുന്നു. ഒരു ട്രാക്കിലൂടെ പോകുന്ന ലോകത്തെ പല ട്രാക്കിലേയ്ക്ക് മാറ്റുന്ന വിദ്യയാണിത്.

നാരദനേയും കൃഷ്ണനേയും സംബന്ധിക്കുന്ന ഒരു കഥയുണ്ട്. നാരദനും കൃഷ്ണനും കാട്ടിലൂടെ ഒരു യാത്ര പോകുമ്പോൾ കൃഷ്ണന് വല്ലാതെ ദാഹിച്ചു. നാരദൻ വെള്ളമന്വേഷിച്ചുപോയി ഒരു പുഴവക്കിലെത്തി. അവിടെ കുളിച്ചുനിൽക്കുന്ന സ്ത്രീയെക്കണ്ട് നാരദൻ ഭ്രമിച്ചുപോയി. അവരെ വിവാഹം ചെയ്ത് കുട്ടികളുമൊക്കെയായി കഴിയുമ്പോൾ നാരദൻ കൃഷ്ണന്റെ വിളികേട്ടു 'നാരദാ വെള്ളമെവിടാ എന്ന അന്വേഷണം. ഇവിടെ താൻ എത്തിപ്പെട്ട ലോകമല്ല യാഥാർത്ഥ്യം എന്ന് നാരദൻ മനസ്സിലാക്കുന്നു. അതുപോലെ സ്വാതന്ത്ര്യത്തിന്റെ പുഴവക്കിൽ നിൽക്കുന്ന നമ്മുടെ പിന്നിൽ നിന്ന് ദാഹിക്കുന്നവരുടെ വിളി നാം കേൾക്കുന്നു. അപ്പോൾ

മാത്രം വ്യാമോഹങ്ങളിൽ നിന്ന് നാം പിൻവാങ്ങുന്നു. അങ്ങനെയൊരു പിൻമാറ്റം വരാനിരിക്കുന്നതേയുള്ളൂ. എല്ലാ യുദ്ധസാമഗ്രികളും നശിപ്പിക്കും എന്നു പറയുന്ന രാഷ്ട്രങ്ങൾ അങ്ങനെ പറയുന്നത് ലോകസമാധാനത്തിലുള്ള താൽപര്യം കൊണ്ടല്ല സ്വന്തം നിലനിൽപ്പിനെക്കൂടി ആയുധശേഖരം പ്രതികൂലമായി ബാധിക്കുമോ എന്ന പേടികൊണ്ടാണ്. അമേരിക്ക ഇങ്ങനെ പറഞ്ഞാൽ അതാണർത്ഥം. ജാഗ്രത പാലിക്കുക എന്നാണ് ഇവിടെ യഥാർത്ഥത്തിൽ അർത്ഥമാക്കുന്നത്. ഓർക്കാപ്പുറത്ത് ഒരടികൊണ്ടു എന്നു പറഞ്ഞാൽ എനിക്ക് ഒരോർക്കാപ്പുറമുണ്ട് എന്നാണർത്ഥം. ഈ ഓർക്കാപ്പുറങ്ങളെ നിർമ്മാർജ്ജനം ചെയ്ത് എപ്പോഴും ജാഗ്രത പാലിക്കുകയാണ് ആയുധം നശിപ്പിക്കുക എന്ന് പറയുമ്പോഴും അമേരിക്കയെപോലുള്ള രാഷ്ട്രങ്ങൾ ചെയ്യുന്നത്. ലിങ്കന്റെ സ്വാതന്ത്ര്യമല്ല പിന്നീട് വരുന്ന സ്വാതന്ത്ര്യം എന്ന കാര്യം നാം മനസ്സിലാക്കേണ്ടതുണ്ട്.

എല്ലാവിധ ഔദാര്യങ്ങളേയും നാം തിരിച്ചറിയേണ്ടതുണ്ട്. എടുക്കുന്ന പുസ്തകം തിരിച്ചുകൊടുക്കേണ്ടതില്ല എന്ന് ഒരു ലൈബ്രറി പറയുമ്പോൾ അതിലെന്തോ ചതിയുണ്ട് എന്ന് നാം മനസ്സിലാക്കണം. വെറുതെ കൊടുക്കുന്ന കോവിലകത്തെ എണ്ണക്ക് മടി കാട്ടരുത് എന്നു പറയും. പിന്നെ മടിയുണ്ടാവില്ല എന്നാണ് ചൊല്ല്. കെയർ എന്നപേരിൽ നമ്മുടെ കുട്ടികൾക്ക് ലഭിക്കുന്ന ഗോതമ്പ് ഭക്ഷണം അവർക്ക് കൊടുക്കുമ്പോൾ ആരുടെ കേർഓഫിലാണ് അവർ വളരുന്നത് എന്ന് നാം ചിന്തിക്കണം. ചുമലിൽ കൈവെന്നത് സൗഹാർദ്ദത്തിന്റെ പേരിലാകാം. എന്നാൽ ചുമലിൽ കൈവെയ്ക്കു നമ്മെ താഴ്ത്തിക്കളയാനും ആകാം. ഇത് നാം ഉൾക്കൊള്ളേണ്ടതാണ്. പുകയില നൽകി ആദിവാസിയെ മയക്കിയെടുത്തവർ അവന്റെ ഉൾക്കരുത്ത് ചോർത്തിയെടുക്കുകയാണ് ചെയ്തത്. 'ഉപ്പുതിന്നിട്ടും ഉൾക്കരുത്തുണ്ടായില' എന്ന് കവി പാടുകയുണ്ടായി. ഇത് സ്വന്തം ഉപ്പല്ല അപരന്റെ സൗജന്യമാണ്.

നമ്മൾ ചെയ്യുന്ന ദാനത്തിന് പലപ്പോഴും മറ്റൊരു ഉദ്ദേശ്യം കൂടി ഉണ്ടായിരിക്കും. ഗർഭിണിക്ക് ബസ്സിൽ സീറ്റ് ഒഴിഞ്ഞുകൊടുക്കുന്ന പെൺകുട്ടി സ്വർഗ്ഗത്തിൽ തനിക്ക് സീറ്റ് റിസർവ്വ് ചെയ്യുകയാണ് എന്നാണ് കവി പറഞ്ഞത്. നമ്മുടെ മാധ്യമങ്ങളായ പത്രങ്ങളും ടെലിവിഷനും നിരന്തരം അറിവുകൾകൊണ്ട് നമ്മെ മൂടുന്നു. ഇതുകൊണ്ടുണ്ടാകുന്ന ദോഷം അനുഭവം ഇല്ലാതാവുകയും അറിവുകൾ മാത്രം അവശേഷിക്കുകയും ചെയ്യുന്നു എന്നാണ്. ഈ അറിവുകൾ Conducted Tour ന്റെ സ്വഭാവം വഹിക്കുന്നു. മദ്രാസ് നഗരത്തിലേയ്ക്കുള്ള ടൂറിൽ നാം അവിടുത്തെ ഹരിജൻ കോളനികളോ ചേരിപ്രദേശങ്ങളോ

കാണുന്നില്ല. ഇടവും വലവും കാണാൻ കഴിയാത്ത യാത്രയാണിത്. ഇഷ്ടംപോലെ കാണാൻ കണ്ണു ഉപയോഗിക്കാൻ കഴിയാതെ വരുന്നു എന്നതാണ് പ്രശ്നം. അകത്തിരിക്കുന്ന ഭാഗ്യം കാണുകയും പുറത്തിരിക്കുന്ന ദൗർഭാഗ്യം കാണാതിരിക്കുകയും ചെയ്യുന്നു. എന്തുകൊണ്ടാണ് കണ്ണുകെട്ടിയിരിക്കുന്നത് എന്നറിയുകയാണ് മുഖ്യ പ്രശ്നം.

സ്വാതന്ത്ര്യം വിലയ്ക്ക് വാങ്ങുക; ഗഡുക്കളായി എന്ന അവസ്ഥയുണ്ടാകുന്നു. ഹയർ പർച്ചേസ് സിസ്റ്റം ഇവിടെയും വരുന്നു. ടെക്നോളജിയിലെ വിൽപ്പന പോലെയാണിത്. വിദേശരാജ്യങ്ങളിൽ നിന്നും ടെക്നോളജി സ്വീകരിക്കുമ്പോൾ അവർ എല്ലാം പറഞ്ഞുതരുന്നു എന്ന് ഭാവിക്കുകയും ഒരു കാര്യം മാത്രം പറയാതിരിക്കുകയും ചെയ്യുന്നു. ഇത് ഒരു വ്യവസായത്തിലൂടെ ഒരു രാജ്യത്തെ വിലയ്ക്കുവാങ്ങുന്ന രീതിയാണ്. ഇതൊരുതരം മാന്ത്രിക സംസ്കാരമാണ്. എല്ലാം തരികയും ഒരംശംമാത്രം പിൻവലിക്കുകയും ചെയ്യുന്ന അവസ്ഥ. നിലനിൽക്കുന്ന ഈ സാങ്കേതിക കച്ചവടത്തിന്റെ രീതി നാം വൈകി മാത്രമേ മനസ്സിലാക്കുന്നുള്ളൂ.

കമ്മ്യൂണിസ്റ്റ് അല്ലാത്തവരെല്ലാം ജ്ഞാനികളായി തീർന്നിരിക്കുന്നു. ഗോർബിയുടെ മാറ്റങ്ങൾ കണ്ടറിഞ്ഞവരാണ് ഇപ്പോൾ എല്ലാവരും. കാലം കഴിഞ്ഞിട്ടുള്ള പ്രവചനത്തിന്റെ ആളുകളാണ് എല്ലാവരും. ഒരുതരം പോസ്റ്റമോർട്ടം. ശവങ്ങളെ ചികിത്സിക്കുന്ന സിദ്ധ വൈദ്യന്മാരാണ് എല്ലാവരും. റസ്സൽ പറഞ്ഞത് ഒരേ ഒരു ശത്രു കമ്മ്യൂണിസമാണ് എന്നാണ്. ലോകസമാധാന പ്രസ്ഥാനത്തിന്റെ വക്താവായിരുന്നു റസ്സൽ. കമ്മ്യൂണിസ്റ്റ് പാർട്ടി ഈസ് മൈ എനിമി എന്നു പറഞ്ഞ സി. രാജഗോപാലാചാരി സമാധാനപ്രസ്ഥാനത്തിന്റെ രണ്ടാം നേതാവായിരുന്നു. ഇത് ചരിത്രത്തിലെ ഐറണിയാണ്.

സ്വാതന്ത്ര്യവാദികൾ സങ്കുചിതത്വത്തിന്റെ തൊഴുത്തിലാണിപ്പോൾ. സ്വാതന്ത്ര്യത്തെപ്പറ്റി മാത്രം സംസാരിക്കുന്നവൻ പാരതന്ത്ര്യത്തിൽ എത്തുന്നു എന്നതാണ് ശരി. ഈശ്വരനെപ്പറ്റി ഏറ്റവും കൂടുതൽ ചിന്തിക്കുന്നവർ, എപ്പോഴും മനസ്സിൽ കൊണ്ടുനടക്കുന്നവർ നിരീശ്വരവാദികളാണ്. ഇതാണ് ആശയപരമായി ഐറണി. ഐഡിയലിസം ഭൗതികവാദത്തിൽ തലകുത്തി വീഴുന്ന കാഴ്ച നാം കാണുന്നു. ഈശ്വരൻ ഈ ലോകം ഉണ്ടാക്കി എന്ന് പറയുമ്പോൾ ആ ഈശ്വരനെ ആരുണ്ടാക്കി എന്ന ചോദ്യം ഉത്ഭവിക്കുന്നു. ഇതുപോലെ സ്വാതന്ത്ര്യവാദം കമ്മ്യൂണിസ്റ്റ് വിരോധത്തിൽ തലകുത്തി വീഴുന്നു. കമ്മ്യൂണിസത്തിൽ നിന്ന് എങ്ങനെ രക്ഷപ്പെടാം എന്ന് ചിന്തിക്കുമ്പോൾ പാരതന്ത്ര്യത്തിൽ എത്തിച്ചേരുന്നു.

ഹ്യൂമനിസം എന്ന ചിന്താഗതി ഈ സ്വാതന്ത്ര്യവാദത്തിന്റെ സന്തതിയാണ്. എന്നാൽ ഇത് സാമാന്യബുദ്ധിക്ക് നിരക്കുന്നതല്ല. കാരണം എവിടേയും മനുഷ്യൻ ഒന്നായി ഇരുന്നിട്ടില്ല എന്നതുതന്നെ. മാർക്സ് പറഞ്ഞു: മനുഷ്യൻ എന്നൊന്നില്ല. ചൂഷകനും ചൂഷിതനും മർദ്ദകനും മർദ്ദിതനും മാത്രമേ ഉള്ളൂ. മനുഷ്യനെപ്പറ്റി മാത്രം പറയുക എന്ന് കേൾക്കുമ്പോൾ അത് നിർദോഷമായ ഒന്നായി തോന്നുന്നു. പക്ഷേ അതിൽ ദോഷം മാത്രമേ ഉള്ളൂ എന്നതാണ് ശരി.

മനുഷ്യൻ എന്നും തട്ടുകളാൽ വേർതിരിക്കപ്പെട്ടിരിക്കും. ആര്യന്മാർ വരുന്നതിനുമുമ്പേ ഇവിടെ ചാതുർവർണ്യം ഉണ്ടായിരുന്നു. ഹാരപ്പൻ സംസ്കാരത്തിൽ മൂന്നു നാലു തരം വീടുകളെപ്പറ്റി പറയുന്നുണ്ട്. അതിന്നർത്ഥം ജനങ്ങൾ നാലുതരത്തിലായിരുന്നു എന്നാണ്. രാമായണം എഴുതിയത് ഒരു കാട്ടാളനല്ലേ എന്ന് ചോദിക്കാം. മഹാഭാരതമെഴുതിയ വേദവ്യാസൻ മുക്കുവ സന്തതിയാണ് എന്നും നമുക്കറിയാം. എന്നാൽ രാമായണത്തിൽ തപസ്സനുഷ്ഠിക്കുന്ന ശംബുകനെ വധിക്കുന്ന രാമനെ ന്യായീകരിക്കുന്നുണ്ട്. ബ്രാഹ്മണ മഹത്ത്വം ഘോഷിക്കപ്പെടുകയാണിവിടെ. പ്രാദേശിക രാമായണം എഴുതിയവരെല്ലാം അബ്രാഹ്മണരാണ്. ഈ അബ്രാഹ്മണരെക്കൊണ്ട് ബ്രാഹ്മണരെ സ്തുതിക്കാനുള്ള അവസരമുണ്ടാക്കുകയാണ് ചെയ്തത്. അതിനർത്ഥം അബ്രാഹ്മണരെ നിഷേധിക്കുന്ന ഒരവസ്ഥ ഉണ്ടാകുന്നു എന്നതാണ്.

വിരാട് പുരുഷന്റെ ശരീരത്തിന്റെ വിവിധ ഭാഗങ്ങളിൽ നിന്നുണ്ടായ ജനങ്ങൾ പരസ്പരം തൊടാൻ വയ്യാത്ത നിലയിൽ ഇരിക്കണമെന്ന് പറയുകയും അങ്ങനെ ഇരുത്തുകയും ചെയ്ത ആദിമസംസ്കാരം അത് ദൈവേച്ഛയാണെന്ന് അവരെ പറഞ്ഞു വിശ്വസിപ്പിക്കുകയും ചെയ്തു. ഇതിനെതിരെ ഉണരേണ്ടകാലം വൈകിയിരിക്കുന്നു. സ്വാതന്ത്ര്യത്തിന്റെയും സൗഭാഗ്യത്തിന്റെയും പേരിൽ വിളമ്പുന്നതെന്താണ്? അത് വിലപ്പെട്ടതാണോ എന്ന് ചിന്തിക്കേണ്ടിയിരിക്കുന്നു. സൗഭാഗ്യത്തിന്റെ പേരിൽ കിട്ടുന്നതെന്താണ് എന്ന് ബുദ്ധൻ സംശയിച്ചു. തന്നെ സന്തോഷിപ്പിക്കാൻ നൃത്തം ചെയ്ത നർത്തകികൾ വീണുറങ്ങുന്ന സന്ദർഭത്തിൽ സംശയാലുവായ ബുദ്ധൻ അവരുടെ വൈരൂപ്യം തിരിച്ചറിഞ്ഞു. സൗന്ദര്യത്തിന്റെ പേരിൽ വരുന്ന വൈരൂപ്യങ്ങളെ തിരിച്ചറിയേണ്ടുന്ന അവസരത്തിൽ നാം ബുദ്ധന്മാരാകേണ്ടിവരും. ഇതിനുവേണ്ടി കണ്ണും ബുദ്ധിയും തുറന്നിരിക്കണം. ഈ ജാഗ്രത വർത്തമാന കാലത്തിലേയ്ക്കു മാത്രമല്ല ഭൂതകാലത്തിലേയ്ക്കും നീങ്ങണം എന്നത് നിശ്ചയമാണ്.

1993

ഗാന്ധിജി, മതം, മതേതരത്വം

'കരുണ'യിലെ ഒരു സായാഹ്നം

ഗാന്ധിജി ഒരു മതമൗലികവാദി ആണെന്നും അല്ലെന്നുമുള്ള ഒരു വിവാദം ഇടക്കാലത്ത് നടക്കുകയുണ്ടായല്ലോ.

ഇത് വളരെ പഴക്കം ചെന്ന ഒരു വാദമാണ്. വാസ്തവത്തിൽ വാക്കുകളുടെ വ്യാഖ്യാനത്തെയും അതിന്റെ വൈകാരിക ഭാരത്തെയും സംബന്ധിക്കുന്ന ഒരു പ്രശ്നമാണിത്. വാക്കുകൾക്കു ചില സന്ദർഭങ്ങളിൽ വർധിച്ച വൈകാരിക ഭാരം ഉണ്ടാകും. മൗലികത എന്നത് ഒരു നല്ല വാക്കാണ്. അപ്പോൾ മതമൗലികത എങ്ങനെ ചീത്തവാക്കാകും? ഇത് വാക്കുകൾക്കു സംഭവിക്കുന്ന അർഥമാറ്റമാണ്. പണ്ട് ഉപയോഗിച്ച വാക്കുകൾക്ക് പിന്നീടുള്ള ചരിത്രസന്ദർഭങ്ങളിൽ പഴയ അർഥം കിട്ടിയെന്നു വരില്ല. ഇത് വാക്കുകൾക്കു വൈകാരികത വരുമ്പോഴുള്ള കാര്യമാണ്. മതമൗലികവാദം എന്നത് ഇത്തരത്തിലുള്ള ഒരു പ്രയോഗമാണ്. ഇതിനെ പലവിധത്തിൽ നേരിടാം. പലതരത്തിൽ വ്യാഖ്യാനിക്കാം.

മതത്തിലെ മൗലികത, മതത്തിൽ വിശ്വസിക്കുന്നയാൾക്കു ദോഷം ചെയ്യും. മതത്തെ ഉദാരമാക്കണം എന്നു പറഞ്ഞിട്ടുള്ളവരെ മത പുരോഹിതന്മാർ ഒരിക്കലും അംഗീകരിക്കാറില്ല. മുസ്ലീങ്ങൾ സൂഫികളെ അംഗീകരിക്കുന്നില്ല, വൈകാരിക താൽപര്യങ്ങൾ കൊണ്ടാണ് ഇങ്ങനെയൊക്കെ സംഭവിക്കുന്നത്. നിങ്ങൾ വാക്കുകളെ എപ്രകാരം സ്വീകരിക്കുന്നു എന്നതാണ് പ്രധാനം.

മതമൂല്യങ്ങളിലുള്ള അടിയുറച്ച വിശ്വാസമാണല്ലോ മതമൗലികവാദം? പദത്തിന് ഇപ്പോഴുള്ളതുപോലെ ഹീനമായ ഒരു അർഥതലം കൈവന്നതെങ്ങനെയാണ്.

നിങ്ങൾ ഇത് ചോദിക്കുന്നത് ഒരു പ്രത്യേക പ്ലാറ്റ്ഫോമിൽ

നിന്നുകൊണ്ടാണ്. മതമൗലികവാദം തെറ്റാണെന്നു വിശ്വസിക്കുന്നവരുടെ ഒരു പ്ലാറ്റ്ഫോമിലാണ് നിങ്ങൾ ഇപ്പോൾ നിൽക്കുന്നത്. നേരെ മറിച്ച്, ക്രിസ്തുവിൽക്കൂടിമാത്രമേ മോക്ഷമുള്ളൂ, ഹിന്ദുവായാൽ മാത്രമേ മോചനമുള്ളൂ, ഇസ്ലാമിലൂടെ മാത്രമേ വിജയമുള്ളൂ എന്നിങ്ങനെയൊക്കെ വാദിക്കുന്ന ഏതെങ്കിലും ഒരു വിഭാഗത്തിൽ നിന്നുകൊണ്ട് ചോദിക്കുമ്പോൾ മതമൗലികവാദം എന്നുപറയുന്നത് ഒരു തെറ്റായ ആശയമല്ല. ഇത് ധാരാളം പ്രചരിപ്പിച്ചിട്ടുള്ള ഒരു ആശയമാണ്. കമ്യൂണിസ്റ്റുകാരെന്ന് പറഞ്ഞാൽ മോശക്കാരെന്നു കരുതിയ പലരും മുമ്പുണ്ടായിരുന്നു. അത് പഴയ ഒരു വിഭാഗമാണ്. സ്വാതന്ത്ര്യസമരപ്രസ്ഥാനകാലത്ത് കോൺഗ്രസുകാരെ മോശക്കാരെന്ന് അധിക്ഷേപിച്ചവരും ഉണ്ടായിരുന്നു. അതും ഒരു വിഭാഗമാണ്. ഈ വിഭാഗങ്ങളുടെയെല്ലാം സമീപനരീതി പിന്നീട് വളരെ മാറുന്നുണ്ട്.

ഗാന്ധിജിയുടെ മത-രാഷ്ട്രീയ ദർശനങ്ങളെ വിപരീതമായി ഉപയോഗിച്ചതാണോ ഇന്ത്യയുടെ ഇന്നത്തെ അധഃപതനങ്ങൾക്കു കാരണം?

അങ്ങനെയൊന്നുമല്ല. ഒന്നാമത്, ഒരാളുടെ മാത്രം ആഗ്രഹമനുസരിച്ച് ഒരു വലിയ രാജ്യത്തിന്റെ ചരിത്രം രൂപപ്പെടുത്തുന്നു എന്ന് ആരും തന്നെ കരുതാനിടയില്ല. ആരെങ്കിലും അങ്ങനെ വിചാരിക്കുന്നുണ്ടെങ്കിൽ അതു വലിയ വീക്ഷണവൈകല്യങ്ങൾ ഉള്ളതുകൊണ്ടാവണം. ഗാന്ധിജി സ്വപ്നം കണ്ട ഇന്ത്യ, ഗാന്ധിജിയുടെ മാത്രം ഇന്ത്യയാണ്. ഗാന്ധിജി സ്വപ്നംകണ്ട ഇന്ത്യയെപ്പോലെ നെഹ്റു സ്വപ്നംകണ്ട ഒരു ഇന്ത്യയുണ്ട്. ജയപ്രകാശ് സ്വപ്നം കണ്ട ഇന്ത്യയുണ്ട്. ജിന്ന സ്വപ്നം കണ്ട ഇന്ത്യയുണ്ട്. ഇങ്ങനെ അവരവരുടെ രീതിയിൽ ഇന്ത്യയെ സ്വപ്നം കാണാനുള്ള അവസരം എല്ലാവർക്കുമുണ്ട്. അത് ഗാന്ധിജിക്കു മാത്രമുള്ളതല്ല, ഗാന്ധിജി സ്വപ്നം കാണുന്ന ലോകം വളരെ മോശമായ ഒരു ലോകമാണെന്ന് ജയപ്രകാശ് ആദ്യം പറഞ്ഞത് ജയപ്രകാശിന്റെ മനസ്സിലുള്ള ലോകസങ്കൽപ്പം വേറൊന്നായിരുന്നു എന്നതുകൊണ്ടാണ്. ഒരു ഡെമോക്രസി, യഥാർത്ഥ ഡെമോക്രസിയാണെങ്കിൽ അവിടെയുള്ള പൗരൻമാർ ഉണ്ടാക്കുന്നതാണ് ആ രാജ്യത്തിന്റെ ഭാവി, അതിനു അധികാരവികേന്ദ്രീകരണം നല്ലതാണെന്നു ഗാന്ധിജി കരുതി. ജയപ്രകാശിന്റെ മനസ്സിൽ, നെഹ്രുവിന്റെ മനസ്സിലൊക്കെ മറ്റു ചില മാർഗ്ഗങ്ങളായിരുന്നു ഉണ്ടായിരുന്നത്.

നമ്മൾ എല്ലാ ഗാന്ധിജയന്തികളിലും പറയും ഗാന്ധിജിയെ പിന്തുടരണമെന്ന്. നെഹ്റു ജയന്തിക്കു പറയും നെഹ്റുവിനെ പിന്തുടരണമെന്ന്. വിവേകാനന്ദ ജന്മദിനം വരുമ്പോൾ പറയും അദ്ദേഹത്തെ പിന്തുടരണെന്ന്. ഇങ്ങനെ വരുമ്പോൾ നമുക്ക് മുന്നോട്ടു പോകാൻ

വഴിയില്ലാതാകും. ഇതൊക്കെ പറയുക എന്നത് ശീലമാണ്. നമ്മൾ പറയുന്നത് എപ്പോഴും നമ്മുടെ വിശ്വാസങ്ങൾക്കെതിരായിട്ടുള്ളതാകും. വിശ്വസിക്കുന്നതിനെക്കുറിച്ച് ആരും ഒന്നും പറയാറില്ല. അതുകൊണ്ട് നമ്മളാരെയും പിന്തുടരാറുമില്ല.

ഗാന്ധിജിയുടെ രാഷ്ട്രീയ പരിതസ്ഥിതി ദർശനങ്ങൾക്ക് ഇന്നത്തെ ചരിത്രാവസ്ഥയിൽ എത്രത്തോളം സാംഗത്യമുണ്ട്?

ഗാന്ധിജിയുടെ പ്രതികരണം ഇന്നുള്ള പരിസ്ഥിതി പ്രതികരണം പോലെത്തന്നെ വ്യവസായസമൂഹത്തോടുള്ള ഒരു പ്രതിഷേധവും കൂടിയായിരുന്നു. അതുകൊണ്ടാണ് ഗാന്ധിയൻ പ്രതിഷേധത്തിനും ഇന്നത്തെ പരിസ്ഥിതിവാദികളുടെ പ്രതിഷേധരീതിയും തമ്മിൽ പലതരം സാദൃശ്യങ്ങളും കാണുന്നത്. ഒരർഥത്തിൽ, ഇത് നാഗരികതയോടുള്ള ഒരു പ്രത്യേകതരം എതിർപ്പാണ്. നാഗരികതയെ എതിർത്തിട്ട്, അതിനെ പ്രത്യേക തലത്തിൽ പ്രതിഷ്ഠിക്കുക എന്നതാണ് അതിന്റെ സാങ്കേതിക രീതി. അതുകൊണ്ടാണ് ഗാന്ധിജി വൻകിട വ്യവസായങ്ങളെയും ഉപഭോഗസംസ്കാരത്തെയും, ആധുനിക ചികിത്സാരീതിയെയും ആധുനിക ഭക്ഷണരീതിയെയും, യുദ്ധത്തെയും എതിർക്കുന്നത്. ആ തരത്തിലുള്ള പ്രശ്നങ്ങൾ ഇപ്പോഴുമുണ്ട്. അത് ഒരു റൊമാന്റിക് പ്രസ്ഥാനത്തിൽ ആരംഭിക്കുന്ന പ്രതിഷേധമാണ്. ഗാന്ധിജിയല്ല അത് തുടങ്ങിയത്, 'പ്രകൃതിയിലേക്ക് മടങ്ങുക' എന്നത് ഗാന്ധിജി ഉണ്ടാക്കിയ ഒരു ആദർശമല്ല. ഗാന്ധിജി വായിച്ച പുസ്തകത്തിന്റെ പേരാണത്. പാശ്ചാത്യനാടുകളിൽ ആരംഭിച്ച ഒരു പ്രതിഷേധരീതി സ്വീകരിക്കുകയാണ് ഗാന്ധിജി വാസ്തവത്തിൽ ചെയ്തത്. ഗാന്ധിജി തിലകന്റെ ഒരു അനുയായിയായിരുന്നു. 'സ്വതന്ത്ര്യം എന്റെ ജന്മാവകാശമാണ്'എന്ന മുദ്രാവാക്യം തിലകൻ പഠിക്കുന്നത് റൂസ്സോവിൽ നിന്നുമാണ്.

സ്വാതന്ത്ര്യത്തെക്കുറിച്ചുള്ള ബോധം ഒരേ സമയം ഒരു വ്യവസായ യുഗത്തിന്റെ ബോധവും, വ്യവസായ ലോകത്തോടുള്ള പ്രതിഷേധവുമാണ്. അതു രണ്ടും ഒരേസമയത്തുണ്ടാകാം. വ്യക്തിസ്വാതന്ത്ര്യം എന്നു പറയുന്നത് വ്യവസായ യുഗത്തിന്റെ ഒരുത്പന്നമാണ്. അതിനു കാരണം വ്യവസായ യുഗത്തിൽ ഒരു വ്യക്തി കൂടുതൽ ദൗർബലനും അന്യവൽകൃതനുമായിത്തീരുന്നു എന്നതാണ്. സാധാരണ അർഥത്തിൽ, വ്യവസായലോകത്ത് ഒരാൾ നിസ്സാരനായിത്തീരുന്നു എന്നു പറയാം. ഒരു വ്യക്തിയുടെ സാക്ഷാത്ക്കാരം ചെറിയ ഗ്രൂപ്പികളിലേ സാധിക്കൂ എന്നതുകൊണ്ടാണ് ഗാന്ധിജി ഗ്രാമസ്വരാജ് അധികാരവികേന്ദ്രീകരണം തുടങ്ങിയ ആശയങ്ങൾ പ്രചരിപ്പിച്ചത്. ഗാന്ധിജിയുടെ എല്ലാ സ്വപ്നങ്ങളെയും പോലെ ആ ആശയങ്ങളും നടപ്പിലായില്ല.

ഇന്ത്യയിലെ സവർണഫാസിസവും ഗാന്ധിജിയെ വലിയരീതിയിൽ ഉപയോഗിക്കുന്നുണ്ടല്ലോ?

ഗാന്ധിജിയെ, ഒരു പ്രത്യേക ഘട്ടം വരുമ്പോൾ വിപരീതമായി ഉപയോഗിക്കുവാൻ കഴിയും. ഗാന്ധിജി ഉണ്ടായിരുന്നപ്പോൾ, ഗാന്ധിജിയാണ് തങ്ങളുടെ വലിയ ശത്രു എന്നു കരുതിയിരുന്നവരുടെ പരമ്പര തന്നെയാണ് ഇന്ന് ഗാന്ധിജിയെ അവരുടെ പക്ഷക്കാരനായി അംഗീകരിക്കുന്നത്. ഇത് ഗാന്ധിജിയുടെ കാര്യത്തിൽ മാത്രം വരുന്ന ഒരു മാറ്റമല്ല. ചരിത്രത്തിലെ മിക്ക ആൾക്കാരെയും ആശയങ്ങളെയും ഫാസിസ്റ്റുകൾ ഇപ്രകാരം കൈകാര്യം ചെയ്യുന്നുണ്ട്. ഗാന്ധിജി രാഷ്ട്രപിതാവല്ല എന്ന ഒരു വിവാദം അടുത്തകാലത്ത് ഉണ്ടായത് ഓർക്കുക. അതുകൊണ്ട്, ഗൗരവമുള്ള അല്ലെങ്കിൽ തങ്ങളുടെ പ്രസ്ഥാനത്തിന്റെ ആദർശത്തെയും നയത്തെയും നേരിട്ടു ബാധിക്കുമെന്നു കരുതുന്ന കാര്യങ്ങളെ എതിർക്കുകയും അല്ലാത്തവയെ സ്വീകരിക്കുകയും ചെയ്യുക എന്നത് ഫാസിസത്തിന്റെ ഒരു രാഷ്ട്രീയതന്ത്രമാണ്. ഹിന്ദുത്വവാദികളുടെ ഒരു പ്രധാനപ്പെട്ട മുദ്രാവാക്യം അവരുടെ ഭരണത്തിലാണ് നിങ്ങൾ സുരക്ഷിതരാവുക എന്നതാണ്. അവർ തന്നെയാണ് സമുദായ സംവരണം തെറ്റാണ് എന്നും പറയുന്നത്. ഇതിൽ നിന്നും മനസ്സിലാവുന്നത് ഫാസിസ്റ്റുകൾക്ക് ഉറച്ച ഒരു മുദ്രാവാക്യം ഇല്ലെന്നതാണ്. സന്ദർഭങ്ങൾക്കനുസരിച്ച് മുദ്രാവാക്യം ഉണ്ടാക്കിയെടുക്കുകയാണ് അവർ ചെയ്യുന്നത്. മുദ്രാവാക്യം മാറ്റിപ്പറയാമെന്നും പഴയ മുദ്രാവാക്യങ്ങൾ ജനങ്ങൾ മറന്നുപോകുമെന്നും ഫാസിസ്റ്റുകൾക്കറിയാം. അതുകൊണ്ട് ഒരിക്കൽ തൊഴിലാളിക്കുവേണ്ടിയും മറ്റൊരിക്കൽ മുതലാളിക്കുവേണ്ടിയും അവർ ഒരേ ആവേശത്തോടെ മുദ്രാവാക്യം വിളിക്കും. ചിലപ്പോൾ ദേശീയതയാണ് നല്ലതെന്നു പറയുകയും, മറ്റുചിലപ്പോൾ ദേശീയവിരുദ്ധമായ മാർഗങ്ങളിലൂടെ അവർ ഭരണം സ്ഥാപിക്കുവാൻ ശ്രമിക്കുകയും ചെയ്യും. അതുകൊണ്ട് ഫാസിസത്തിന്റെ മുദ്രാവാക്യങ്ങളെ കണ്ണടച്ച് വിശ്വസിക്കരുത്, അവരുടെ പ്രവർത്തനങ്ങളെ കണ്ടറിയുകയും പ്രതിരോധിക്കുകയുമാണ് നമ്മൾ ചെയ്യേണ്ടത്. രാഷ്ട്രീയത്തിലെ ഒരു തന്ത്രം ആശയങ്ങൾ നിരന്തരം മാറ്റിപ്പറഞ്ഞ് അമ്പരപ്പുണ്ടാക്കുക എന്നതാണ്. സാധാരണക്കാർ ഇതിൽ എളുപ്പം കബളിപ്പിക്കപ്പെടുന്നു.

മതത്തെ രാഷ്ട്രീയത്തിൽ നിന്നും അകറ്റി നിർത്തണമെന്ന വാദത്തിന് എത്രമാത്രം കഴമ്പുണ്ട്? മതത്തെക്കുറിച്ചുള്ള മാർകിസ്റ്റ് വീക്ഷണത്തിൽ തന്നെ ഒരു പുനർ വിചിന്തനം നടന്നു കൊണ്ടിരിക്കേ..

മതത്തെ രാഷ്ട്രീയത്തിൽ നിന്നും പൂർണമായും മാറ്റിനിർത്തണമെന്ന് ഭരണഘടനകൊണ്ടു തീരുമാനിച്ചിട്ടുള്ള ഒരു രാജ്യമാണ് ഇന്ത്യ.

അതിനെയാണ് നമ്മൾ 'സെക്യുലറിസം' എന്നു പറയുന്നത് അല്ലാതെ, ഇതൊരു മാർകിസ്റ്റ് വീക്ഷണമൊന്നുമല്ല, രാഷ്ട്രീയാഭിപ്രായങ്ങൾ രൂപീകരിക്കാൻ മതത്തെ ഉപയോഗിക്കുന്നത് ഇന്ത്യൻ ഭരണഘടന അനുസരിച്ച് കുറ്റകരമാണ്. മാർക്സിസവും മതവും തമ്മിലുള്ള ബന്ധം, മാർക്സിസമുള്ള രാജ്യങ്ങളിലെല്ലാം അനേകം മതങ്ങളുണ്ടെന്നും ജനങ്ങൾ മതങ്ങളിൽ ജനിച്ച് മതങ്ങളിൽ വളരുന്നവരാണെന്നും, അവർ പ്രായോഗികമായ സമീപനരീതികൾ സ്വീകരിക്കണമെന്നുമാണ് മാർക്സിസത്തിന്റെ വളരെ പ്രാഥമികമായ ഒരു സിദ്ധാന്തം. മതം, ചരിത്രസന്ദർഭങ്ങളിൽ പുരോഗമനത്തെ സഹായിക്കുന്ന ഘടകമല്ല. ഇന്ത്യയുടെ സ്വാതന്ത്ര്യസമരഘട്ടത്തിൽ ചില സന്ദർഭങ്ങളിൽ മതങ്ങളെ ഉപയോഗിച്ചിട്ടുണ്ട്, അവ വാസ്തവത്തിൽ വിപരീത ഫലമുളവാക്കുകയാണ് ചെയ്തത്. ഗാന്ധിജി രാമരാജ്യം എന്നു പറഞ്ഞത് നല്ല രാജ്യം എന്ന അർഥത്തിലായിരിക്കാം. ക്രിസ്തുവിലൂടെ മോക്ഷം എന്ന് ക്രിസ്ത്യാനികളും ഇന്ത്യയുടെ മോചനം ഇസ്ലാമിലൂടെ എന്നു മുസ്ലീങ്ങളും പറയുന്നത് നല്ല അർഥം മനസ്സിൽ വെച്ചു കൊണ്ടുതന്നെയാവും. ക്രിസ്തുവിലൂടെ മോക്ഷം കിട്ടണമെങ്കിൽ എല്ലാവരും ക്രൈസ്തവരാകണം. ഇസ്ലാമിലൂടെ മോക്ഷം കിട്ടണമെങ്കിൽ എല്ലാവരും മുസ്ലീങ്ങളാകണം. ഇങ്ങനെ എല്ലാവരും ഒരേ മതക്കാരാവാൻ എന്താണൊരു മാർഗം? ഇത് വളരെ പ്രധാനപ്പെട്ട ഒരു ചോദ്യമാണ്. ലോകത്തിലുള്ള എല്ലാ ജനങ്ങളും ഒരേ മതത്തിൽപ്പെടാത്ത കാലത്തോളം മേൽപ്പറഞ്ഞ മുദ്രാവാക്യങ്ങൾ ഐക്യത്തിന്റെ മുദ്രാവാക്യങ്ങളല്ല. അത് യുദ്ധത്തിന്റെ മുദ്രാവാക്യമാണ്. ആഗോളതലത്തിൽ ഇങ്ങനെയൊരു പ്രശ്നം ഇപ്പോഴുമുണ്ട്. ലോകം ആരു ഭരിക്കണം എന്നുള്ള ഒരുപക്ഷേ, കുരിശുയുദ്ധക്കാലത്തുണ്ടായിരുന്ന ആശയത്തിന്റെ നിഴലുകൾ, വീണ്ടും ലോകരാഷ്ട്രീയത്തിൽ വീഴുന്നുണ്ട്. നാം കരുതലോടെ ഇരിക്കേണ്ടിയിരിക്കുന്നു.

ഫാസിസവും ഫണ്ടമെന്റലിസവും തമ്മിലുള്ള അടിസ്ഥാനപരമായ വ്യത്യാസം എന്താണ്?

ഫാസിസം എന്നു പറയുന്നത് മുതലാളിത്ത ജീവിതരീതിയുടെ വളർച്ചയിലെ ഒരു ഘടകമാണ്. അത് അനിവാര്യമായിട്ടും മുതലാളിത്ത വ്യവസ്ഥയുമായി ബന്ധപ്പെട്ടു കിടക്കുന്ന ഒരു ഐഡിയോളജി ആണ്. മതപരമായ ആധിപത്യം ലോകത്ത് ആദ്യമായിട്ടല്ല ഉണ്ടാകുന്നത്. രാഷ്ട്രീയം മതശക്തികളുടെ കൈയിലകപ്പെട്ട സന്ദർഭങ്ങൾ ലോകചരിത്രത്തിൽ മുമ്പും ഉണ്ടായിട്ടുണ്ട്. മതമൗലികവാദത്തിൽ മതം ഒരു വിശ്വാസപ്രമാണമാണെന്ന തോന്നുകയെങ്കിലും വേണം. പക്ഷേ, ഫാസിസത്തെ സംബന്ധിച്ചിടത്തോളം തങ്ങളുടെ ആഗ്രഹങ്ങൾക്കു വിരുദ്ധമാണെന്നു തോന്നുന്ന എന്തിനെയും അവർ എതിർക്കും. മതത്തെയും എതിർക്കും.

ഹിറ്റ്ലർ ക്രൈസ്തവസഭയെ അംഗീകരിച്ചിരുന്നില്ല. എന്നാൽ തന്നെ ഫാസിസം അതിന്റെ രാഷ്ട്രീയ ശക്തിസമാഹരണത്തിനുള്ള ഒരു ഉപകരണമായി മതത്തെ ഉപയോഗിക്കാൻ ശ്രമിക്കുകയും ചെയ്യും. മതത്തിന്റെ പേരിൽ ആളുകളെ സംഘടിപ്പിച്ച് അതിൽ നിന്ന് രാഷ്ട്രീയശക്തി ഉൽപ്പാദിപ്പിച്ച്, ഭരണവും സർവാധിപത്യവും ഉണ്ടാക്കാം. പക്ഷേ, മതം മൗലികമായി അങ്ങനെയല്ല, അതായത്, വർഗീയവാദികൾ ഫാസിസ്റ്റുകളാവണമെന്നില്ല. നമ്മളൊക്കെയും വർഗീയവാദികളാണ്. പക്ഷേ, ഫാസിസ്റ്റുകളല്ല. ഫാസിസം വളരാതിരിക്കേണ്ടത് നമ്മുടെ ചരിത്രത്തിന്റെയും ജീവിതത്തിന്റെയും ആവശ്യമാണ്. നമ്മുടെ മനസ്സിൽ നിന്നും വർഗീയ ചിന്തകളെയെല്ലാം തുടച്ചുനീക്കി, ഇനിയങ്ങോട്ടു വൃത്തിയായി ജീവിക്കാം എന്നു വിചാരിച്ചെങ്കിലും, നമുക്കു ജീവിക്കാം, നേരെ മറിച്ച്, ഫാസിസം ഒരിക്കൽ വന്നാൽ തിരിച്ചു പോകാനിടയില്ലാത്ത ഒരു പ്ലേഗ് ആണ്. കാമുവൊക്കെ പറയുന്നത് അങ്ങനെയാണല്ലൊ. മറ്റൊരാളെ വളരാൻ അനുവദിക്കാത്ത എതിർക്കുന്നവരെയൊക്കെ നശിപ്പിക്കണമെന്ന് ആഗ്രഹിക്കുന്ന, മനുഷ്യനെ യന്ത്രമാക്കിത്തീർത്ത, യാന്ത്രിക മനുഷ്യനെ വിദൂരനിയന്ത്രണം കൊണ്ട് കീഴ്പ്പെടുത്തുവാൻ ശ്രമിക്കുന്ന ഒരു ഭരണരീതിയാണ് ഫാസിസം. സമൂഹത്തിന്റെ യന്ത്രവൽക്കരണമാണ് ഫാസിസംകൊണ്ട് ഉദ്ദേശിക്കുന്നത്. എന്നാൽ ഫണ്ടമെന്റലിസം ഫാസിസത്തെപ്പോലെ ഷ്വവറായിട്ടുള്ള ഒരു ആപത്തല്ല.

സ്വന്തം മതത്തിനും രാഷ്ട്രീയപ്രസ്ഥാനങ്ങൾക്കും വേണ്ടി രക്തസാക്ഷിത്വം വരിക്കാൻ പലരും തയ്യാറാണ്. എന്നാൽ, സ്വന്തം രാജ്യത്തിനുവേണ്ടിയോ, പൊതുവായതാൽപര്യങ്ങൾക്കുവേണ്ടിയോ ഇങ്ങനെ ഒരവസ്ഥ ഉണ്ടാവുന്നില്ല. എന്തുകൊണ്ടാവാം ഇത്.

മതം എന്നുള്ളത് ജന്മം മുതൽ ഊട്ടിവളർത്തിയെടുക്കുന്ന ഒരു വിശ്വാസസംഹിതയാണ്. മറ്റേത് താൻ ജീവിക്കുന്ന രാജ്യത്തിന്റെ ഭാവിക്കനുസരിച്ചാണ് തന്റെ ഭാവി എന്ന അനുഭവത്തിൽ നിന്നും ഉണ്ടാകുന്ന ഒരു സാമാന്യവൽക്കരണം ആണ്. അതിന്റെ ആഴങ്ങൾക്കു തമ്മിൽ വലിയ വ്യത്യാസം ഉണ്ട്. ഒരാൾ മതത്തിനുവേണ്ടി മരിക്കാൻ തയ്യാറാവുന്നത്, വേറൊരു മതവുമായി ഏറ്റുമുട്ടുമ്പോഴാണ്. ലോകത്തിൽ ഒരു മതം മാത്രമാണെങ്കിൽ മതത്തിനുവേണ്ടി മരിക്കാൻ ആരും തന്നെ തയ്യാറാവില്ല. എന്നാൽ ദേശീയബോധം മതവിശ്വാസം പോലെയല്ല, അത് മിക്കവാറും ഒരു കുട്ടിയുടെ സ്കൂൾ വിദ്യാഭ്യാസകാലത്താണ് ആരംഭിക്കുന്നത്. അഥവാ അഞ്ചുവയസിനുശേഷം. അഞ്ചുവയസിനുശേഷം ഉറപ്പിക്കുന്ന വിശ്വാസങ്ങൾക്ക് വലിയ ഉറപ്പൊന്നും ഉണ്ടാവില്ല. അതുകൊണ്ട് ഹിറ്റ്ലർ അഞ്ചുവയസിനുമുമ്പ് തന്നെ ദേശീയത കുട്ടികളിൽ ഉറപ്പിക്കാൻ ശ്രമിച്ചിരുന്നു.

മാറി മാറി ഇന്ത്യയെ ഭരിച്ചവരെല്ലാം ഗാന്ധിജിയുടെ ജീവിതത്തെയും ദർശനങ്ങളെയും സമ്പൂർണമായി തമസ്കരിക്കുകയല്ലേ ചെയ്തത്?

ഭരിച്ചവർ മാത്രമല്ല, ഇന്ത്യയുടെ തുടക്കം തന്നെ ഗാന്ധിജിയുടെ സ്വപ്നങ്ങൾക്ക് വിരുദ്ധമായിട്ടായിരുന്നു. ഇന്ത്യ വിഭജിക്കരുതെന്നായിരുന്നു ഗാന്ധിജിയുടെ ആഗ്രഹം. ഇത് ഇന്ത്യയിലെ മറ്റുള്ളവരുടെയും ആഗ്രഹമായിരുന്നു. ഇറ്റ് ഇസ് എ പൊളിറ്റിക്കൽ ട്രൂത്ത്.

സത്യാഗ്രഹങ്ങളിലൂടെയും മറ്റ് സമരസന്ധികളിലൂടെയുമൊക്കെ കൈവന്ന ഇന്ത്യൻ സ്വതന്ത്ര്യം, ലോകം കണ്ട ഏറ്റവും വലിയ രക്തരൂഷിതകലാപ കാലഘട്ടമായി മാറുകയാണ് ചെയ്തത്. അതാണ് അതിന്റെ ഐറണി എന്നു പറയുന്നത്. ഗാന്ധിജി ജീവിച്ചിരുന്ന സമയത്തുതന്നെ അദ്ദേഹത്തെ പലരും എതിർത്തിരുന്നു. ഗാന്ധിയൻ ആശയങ്ങളെ നിരന്തരമായി എതിർത്തിരുന്ന ആളായിരുന്നു നെഹ്റു. അതിനെക്കാൾ എതിർത്ത ഒരാളാണ് സുഭാഷ് ബോസ്, പട്ടേൽ. അതൊക്കെ വളരെ സ്വാഭാവികവുമാണ്.

ഗ്രാമസ്വരാജായിരുന്നു ഗാന്ധിജിയുടെ സ്വപ്നം. ഇന്ത്യയിൽ വ്യവസായം വികസിക്കണമെന്നും, ഇന്ത്യയിലെ കൃഷി വികസിക്കണമെന്നും കരുതിയാണ് നെഹ്റു പഞ്ചവത്സരപദ്ധതികൾക്കു തുടക്കമിട്ടത്. സോഷ്യലിസ്റ്റ് ആശയങ്ങളും മുതലാളിത്ത ആശയങ്ങളും മിശ്രണം ചെയ്തിട്ടുള്ള ഒരു സമ്പദ്‌വ്യവസ്ഥയാണ് ഇന്ത്യ തുടക്കത്തിൽ തന്നെ സ്വീകരിച്ചത്. സമ്പദ്‌വ്യവസ്ഥയെക്കുറിച്ചുള്ള ഗാന്ധിയൻ ആശയങ്ങൾ ഭരണം കൈകൊള്ളുന്ന സമയത്ത് ചർച്ചയിൽ തന്നെ വരുന്നില്ല. അതിനുപകരം, ശല്യപ്പെടുത്തുന്ന ആശയങ്ങളെ കുടിയിരുത്തുന്നതുപോലെ ലങ്കാഷെയറിലെ പോലെ മില്ലിൽ തുണി നെയ്യുന്ന ഒരു രീതിയും ധാക്കയിലെയും മറ്റും കൈത്തറിയിൽ നെയ്യുന്ന രീതിയും പിന്നെ ഗാന്ധിജി പറയുന്നതുപോലെ കൈ കൊണ്ടു നൂൽ നൂറ്റ് മുണ്ട് നെയ്യുന്ന രീതിയും ഇങ്ങനെ മൂന്ന് രീതികളും സമ്മേളിച്ച് ഖാദി ബോർഡ് ഉണ്ടാക്കിയിട്ട് ആശയങ്ങളെ ചെറിയ ചെറിയ താവളങ്ങളിൽ കുടിയിരുത്തുകയാണ് നമ്മെ ഭരിക്കുന്നവർ ചെയ്തത്. ഇത് ആശയങ്ങൾ വന്ന് ശല്യപ്പെടുത്താതിരിക്കാൻ വേണ്ടിയാണ്. അതിലെല്ലാവരും തൃപ്തിപ്പെടുകയും ചെയ്തിരുന്നു. അതുകൊണ്ടാണ് ഇമ്മാതിരിയുള്ള സ്വാശ്രയകേന്ദ്രങ്ങളിൽ കുടിയേറുന്നവർ വലിയ ശമ്പളം വേണമെന്നും, വലിയ കാറ് വേണമെന്നും, വലിയ വീട് വേണമെന്നും ആഗ്രഹിക്കുകയും ഉടുക്കുന്ന വസ്ത്രം കൈകൊണ്ട് നെയ്തതാവാം എന്നു തീരുമാനിക്കുകയും ചെയ്യുന്നത്. അതിന്റെ അർഥം ഗാന്ധിജി പറഞ്ഞതിൽ അദ്ദേഹത്തിന്റെ അനുയായികളും വിശ്വസിച്ചിരുന്നില്ല എന്നതാണ്. ഗാന്ധിജി

ഇരുപത്തിനാലോ, ഇരുപത്തിയെട്ടോ പൈസകൊണ്ട് ജീവിക്കാൻ തീരുമാനിച്ച ആളാണ്. ഒരു ആവറേജ് ഇന്ത്യാക്കാരന്റെ ശരാശരി വരുമാനത്തിനപ്പുറം ഒരഞ്ചുപൈസപോലും അധികം ചെലവാക്കുകയില്ല എന്ന് തീരുമാനിച്ചുറച്ചയാളാണ് ഗാന്ധിജി. പക്ഷേ ഗാന്ധിയന്മാരാരും അങ്ങനെ തീരുമാനിച്ചില്ല. നമ്മുടെ ആളോഹരി വരുമാനം വർധിപ്പിക്കണമെന്നായിരുന്നു അവരുടെ ആഗ്രഹം. പിന്നെ പട്ടാളത്തെക്കുറിച്ച്, ഭരണത്തെക്കുറിച്ച്, പോലീസിനെക്കുറിച്ച് ഗാന്ധിജിക്കുണ്ടായിരുന്ന വെറും ഉട്ടോപ്യൻ എന്നു പറയാവുന്ന ആശയങ്ങളല്ല ഇന്ത്യൻ ഭരണഘടന സ്വീകരിക്കുന്നത്. ഇന്ത്യ ഒരു അർധ ഫെഡറൽ, അർധയൂണിറ്റി ഭരണകൂടം സ്ഥാപിക്കുകയും അതിനനുസരിച്ചുള്ള നിയമങ്ങളും സംവിധാനങ്ങളും ഉണ്ടാക്കുകയുമാണ് ചെയ്തത്. അല്ലാതെ ഗാന്ധിജിയുടെ ഗ്രാമസ്വരാജ് നടപ്പിൽ വരുത്തുകയല്ല. അതിനു ഇപ്പോഴും ശ്രമിക്കുകയല്ലാതെ നടപ്പിലാക്കാൻ കഴിഞ്ഞിട്ടില്ല. മദ്യവർജനം പോലെ.

നാം ജീവിച്ചുകൊണ്ടിരിക്കുന്ന വ്യവസ്ഥയിൽ നിന്നും വ്യത്യസ്തമായ ഒരു വ്യവസ്ഥ സൃഷ്ടിക്കുവാനായിരുന്നല്ലോ ഗാന്ധിജി ശ്രമിച്ചത്? ഇതിൽ അദ്ദേഹം എത്രത്തോളം വിജയിച്ചിട്ടുണ്ട്.

നിങ്ങൾ പറയുന്നതിൽ വളരെ തെറ്റായ ഒരു കാര്യമുണ്ട്. ഗാന്ധിജി വിഭാവനം ചെയ്ത ഒരു ഇന്ത്യ സൃഷ്ടിക്കലാണ് നമ്മുടെ എല്ലാവരുടെയും ചുമതല എന്ന ഒരു ധാരണയുണ്ടല്ലോ, ആ ധാരണ ശരിയല്ല, കാരണം, ഗാന്ധിജി ഇന്ന് നമുക്ക് നല്ലതെന്നു തോന്നുന്ന പല ആശയങ്ങളും, ഒരിക്കൽ നമുക്കു നല്ലതെന്നു ബോധ്യപ്പെട്ട മറ്റുപല ആശയങ്ങളും, കൂട്ടിക്കുഴച്ച് ചിന്തിക്കുകയും പ്രവർത്തിക്കുകയും ചെയ്ത ഒരാളാണ്. അതുകൊണ്ട് ഗാന്ധിജി പറഞ്ഞതിൽ നിന്ന് വ്യത്യസ്തമായിട്ടു പ്രവർത്തിക്കുന്നു എന്നത് ഒരു തെറ്റൊന്നുമല്ല. ഗാന്ധിജിയുടെ മനസ്സിലുണ്ടായിരുന്ന ഒരു ഭരണക്രമം ആയുധബലത്തിൽ വിലകൽപ്പിക്കാത്ത ഒരു ഭരണകൂടവും പട്ടാളം പോലും ഇല്ലാത്ത ഒരു രാഷ്ട്രവും ആയിരുന്നു. പക്ഷേ ഗാന്ധിജിയുടെ ശവമഞ്ചം കൊണ്ടുപോയത് ഇന്ത്യൻ പട്ടാളക്കാരാണ്. ഇതിൽ തെറ്റില്ല. എപ്പോഴും ഒരു ദേശീയരാഷ്ട്രം അങ്ങനെയായിരിക്കും. ദേശീയരാഷ്ട്രത്തിന് അതിർത്തികൾ ഉണ്ടാവും. അതിരുകളിൽ കാവൽ നിൽക്കുന്നതു എപ്പോഴും പട്ടാളക്കാരാണ്. അതിരുകൾ ഉള്ളതുകൊണ്ട് എപ്പോഴും അതിർത്തിതർക്കങ്ങൾ ഉണ്ടാവും. യുദ്ധം ഉണ്ടാവുന്നത് അങ്ങനെയാണ്. ആരും സ്വന്തം ഇഷ്ടപ്രകാരം തർക്കങ്ങൾ പരിഹരിക്കാറില്ല. അതുകൊണ്ട് ദേശീയതയിൽ അന്തർഭവിച്ചിട്ടുള്ള വൈരുധ്യം ദേശീയത വെച്ചുകൊണ്ട് നിർമാർജനം ചെയ്യാൻ സാധിക്കുകയില്ല. ഒരു ദേശീയതയുടെ സ്വഭാവികമായ ഒരു രീതി മറ്റൊരു ദേശീയത ഉണ്ടായിരിക്കുക എന്നതാണ്. അതാണ് ഞാൻ നേരത്തെ പറഞ്ഞത്,

രണ്ടു മതം ഉണ്ടെങ്കിലേ ഒരു മതത്തിൽ മൗലികവാദം ഉണ്ടായിരിക്കുക യുള്ളൂ. ഒന്നിലധികം വ്യവസ്ഥകൾ ഉണ്ടാകുമ്പോഴാണ് ഒരു രാഷ്ട്രത്തിൽ മത്സരങ്ങൾ ഉണ്ടാവുന്നത്. അപ്പോൾ ദേശീയബോധം ഒരു മത്സരവീര്യത്തോടെ നിലനിർത്താൻ പട്ടാളവും പട്ടാളംകൊണ്ടു നിലനിൽക്കുന്ന ഒരു രാജ്യത്തിനുവേണ്ട എല്ലാ സംവിധാനങ്ങളും വേണം. നമ്മൾ ഇവിടെയിരുന്ന് ഇങ്ങനെ സംസാരിക്കുന്നത് ഇന്ത്യൻ അതിർത്തികളിൽ പട്ടാളക്കാർ തോക്കുപിടിച്ച് കാവൽ നിൽക്കുന്നതുകൊണ്ടാണ്. യുദ്ധസമയമാണെങ്കിൽ രണ്ടു വെടിയൊച്ച കേൾക്കുമ്പോൾ നമ്മൾ അണ്ടർ ഗ്രൗണ്ടുകൾ തേടും അതായത്, ആയുധബലത്തിന്റെ നിഴലാണ് എല്ലാ ദേശീയതയും സംരക്ഷിക്കപ്പെടുന്നത്. അതിനെ എതിർക്കുന്നതുകൊണ്ട് വലിയ ധാര്യമൊന്നുമില്ല.

ഗാന്ധിജിയെപ്പോലെ പക്വമതിയായ ഒരു രാഷ്ട്രീയ നായകൻ ഇല്ലാത്തതാണ് ഇന്ത്യയുടെ ഇന്നത്തെ അരക്ഷിതാവസ്ഥകൾക്കു കാരണമെന്ന് പലരും പറയാറുണ്ട്.

ഗാന്ധിജിയുടെ നേതൃത്വത്തെ അദ്ദേഹം ജീവിച്ചിരുന്ന കാലത്തു തന്നെ തിരസ്കരിച്ച ഒരു ഇന്ത്യൻ പൗരന് ഈ ചോദ്യത്തിന് ഉത്തരം പറയാൻ അവകാശമില്ല. ഇന്ത്യയുടെ ഒരു രംഗത്തും- സാമ്പത്തികരംഗം, ആരോഗ്യരംഗം, വിദ്യാഭ്യാസരംഗം, സാംസ്കാരികരംഗം തുടങ്ങി ഒരു രംഗത്തും- ഗാന്ധിയൻ ആശയങ്ങൾ പ്രയോഗിക്കപ്പെട്ടിട്ടില്ല. ഇത് പുതിയ കാര്യമേ അല്ല. ഗാന്ധിജി ഇന്നുണ്ടായിരുന്നെങ്കിൽ, മുമ്പത്തെക്കാൾ എത്രയോ വലിയ പരാജയമായിരിക്കും. ഗാന്ധിജി ഇല്ലാത്തതാണ് ഇന്നത്തെ എല്ലാ പ്രശ്നങ്ങൾക്കും കാരണമെന്നു നിങ്ങൾ വിചാരിക്കുന്നത് ഗാന്ധിജി ജീവിച്ചിരുന്ന കാലത്ത് നിങ്ങൾ ഇല്ലാതിരുന്നതു കൊണ്ടാണ്. ഇന്ന് ഇവിടെനിന്ന് ഗാന്ധിജിയെ കാണുന്നതുപോലെയല്ല, അദ്ദേഹത്തിന്റെ ജീവിതകാലത്ത് ജനങ്ങൾ ഗാന്ധിജിയെ കണ്ടത്. എതിർക്കപ്പെടേണ്ട എന്തൊക്കെയോ രീതികൾ ഗാന്ധിജിക്ക് ഉണ്ടായിരുന്നു. എല്ലാവരും അക്കാലത്ത് ഗാന്ധിജിയെ അംഗീകരിച്ചിരുന്നില്ല. അംഗീകരിച്ചു എന്നു പറഞ്ഞവർ വാസ്തവത്തിൽ അദ്ദേഹത്തെ അനുസരിച്ചിരുന്നില്ല.

ഗാന്ധിജി, ഗോഖലയുടെയും തിലകന്റെയും ശിഷ്യനാണ്. അദ്ദേഹം പലതരം സമീപനരീതികൾ പ്രയോഗിച്ചിട്ടുണ്ട്. ഒരിക്കൽ പ്രയോഗിച്ചത് അദ്ദേഹം പിന്നീട് തിരുത്തുകയും മാറ്റുകയും ചെയ്തിട്ടുണ്ട്. ഗാന്ധിജിയുടെ പല സമരങ്ങളും വലിയ പരാജയങ്ങളായിരുന്നു. പല പ്രധാനപ്പെട്ട സമരങ്ങളും അദ്ദേഹം വിൻവലിച്ചിട്ടുണ്ട്. ഗാന്ധിജിയുടെ ഒരു സമരത്തിന്റെ അവസാനത്തിലല്ല ഇന്ത്യക്കു സ്വാതന്ത്ര്യം കിട്ടുന്നത്. ഇന്ത്യൻ സ്വതന്ത്ര്യ ചർച്ചകൾ നടക്കുമ്പോൾ ഇവിടെ ഒരു സമരമേ ഉണ്ടായിരുന്നില്ല

എന്നതാണ് വാസ്തവം. രണ്ടാം ലോകമഹായുദ്ധത്തിന്റെ അനന്തരഫല ങ്ങളിൽ ഒന്നാണ് ഇന്ത്യയുടെ സ്വാതന്ത്ര്യം ലോകമഹായുദ്ധം അവസാ നിക്കുന്നതോടെ ലോകത്തെ മുഴുവൻ കൊളോണിയൽ രാഷ്ട്രങ്ങളും സ്വതന്ത്രമാവുന്നുമുണ്ട്. യഥാർഥത്തിൽ ബ്രിട്ടീഷുകാർ ഭരിക്കുമ്പോഴാണ് ഇന്ത്യ ഒരു രാഷ്ട്രമായി നിലനിന്നത്. അതായത് നമുക്ക് നല്ലൊരു നേതൃത്വം ഉണ്ടായത് ബ്രിട്ടീഷുകാരുടെ കാലത്താണ്.

കുറിപ്പ് : ഇ എം എസ്സിന്റെ ഒരു പ്രസ്താവനയെത്തുടർന്നും (പിന്നെ ലേഖനമായി) മലയാളത്തിൽ നടന്ന ഗാന്ധി ചർച്ചകൾക്കുമിടയിലാണ് ഈ അഭിമുഖം വരുന്നത്.

www.ingramcontent.com/pod-product-compliance
Lightning Source LLC
LaVergne TN
LVHW040802051026
849519LV00007BA/2590
9789390404261